पिंपळपान

(कथासंग्रह)

१

मेनका प्रकाशन
Publication division of MEDIA NEXT...

पिंपळपान (भाग १) (कथासंग्रह)
Pimpalpan (Part 1) (Compilation)
पूर्वप्रसिद्धी : मेनका नियतकालिक

पहिली आवृत्ती : १ फेब्रुवारी २०१६
पुनर्मुद्रण पहिलं : १० एप्रिल २०१८

© लेखकांच्या स्वाधीन
© मेनका प्रकाशन,
२११७, सदाशिव पेठ,
विजयानगर कॉलनी,
पुणे ४११ ०३०

प्रकाशक/मुद्रक :
आनंद आगाशे
मेनका प्रकाशन,
२११७, सदाशिव पेठ,
विजयानगर कॉलनी,
पुणे ४११ ०३०

E-mail : sales@menakaprakashan.com
Web : www.menakaprakashan.com

मुखपृष्ठ, मांडणी : किरण वेल्हाणकर

अक्षरजुळणी : हनुमंत पवार

मुद्रितशोधन : उदय जोशी

मुद्रणस्थळ :
एसएपी प्रिंट सोल्यूशन्स प्रा. लि.
२८ ए, लक्ष्मी इंडस्ट्रीअल इस्टेट,
लोअर परळ (प.), मुंबई – ४०० ०१३

ISBN : 978-93-85735-05-9

मूल्य : २५० रुपये

Purchase books online at :
www.menakabooks.com

मराठी साहित्यावर भरभरून प्रेम करणाऱ्या
रसिक मराठी वाचकांना सहर्ष अर्पण...

कथानुक्रम

कातरवेळ

मधु मंगेश कर्णिक

पाऊस पडत होता. तारेवर एक बोजड कावळा तोल सावरण्याची खटपट करत होता. त्याला धड बसता येत नव्हतं, उडता येत नव्हतं. कातरवेळ झाली होती, पण अंधार अजून दाट झाला नव्हता. शाली घरात शिरली. इतका वेळ गॅलरीतल्या दरवाजावर पाय तिरपा धरून उभं राहण्याचा तिला कंटाळा आला होता. नुसतंच बाहेर पाहत उभं राहायचं. तो येतो का, याची वाट बघत. त्यानं दिलेली वेळ व्हायला अद्याप अवकाश होता, पण शालीला सारखं वाटत होतं, झाली खुणेची वेळ... आत्ता रिक्षा येईल. फर्रफर्र करत पलीकडल्या वळणावर उभी राहील... पिशवी अजून भरायची आहे. कपडे सगळे गोळा करायचेत. कपडे आहेतच किती? परकर, पोलकी नि एकुलतं एक निळं पातळ... नुसत्या परकरावरच बाहेर पडावं, की मामांच्या गादीखाली घडीला ठेवलेलं पातळही बरोबर घ्यावं? मामा विचारतील 'या वेळी पातळ कशाला म्हणून...' विचारू देत! सांगू– 'तुमच्या औषधासाठी मध आणायला बाजारात जाऊन येते म्हणून.' 'पण इथे वाण्याकडे जायचं, तर पातळ कशाला हवं?' पण तुम्हीच नाही का त्या दिवशी म्हणालात– 'आता तू नुसत्या परकर–पोलक्यात बाहेर हिंडू नकोस म्हणून...'

शाली घरात शिरली नि तिनं हलकेच मामांच्या कॉटकडे नजर टाकली. चादर पांघरून मामा स्वस्थ पडले होते. झोपले होते का? त्यांना सुस्त झोप कशी ती लागतच नाही... सारखं आपले जागे असतात. पडून पडून माझ्यावर पाळत ठेवतात. 'शाली, कुठे चाललीस? शाली, काय करतेस? शाली, कोण आलं होतं? शाली, शाली, शाली...'

शाली खोलीत शिरल्याची जाग लागताच कॉटवरून क्षीण हाक आली—
''शालीऽ—''

''आले मामा.''

''इकडे ये.''

इकडे ये कशाला? बरी आहे इथे दूर आहे तीच. इथून मला सगळं नीट ऐकू येतं.

''काय मामा?''

''अशी जवळ ये.''

खरंच दिवा आधी लावायला हवा होता. आता या काळोखात—

''काय मामा?''

''डॉक्टरांकडून जाऊन आलीस?''

''मघाशीच.''

''काय म्हणाले?''

''गोळ्या दिल्यायेत झोपेच्या.''

''किती घ्यायच्या?''

डॉक्टरांनी अर्धीच घ्यायला सांगितली आहे. एकदम चार दिल्या तर? सानेगुरुजींचं झालं तसं मामांचं होईल! मग बरंच की; आयतीच सुटका!

''लक्षात नाही राहिलं मामा. पुन्हा विचारून येते.''

''नको जाऊस या वेळेला. उद्या विचार. देवाला दिवा लावलास?''

शालीला हलावं लागलं. मामांच्या उशाकडल्या भिंतीवर दत्ताची तसबीर आहे. तिच्यासमोर निरांजन लावायला हवं. निरांजन घेऊन शाली मामांच्या कॉटजवळ गेली. स्टुलावर चढून दत्ताच्या तसबिरीजवळ निरांजन ठेवलं— डोळे मिटून हात जोडले– 'दत्तमहाराज...'

बाहेर रिक्षाचा आवाज आला. शालीचे डोळे खाड्कन उघडले. ती धडपडत स्टुलावरून खाली उतरली. उतरता उतरता मामांकडे पाहिलं. मामा डोळे विस्फारून, तोंड उघडं टाकून, उशाजवळ उंच जागी उभ्या असलेल्या शालीला निरखत होते. परकरातून मामांची नजर आरपार डोकावत होती. शालीच्या ध्यानात आलं. तिनं चटकन परकराचं ओचं सावरलं नि अंगाचं मुटकुळं करून खाली उडी घेतली. मामांनी डोळे मिटून घेतले.

रिक्षा थांबली नाही. वळणावर बाक घेऊन पुढे निघून गेली. शालीनं जीभ चावली, ओठ घट्ट मिटले नि ती गॅलरीतून आत आली. दिव्याचं बटन ओढलं पाहिजे. अंधार चांगलाच पसरतो आहे. गॅलरीतून थोडा प्रकाश येतो आहे. बाहेर म्युनिसिपालटीचे दिवे लागले होते. पावसामुळे रस्ते चकचकीत दिसत होते.

पाऊस थांबला होता. आता एवढ्यात रिक्षा यायलाच हवी... पण असं परकरात बाहेर पडलं, तर त्याला आवडेल का? म्हणेल, 'पातळं नव्हती तर मला का नाही सांगितलंस? मी नसती घेऊन दिली?' खरंतर, किती चिजा आजवर त्यानं घेऊन दिल्या होत्या. या रिबिनी, हे ब्लाऊजचं चिकन (आणि खरंच, आतल्या ब्रेसिअर्सदेखील त्याच्याच पैशांतून नाही का आणल्या?) सँडल्स, ही कुसुंबी रंगाची काकणंदेखील... एवढं करतो त्याला काय दोन पातळं भारी वाटली असती? चुकलंच. त्यालाच सांगायला हवं होतं दोन साड्या पण हव्यात म्हणून.

पालीनं दबकत सरकावं, तशी शाली मामांच्या पलंगाकडे सरकली. मामांच्या गादीखालचं पातळ घ्यायलाच हवं. नुसत्या परकरानं बाहेर पडलेलं त्याला नाही आवडायचं...

''मामा-''

''ऊं-''

''जरा कुशीला व्हा. मला गादीखालचं पातळ काढायचं आहे.''

मामा हळूहळू कुशीवर वळले. कष्टानं भिंतीकडे सरकले. शालीनं हलकेच गादी वर उचलली. निळ्या साडीची तलम घडी गादीखाली चोपून बसली होती. घडीखाली अलगद बोटं सरकवून शालीनं पातळ बाहेर काढलं नि गादी नीट केली. मामा पुन्हा होते तसे झाले. निकट आलेल्या शालीकडे अधासून पाहू लागले. शाली घाईघाईनं दूर झाली. दिवा न लावताच पातळ नेसू लागली. पातळाच्या घेराचा तिनं भर्रकन शरीराभोवती पिंजरा केला नि ती मामांकडे पाठ करून साडी नेसू लागली.

''शाली-''

''काय मामा?'' मागे वळून पाहत शालीनं विचारलं.

''कुठे चाललीस बाबी?''

''कुठे नाही- इथेच.''

''कपडे बदलतेस म्हणून-''

''जरा वाण्याकडे जाऊन येते, पटकन. मध आणायचा राहिलाच मघाशी तुमच्या चाटणासाठी. आत्ता घेऊन येते दोन मिनिटांत.''

भाचीच्या आवाजातलं अगत्य आणि प्रेमळपणा पाहून मामांना एकाएकी आपल्या दिवगंत बहिणीची आठवण झाली. शालीची आई पण अशीच प्रेमळ होती. विलक्षण मायाळू होती. भावासाठी तिनं काही करायचं ठेवलं नव्हतं. नवसासायासांनी झालेला एकुलता एक भाऊ म्हणून, आईच्या मरणानंतर त्या थोरल्या बहिणीनं भावाला स्वत:च्याच घरी आणून ठेवलं. भाऊ वाईट चालीचा निघाला. छंदीफंदी, बायकांच्या बाबतीत लंपट निघाला. 'लग्न नको' म्हणू

लागला. तरीपण त्या माऊलीनं त्याचा तिरस्कार केला नाही. त्याच्यासाठी ती तिळतिळ झिजली. स्वत:च्या नवऱ्याकडे दुर्लक्ष करून तिनं भावाचं कोडकौतुक केलं, पण भाऊ सुधारला नाही. लाडावून ठेवलेल्या बोक्यासारखे भावाचे दुर्गुण तसेच कायम राहिले नि बहीण मग नवऱ्याच्या पाठोपाठ खंगून खंगून मेली. मागे एका लहान मुलीला ठेवून निघून गेली. ज्या भावाला आजवर तिनं प्राणांपलीकडे जपलं, त्याच्या हातात एक कोवळी, अजाण मुलगी टाकून शालीची विधवा आई मरून गेली. पाच वर्षांची शाली नि पंचवीस वर्षांचा मामा तेवढा घरात मागे राहिले.

मग मामांची गावाबाहेर ठेवलेली 'बाई' घरात येऊन राहू लागली. पण एक बरं झालं, छोट्या शालीचा सांभाळ नीट होऊ लागला. मामांना भाचीकडे लक्ष देण्याचं कारण पडेना. अशीही काही वर्षं गेली नि ती बाईही कुणा दुसऱ्या इसमाबरोबर निघून गेली. शालीला आता समजू लागलं होतं. मामांचं आजारपण गेली दोन वर्षं तीच काढत होती. मराठी सातवीतून तिचं नाव मामांनी शाळेतून काढून दोन वर्षं झाली होती आणि खोलीतलं जग वेगळं नि खोलीबाहेरचं जग वेगळं याची त्या पंख फुटत असलेल्या पिल्लाला नीट कल्पना येऊ लागली होती.

मग एके दिवशी अंथरुणाला खिळलेल्या पण इंद्रियांनी शाबूत असलेल्या मामांची नजर बदलली नि त्याच सुमारास शालीची त्या माणसाशी ओळख झाली. त्याची रिक्षा होती. जिमखान्यावरच्या बंगल्यासमोर उभ्या असणाऱ्या डौलदार झाडासारखा तो दिसायचा. रेखीव आणि मोहक. बोलायचा गोड. वागायचा गोड. तो शालीला म्हणाला होता, ''तू बाहेर पड. पुढचं मी पाहतो. मुंबईला जाऊ... रजिस्टर लग्न करू नि पुन्हा पुण्याला येऊन बिऱ्हाड करू... तुझ्या मामाला हॉस्पिटलात ठेवू. मी देईन हॉस्पिटलचं बिल.''

नि शाली कबूल झाली. आता इतक्यात तो यायचा होता. खाली त्याची रिक्षा थांबणार होती.

''मामा, मी जाऊन येते.'' गिरकी घेत शाली मागे वळली. उत्साहाचं उधाण तिला आलं होतं. साडीवर तिनं काढलेली फुलं जिवंत झाली होती. फुलपाखरं पंख झुलवत होती. लाटांवर फेस तरंगावा तशी तरंगत ती भिंतीजवळच्या विटलेल्या आरशासमोर जाऊन उभी राहिली. गालांवर पावडरचा पफ फिरवायचा होता नि केसांची वळणं त्याला आवडतील अशी अधिक वळणदार करायची होती. अंधारात नीट दिसेना म्हणून ती मागे वळली नि मामांच्या कॉटजवळच्या दिव्याच्या बटणाला तिनं हात घातला, तोच मामांनी तिचं मनगट पकडलं. ते घोगऱ्या आवाजात पुटपुटले, ''कशाला हवा एवढ्यात दिवा?''

शाली घुटमळली. मामांच्या हातातून आपला हात सोडवून घेण्याची खटपट

करू लागली. तसं मामा म्हणाले, ''इथेच बैस जरा वेळ बाबी. मला की नाही जरा अस्वस्थ वाटतंय... जरा बैस नि माझी छाती चोळ.''

शरीराचा करता येईल तेवढा संकोच करून शाली पलंगाच्या कडेवर टेकली. सबंध शरीर तिनं आक्रसून घेतलं आणि मामांच्या छातीवर हात ठेवला. तिचा हात तसाच ठेवून, मामांनीच आपला हडकुळा हात तिच्या पाठीवरून फिरवायला सुरुवात केली. मोठ्या माणसानं लहानाच्या खांद्यावरून मायेनं हात फिरवावा, तसे मामा शालीच्या खांद्यावरून–पाठीवरून हात फिरवू लागले. नि मग शालीला थरथरत ते निमूट सहन करण्याखेरीज गत्यंतर उरलं नाही... गेल्या वर्ष–दीड वर्षात मामांनी कैक वेळा तिच्या पाठीवरून असा हात फिरवला होता. तिचे खांदे दाबले होते. मांड्या चाचपल्या होत्या. गाल कुस्करले होते. तिचे लांबसडक केस हुंगले होते. आईवेगळ्या मुलीला जी माया द्यायला हवी त्या मायेनं प्रेमानं मी हे सारं करतो, असं मामा भासवत होते नि अशावेळी कसं वागावं ते शालीला समजत नव्हतं. तिला संताप येई. रागानं ती जळे, तिचं अंग घृणेनं शिरशिरे नि मग एकाएकी तिला आपल्या आईचा अस्पष्ट चेहरा आठवू लागे. मामांनी हजारदा वर्णन करून सांगितलेला तिचा प्रेमळ–वत्सल स्वभाव आठवू लागे नि तिच्या घशात हुंदका अनावर होई... मामांचा अंगावर फिरणारा हात दूर करणं मग तिच्या ताकदीपलीकडचं होऊन जाई.

बाहेर रिक्षाचा आवाज आला नि शाली चपापली. झटकन उठून उभी राहिली. सुखावून पडलेल्या मामांचा तिच्या पाठीवरचा हात, खुंटीवरची तसबीर खाली पडावी तसा खाली पडला.

''उशीर झाला मामा. मी जाऊन येते'' म्हणून शाली लगबगीनं उठली. पायात सँडल्स चढवले. एकवार खोलीत नीट पाहिलं. दाराबाहेर तयार करून ठेवलेली पिशवी हळूच उचलली नि ती जिना उतरू लागली. पानावरून पाण्याचा थेंब ओघळावा तशी ती जिना उतरली. छातीशी पिशवी घट्ट धरून तिनं वाड्याबाहेर पाऊल टाकलं. अद्याप सगळ्या बिऱ्हाडांतून दिवे लागलेले नव्हते. वाड्यात तिन्हीसांजेची गजबज माजली होती. कुणाचं कुणाकडे लक्ष नव्हतं. वेळ मोठी छान होती. तो तसा फार हुशार होता. सगळे बारकावे त्याला नीट ठाऊक असत. त्याचा अंदाज चुकणार नाहीच. पळून जायला ही वेळ त्यानं निवडली होती, यात त्याची मोठी कल्पकता होती. 'कातरवेळेच्या या कोलाहलात आपण खोलीबाहेर पडलो कधी, बाहेर थांबलेल्या रिक्षात बसलो कधी, नि पुणं सोडलं कधी, कुणाला काही कळायचं नाही', असं तो म्हणाला होता. त्याच्या अभिमानानं शालीचं हृदय भरून आलं. त्याला रिक्षात बसलेला पाहायला तिचे डोळे आतुर झाले...

रिक्षा ठरल्याप्रमाणे आली होती, पण रिक्षात तो नव्हता. त्याचा एक मित्र

होता. तिला पाहताच तो सीटवरून खाली उतरला नि हलकेच तिच्याजवळ येऊन कानात म्हणाला, ''श्याम येऊ शकत नाही. त्याला पकडलंय. चोरट्या दारूच्या केसमध्ये. आता पाच वाजता फरासखान्यात नेलंय. केसचा निकाल लागल्यावर आपण जाऊ, असा त्यानं निरोप दिलाय तुम्हाला. अच्छा, मी जातो.'' एवढं बोलून तो रिक्षात बसला नि क्षणात रिक्षा वळणाआड नाहीशी झाली.

निळ्या पातळावरची फुलं बोल बोल म्हणता कोमेजून गेली. फुलपाखरांचे झुलणारे पंख निमिषार्धात तुटून पडले. शालीनं रस्त्याच्या कडेच्या पांढऱ्या चाफ्याच्या झाडाचा आधार घेतला. मिनिट-दोन मिनिटं थांबून तोल सावरला, नि भानावर येताच ती समोरच्या रस्त्यानं यंत्रासारखी चालू लागली. तिला वाण्याच्या दुकानावर जायला हवं होतं. मामांच्या औषधासाठी मध न्यायला हवा होता...

(पूर्वप्रसिद्धी : मेनका, जानेवारी १९६२)

त्याची भूमिका

शं. ना. नवरे

मला खरं म्हणजे नाटकाची आवड नाही. नामांकित नटांची नावं दिसली, तर कधीमधी मोह होतो, परंतु तो तेवढ्यापुरताच. पुढेमागे आपण या नटांना पाहिलं नाही, अशी चुटपुट वाटू नये याच एका स्वार्थापोटी हा मोह होतो. आमच्या कंपनीतल्या बड्या पगाराच्या हुद्द्यावर मी आहे म्हणून माझ्या माथी नाटकाची आवड मारण्यात येते आणि गळ्यात मदतीच्या नाटकाचं तिकीट अडकवण्यात येतं. एकच गोष्ट ठीक आहे, की या वयातही मी एकटा आहे. त्यामुळे गळ्यात एकच तिकीट पडतं. या अशा नाटकांना मी बहुधा जात नाहीच. गेलोच तर थोडा वेळ बसून लगेच परत येतो.

रविवार होता. शनिवारी रात्र जागवणाऱ्या भल्या मोठ्या पार्टीची मादकता रोमारोमांत भिनली होती. आदल्या रात्रीचा सुगंध, त्या गप्पा, तो कपबश्यांचा आणि नक्षीदार नाजूक ग्लासांचा किणकिणाट, कोऱ्या कपड्यांची सळसळ, श्रीमंती मोकळेपणानं जवळ आलेले तरुण देह, ओठांच्या महिरपी, हातावर दिल्या-घेतलेल्या नाजूक हातांच्या टाळ्या, त्या नाजूक हातांच्या लाडिक विळख्यात नृत्य करताना घेतलेले झोके... ते आग्रह, ती आर्जवं, ते लाडिक स्वर... साऱ्या गोष्टी मनात नृत्य करत होत्या. ब्रेकफास्टनंतर सिगारेट ओढत प्रत्येक गोष्टीची उजळणी होत होती. फ्रेनी कराचीवाला... के मिलर... हिरा चंदनानी... मृदुला दवे... अनामिका देसाई... यांचे ऐश्वर्यावर पोसलेले देह, बोलण्यातला सैलपणा... नीतीची शिथिल झालेली बंधनं...

''साहेब, मी आत येऊ?'' कुणीतरी दाराशी उभं राहून विचारत होतं.

मी प्रश्नार्थक पाहिलं.

''मी, मी द्वारकानाथ.''

द्वारकानाथ म्हटल्यावर कुठलीच मूर्ती नजरेसमोर आली नाही. या नावाचा मनुष्य माझ्या आठवणीत नव्हता.

''या, आत या.'' द्वारकानाथला मी आत बोलावलं.

''मला ओळखलंत ना साहेब?''

एव्हापर्यंत मी त्याला ओळखलं होतं. माझ्या कंपनीत हा काही दिवस विक्रेता म्हणून नोकरीला होता. त्या काटकुळ्या इसमाला नोकरी झेपेना म्हणून त्यानं माझ्याकडे येऊन राजीनामा दिल्याचंही मला आठवत होतं. आत्ताचं या काटकुळ्या माणसाचं येणं हे नोकरीसाठीच असणार, याविषयी आता शंका उरली नव्हती.

''काय काम आहे?'' मी अशा आवाजात विचारलं, की त्यातून 'हे काम माझ्यानं होणार नाही' असाच सूर यावा.

''साहेब, तुम्हाला नाटकाची आवड आहे ना?''

''का?''

''आम्ही एक नाट्यसंस्था स्थापन केली आहे. येत्या शनिवारी आमचं पहिलं नाटक आहे. तुम्हाला त्यासाठी आमंत्रण द्यायला आलो आहे.''

''काय तिकीट आहे?'' मी विचारलं.

''तिकीट आठ आण्यांपासून पाच रुपयांपर्यंत आहे, परंतु आपल्याला निमंत्रण द्यायलाच मी आलोय.''

''मिस्टर- मिस्टर-'' मी अडखळलो तशी तो म्हणाला, ''द्वारकानाथ मिराशी.''

''हां, मिस्टर मिराशी, खरं सांगू का, नाटकांची मला तशी आवड नाही. मी येईनच असं...''

''ते काही चालायचं नाही साहेब. तुम्हाला यायलाच हवं. तुमची रसिकता ठाऊक आहे मला. नि शिवाय या नाटकात मी नि माझी बायको दोघंही काम करणार आहोत.''

''तुम्ही काम करणार?'' मी शंकेखोर स्वरात विचारलं.

''होय साहेब. बालपणापासून मी स्टेजवर वावरण्यासाठी वेडा. मिळतील ती छोटीमोठी कामं करत स्टेजला चिकटून राहिलोय. तुम्ही वर्षा पंडित हे नाव ऐकलं आहे? ती माझी बायको. आमची कामं पाहण्यासाठी तरी तुम्ही यावं, अशी आमची फार इच्छा आहे. हे पहिलं नाटक झालं, की मग आमच्या कंपनीचे खेळ व्यवस्थितपणे सुरू होतील. आमच्या काही योजना आहेत, परंतु त्या सवडीनं तुमच्या कानी घालीन.''

...वर्षा पंडित... वर्षा पंडित... हे नाव मी कधीतरी, कुठल्या तरी संदर्भात ऐकलं होतं. ते नाव आणि देखणेपणा यांची सांगड मनात कधीतरी जमली असणार, कारण

त्याशिवाय हे नाव माझ्या ध्यानी राहणं शक्य नव्हतं.

मी काही बोलण्यापूर्वीच द्वारकानाथनं एक पास माझ्या हाती दिला आणि नाटकी लाचारी दाखवून पुन्हा एकदा मला आग्रह केला.

या काटकुळ्या, काहीशा रोगी वाटणाऱ्या माणसाबरोबर संसार करणारी ती नटी पाहिली पाहिजे. या दोघांचं कसं जमत असेल, याचा एक हिशेबी अंदाज घेतला पाहिजे असं मला वाटू लागलं. कदाचित आदल्या रात्रीची घोटाळणारी धुंदीच मला तसं वाटू देऊ लागली असेल!... फ्रेनी... के... हिरा... मृदुला... अनामिका... आणि... आणि वर्षा पंडित?...

वर्षा पंडित कशी दिसत असेल याचं कुतूहल नाटक सुरू होईपर्यंत होतं. पुढला पडदा वर गेला, पहिला अंक सुरू झाला आणि मग काही मिनिटांनी डाव्या बाजूच्या विंगमधून वर्षा धावत आली. तिनं नायकाचे हात हातात धरले आणि जीवनाचं सार्थक झालेलं वाटावं अशा स्वरांनी थिएटर भरून गेलं. ते स्वर, त्या वेळी वर्षाच्या चेहऱ्यावर उमटणारे भाव, ते बोलके डोळे, केशरी रंगाच्या साडीमधून दिसणारी तिची रेखीव मूर्ती... मी वेडा होऊन गेलो. त्या स्वरांनी मी देहभान हरवून बसलो. तारुण्याच्या त्या दर्शनानं माझ्या मस्तकात धुंदी चढली... हे रूप, हे तारुण्य! फ्रेनी, मृदुला, हिरा– साऱ्यांचं रूप खोटं होतं... कुणाच्यातही ही मद्याची मादकता नव्हती. त्यांपैकी कुणालाही पाहून मी कधी इतका धुंद झालो नव्हतो.

गाणं केव्हा संपलं, नाटकाचा कथाभाग कुठपर्यंत आला होता, पुढे काय होणार होतं? मला काहीच ठाऊक नव्हतं. कारण वर्षा जेव्हा विंगमध्ये आली, तेव्हा तिथे मी केव्हाचा येऊन उभा होतो!

द्वारकानाथनं तिला जवळ बोलावलं नि म्हटलं, ''हेच आमचे साहेब.''

तिनं वाकून नमस्कार केला, तेव्हा मी तिला नमस्कार केलाच; परंतु लगेच हात पुढे करून तिच्या कामाबद्दल तिचं अभिनंदन केलं. माझ्या पंजात तिची लांबसडक मऊ बोटं अगदी कुशीत शिरल्याप्रमाणे स्वस्थ होती.

तिच्या पतीदेखत इतक्या लोभी नजरेनं तिच्याकडे पाहणं हे शिष्टसंमत नव्हतं. इतर वेळी कधीही मी असा वागलो नव्हतो, उलट असं कुणी वागताना दिसलं होतं, तेव्हा तेव्हा मी त्या नजरेचा तिरस्कारच करत आलो होतो. परंतु या क्षणी मी माझा नव्हतो. तिच्या तारुण्याच्या भोवऱ्यात मी गुरफटत होतो. प्रयत्न करूनही नजर मागे वळत नव्हती. मनातले विचार स्वस्थ बसत नव्हते.

आम्हा दोघांना तिथेच सोडून द्वारकानाथ बाजूला गेला आणि मग मला काहीच सुचेनासं झालं.

''तुम्ही म्हणे नाटकालाच येणार नव्हता?'' वर्षानं मला विचारलं. नजर

रोखून.

''मला फारशी आवड नाही नाटकाची.''

''मग आता अगदी इथे येऊन एखाद्या रसिकासारखं...''

वर्षानं मला चोरी करताना पकडलं होतं. मी गांगरलो होतो, परंतु चोरीनं अशी सुरुवात होणं, चोरी करताना पकडलं जाणं आणि तरीही त्या चोरीविषयी बाजूबाजूनं बोलणं या डावातच हारजीत कळत असते म्हणून मी हुशारलो. मी हसून नि तिच्या नजरेच्या टोकावर माझ्या नजरेचं टोक ठेवून म्हटलं,

''माझा रसिकतेबद्दलचा वाद नव्हता. रसिकता दाखवायची संधीच कधी मिळाली नव्हती. कुठल्याही नाटकातल्या कुठल्याही नायिकेनं अशी रसिकता दाखवायला मला बोलावलं नव्हतं!''

''मग मी बोलावलं वाटतं?''

''अर्थातच.''

''केव्हा?''

''एंट्री घेतली तेव्हाच.''

''मला नाही बाई आठवत. मी सगळ्यांकडे नजर फिरवते.'' ती हसून म्हणाली.

''पण बोलावता एकालाच... आणि त्याप्रमाणे मी आलोच. तुम्ही बोलावलंत म्हणून.''

''मग कधी घरी बोलावलं, तर आता 'नाही' म्हणता येणार नाही तुम्हाला.''

तिनं दुसऱ्या डावाचे फासे टाकले. यावर मी काहीतरी बोलणार होतो, एवढ्यात द्वारकानाथ आला. वर्षानं त्याच्या दंडाला धरून म्हटलं, ''साहेबांना मी घरी बोलावलं आहे.''

''व्हेरी गुड. केव्हा येणार आहेत?'' द्वारकानाथनं कौतुकानं विचारलं.

''आता तुम्ही आला आहात. इथेच ठरवून टाका.'' वर्षानं पूर्वीच्या बोलण्यातला कुठलाही धागा सोडला नव्हता.

द्वारकानाथ अचानक आल्यामुळे मी जरासा सावध झालो होतो, परंतु वर्षा एखाद्या पटाईत खेळाडूप्रमाणे या पार्टीतून त्या पार्टीत गेली होती, पूर्वीच्याच आत्मविश्वासानं होती आणि आता मलाही धीर देत होती.

''आपली स्कीम सांगितलीस का साहेबांना?'' द्वारकानाथनं वर्षाला विचारलं.

''तेच सांगण्यासाठी मी त्यांना घरी यायला सांगत होते...''

इतक्यात तिची एंट्रीची वेळ झाली म्हणून सांगायला कुणीतरी आलं नि ती ''दुसऱ्या अंकानंतर या'', असं मला सांगून निघून गेली.

इतक्या संभाषणानंतर आता नाटक पाहायला वेगळीच गंमत आली. मी बाहेर

येऊन बसलो नि वर्षानं नजरेच्या प्रकाशात मला हेरलं. माझ्याकडे फक्त ओळखीची नजर टाकून ती आपल्या भूमिकेत दंग झाली.

दुसऱ्या अंकानंतर मी रंगमंचावर गेलो, तेव्हा द्वारकानाथनं मला रंगपटात नेलं. तिथे ती आपले कपडे, सामान आवरत होती.

मी म्हटलं, ''तुमचं आवरलं की या बाहेर.''

''छे! झालंच की. आता पातळ बदललं की संपलं. बसा नं इथेच. नाहीतर बोलायला वेळच मिळणार नाही.''

आता मात्र मी पुरा पागल झालो. तिथे माझ्यादेखत तिचं कपडे बदलणं, पातळ बदलणं! तिचं उफाळतं तारुण्य पाहताना मला शरमल्यासारखं झालं, परंतु द्वारकानाथ संथपणे बोलला, ''मग साहेब, केव्हा येता घरी? आमचं घर छान आहे– हिच्याच नावावर ब्लॉक आहे. नाहीतर तुम्हाला वाटेल ह्या भिकारड्याकडे...''

वर्षानं द्वारकानाथच्या तोंडावर हात ठेवला नि म्हटलं, ''तुम्हाला माणूस ओळखता येत नाही का? तसं जर वाटलं असतं, तर मी साहेबांना घरी तरी बोलावलं असतं का?''

मग माझ्याकडे पाहत ती म्हणाली, ''तुम्ही याच आता आमच्याकडे. आम्ही नाटक कंपनी काढणार आहोत त्याची माहिती मी तुम्हाला देईन. तुमच्या ओळखीचा आम्हाला उपयोग होणार आहे.''

आणि मागाहून पुढल्या महिन्याच्या रविवारी त्यांच्याकडे जायचं मी कबूल केलं. वर्षानं मला आपला पत्ता दिला होता नि तो हाती देताना माझ्याकडे अशा नजरेनं पाहिलं होतं, की मला तिचं आमंत्रण नाकारणं अशक्य झालं होतं.

या सर्व प्रकरणातून, मी एवढीच कल्पना केली होती, की द्वारकानाथला ही न पेलवणारी बायको केवळ दैवगतीनं मिळाली होती नि त्याच गतीनं ती जाण्याचीही शक्यता होती. द्वारकानाथच्या गैरहजेरीत ही वर्षा त्याच्याशी प्रामाणिक नसेल आणि तिच्या अप्रामाणिकपणाचा सुगावा लागलेला कुणीही रसिक या द्वारकानाथच्या मानेवर मैत्रीची सुरी फिरवेल, यात शंकेला जागा नव्हती. द्वारकानाथचं थकत चाललेलं शरीर आणि या वर्षाचं तारुण्यानं ओतप्रोत भरलेलं शरीर, द्वारकानाथची दैन्यावस्था नि वर्षाची हावरी हौस या साऱ्याचं नातं जोडायला अप्रामाणिकपणाचंच वास्तव्य असणार होतं. म्हणजे या साऱ्याचा अर्थ काय? फ्रेनी, हिरा, मृदुला, के आणि आता वर्षा? चालेल! हा आलेख वर जाणारा ठरेल. वर्षाइतकी आकर्षक नि तरुण स्त्री सहजासहजी मिळणार नाही. तिच्याहून कमी रूपाच्या, वयानं लहान असलेल्या इतर स्त्रियासुद्धा सहजासहजी सावज होऊ शकत नाहीत, मग वर्षाची गोष्टच वेगळी आहे. तिचा मोकळेपणा नाटकीही असेल, कदाचित ती पैशांवरच फक्त

लुब्ध होणार असेल...

माझ्या मनात हे सारे विचार सुरू असतानाच एके दिवशी द्वारकानाथ आमच्या कंपनीत आला. मी फार कामात होतो, परंतु ऑपरेटरनं 'द्वारकानाथ नावाचा कुणी इसम आला आहे', असं म्हणताच मी काम बाजूला सारलं. त्याला केबिनमध्ये बोलावलं.

''नमस्कार साहेब!'' द्वारकानाथनं नमस्कार करताच मी त्याला बसायला खुर्ची दिली. त्याच्यासाठी चहाही मागवला.

''आज इकडे कुठे?''

''तुमच्याकडेच.''

''काही विशेष?''

''म्हटलं तर आहे, म्हटलं तर नाही. वर्षानं मला मुद्दाम धाडलं आहे तुमच्याकडे.''

''का? रविवारचा बेत रद्द झाला?'' मी पटकन बोलून गेलो नि आपला उतावीळपणा याच्या लक्षात आला की काय, या शंकेनं द्वारकानाथकडे पाहू लागलो.

तो थंडपणे म्हणाला, ''तो बेत कायमच आहे साहेब, परंतु आमच्या संस्थेचं मदतीसाठी दुसरं नाटक होणार आहे, म्हणून...''

वाटलं, वर्षा मिळवण्यासाठी अशा मदतीच्या तिकिटांचा द्वारकानाथला खुराक द्यावा लागणार की काय?

''या नाटकात तुम्ही दोघंही आहात?'' मी विचारलं.

''नाही साहेब, फक्त मीच आहे.''

''म्हणजे असं पाहा...'' माझ्या मनातून ते तिकीट टाळायचं होतं. एवढ्यात द्वारकानाथ म्हणाला,

''पण साहेब, वर्षानं तुम्हाला खास बोलावलं आहे हे नाटक पाहायला. ती स्वत: येणार आहे बघायला.''

त्यानं माझ्या तोंडाकडे नजर लावली, तेव्हा त्याला वाचता येत असतं, तर त्यानं वाचलं असतं– 'पण वर्षा माझ्याशेजारी बसणार आहे की कुठेतरी दूर?'

त्याला वाचता येत होतं की काय कोण जाणे, तो चटकन म्हणाला, ''साहेब, तिनं तिकिटं काढून ठेवलीत. एक तिला ठेवलंय नि एक तुम्हाला. अगदी दुसऱ्या रांगेतल्या मधल्या दोन खुर्च्या आहेत!''

अर्थातच मी कबूल झालो.

नाटकात माझ्या शेजारी बसलेली वर्षा मला हैराण करू लागली. तिच्या उबदार

शरीराची जीवघेणी ऊब माझ्या शरीराला लागू लागली. मी तिला हलकेच म्हटलं,

''वर्षा, जरा बाहेर येतेस? मला चहा–कॉफी काहीतरी घ्यायचं आहे.''

तिनं माझ्या मांडीवर आपला हात ठेवला नि म्हटलं, ''थांबा. हा प्रवेश झाल्यावर जाऊ.''

तो प्रवेश झाल्यावर मी धाडस करून तिचा दंड धरला नि म्हटलं, ''चल लवकर, नाहीतर गर्दी होईल. बाहेर जायला मिळणार नाही.''

तिथल्या स्टॉलवरचा चहा आवडत नाही, या सबबीवर वर्षाला मी मोटारीत बसायला सांगितलं नि मोटार वळवली एका सुंदर नि महागड्या हॉटेलकडे.

वर्षा रागावली. म्हणाली, ''तुम्ही जर बाहेर नेणार होतात, तर मला ह्यांना विचारायला हवं होतं. माझं लग्न झालंय हे विसरला होतात?''

''खरं सांगायचं तर विसरलो होतो.'' मी असल्या रागाला भीक घालणारा नव्हतो.

''पण मी विसरले नव्हते.''

''मग दंडावर असा हात ठेवला तो दूर का केला नाहीस?'' तिच्या दंडावर पुन्हा हात ठेवत मी विचारलं.

ती अवाक् राहिली तसा मी पुढला प्रश्न टाकला, ''तेव्हा दूर केला नाहीस नि आत्ताही दूर करण्याची तुला हिंमत नाही. खरं?''

''पण नको. प्लीज! द्वारकानाथना कळलं, तर त्यांना किती वाईट वाटेल हो. सोडा हात.''

हॉटेलात जाताना, तिथे चहा घेताना, किंवा तिथून थिएटरकडे परततानादेखील मग मी वर्षाला स्पर्श केला नाही.

पुन्हा नाटक सुरू झाल्यावर ती पहिल्यासारखीच लाघवी स्वरात बोलू लागली, माझ्या अंगावर रेलू लागली, ठरलेल्या रविवारी पुन्हा पुन्हा येण्याचा आग्रह करू लागली.

नाटक संपल्यानंतर आम्ही रंगपटात गेलो. तिथे द्वारकानाथच्या देखत माझी बाही पकडून वर्षानं मला पुनश्च निमंत्रण दिलं, नि मी ते पुन्हा कबूलही केलं.

परंतु तो कधीही येणार नव्हता असं वाटणारा रविवार आला. चांगले कपडे, मादक सेंटचा शिडकावा करून गॅरेजमधून मी मोटार बाहेर काढली नि मनाशी म्हटलं, 'आज पुढला डाव.'

मी दारावरची घंटा दाबली, तेव्हाही मनाशी तेच म्हटलं. दोघंही माझी वाट पाहत होते. द्वारकानाथनं स्वच्छ धोतर नि सिल्कचा शर्ट घातला होता. वर्षानं अतितलम अशा कापडाचा ब्लाऊज नि तितकीच तलम साडी नेसली होती. या कपड्यांतून

तिची अंतर्वस्त्रंही दिसत होती.

''आम्हाला वाटलं, साहेब येतच नाहीत आता!'' द्वारकानाथनं उगाचच काहीतरी म्हणून म्हटलं नि पान खाऊन रंगलेली लाचार बत्तिशी दाखवली.

''पण मला खात्री होतीच तुम्ही येणार म्हणून– नि म्हणून तर मी कपडे बदलून तयारच होते.'' वर्षानं माझ्यावर पुन्हा नजरेची पात ठेवली.

त्यानंतर आमचं जे बोलणं झालं ते त्यांच्या नव्या कंपनीबद्दल. 'वर्षा नाट्य मंदिर'च्या स्थापनेसाठी त्यांना पंचवीस हजारांची गरज होती आणि शंभर रुपयांचे शेअर्स काढून ते माझ्यासारख्यांच्या गळ्यात बांधण्यात येणार होते.

''आता समजा, तुमच्यासारख्यांना आम्ही शंभराचा एक शेअर घ्यायला सांगितलं तर तुम्ही 'नाही' म्हणाल का?'' द्वारकानाथनं माझ्यावर पहिला प्रश्न टाकला नि मग वर्षाच्या पाठीवर थाप मारून तो म्हणाला, ''नि वर्षासारखी गोड नटी विचारायला आली, तर नक्कीच लोक तयार होतील.''

आता मीही किंचित तयारीत होतो. मी म्हटलं, ''हे मात्र खरं बोललात. वर्षासारखी देखणी बाई नकार घेऊन परतणं शक्यच नाही.''

''पुरे झालं!'' वर्षा खोट्या रुसव्यानं म्हणाली. ''मग तुमच्यापासूनच सुरुवात करू. नक्की घेणार ना शेअर?''

''नक्की घेईन. हे घ्या पैसे.'' असं म्हणून मी पाकीट उघडलं नि एक हिरवी नोट पुढे केली. वर्षा द्वारकानाथकडे पाहून हसली नि म्हणाली, ''भवानी तर चांगलीच झाली.''

''पण त्याबद्दल त्यांचं तोंड गोड केलं पाहिजे तुला.'' द्वारकानाथनं असं म्हटल्यावर मी नि वर्षानं एकमेकांकडे चोरट्या नजरेनं पाहिलं. द्वारकानाथ हसला नि म्हणाला, ''माझ्या बोलण्याचा विपर्यास करू नका हं.''

खाणंपिणं झाल्यावर मी उठलो, तेव्हा द्वारकानाथ म्हणाला, ''उद्या दुपारीच नव्या नाटकाचा नारळ फोडतो. सुरुवात फार चांगली झाली. असंच प्रेम ठेवा.''

''अहो, पैसे खर्च करण्यातली खरी मजा रसिकतेसाठी ते खर्च होण्यात आहे. तुमच्या नाट्यसंस्थेला मदत करणं हे माझं कामच आहे. तुम्ही आणि तुमच्या पत्नी– दोघांनाही मी सुयश चिंतितो.''

''आता पुन्हा केव्हा भेट?''

''येईन कधीतरी. सध्या तरी पाच–सहा महिने जमणार नाही. उद्याच मला दिल्लीला जायचं आहे आमच्या कंपनीच्या कामासाठी. आल्यावर भेटेन. अच्छा!''

''म्हणजे उद्या तुम्ही तालमीच्या मुहूर्ताला येऊ शकणार नाही. नाहीतर मी बोलावणं करणार होतो. अच्छा! आशीर्वाद असू द्या कंपनीवर.''

मी दाराबाहेर पाऊल टाकणार एवढ्यात वर्षा पायांत चपला सरकवत आली व म्हणाली, ''मलाही आता बाहेर जायचंच आहे. तुम्हाला रस्त्यापर्यंत सोबत करते.''

तिनं द्वारकानाथला येण्याविषयी विचारलं; पण पुन्हा एकदा जणू माझ्या मनातलं वाचून त्यानं नकार दिला.

त्याच्या ब्लॉकचं दार बंद झालं, तेव्हा मी विचारलं, ''वर्षा, तुझं खरोखरच दुसरीकडे काम आहे, की कंटाळा आला म्हणून माझ्याबरोबर बाहेर आलीस?''

''बरोबर ओळखलंत. कामाला जाताय का तुम्ही कुठे?

''नाही. आता सरळ घरीच जाईन. आपण जायचंय का कुठे?''

''घरी मिसेस वाट नाही वाटतं बघणार?''

''नाही. घरी मी एकटाच असतो. फक्त राहण्यापुरता. जेवण हॉटेलात. जेवायला येणार?''

''नको. ह्यांना विचारलं नाही.''

''माझ्याबरोबर येण्याबद्दल विचारलं होतंस?''

''ते विचारल्यासारखंच आहे.''

''मग तू जेवायला येणार नाहीस तर!''

''नाही.''

''बरं. अच्छा! मी जेवायला जातो.''

''बरं.''

मी मोटारीचं दार अजून उघडंच ठेवलं होतं.

''येणार आहेस की जाऊ?''

''येणार नाही, पण एक विनंती आहे.''

''काय?''

''उद्या दुपारी याल? चार वाजता?''

''मला दिल्लीला जायचंय उद्या.''

''मग आपली भेट होणं शक्य दिसत नाही. तुम्ही परत येईपर्यंत आम्ही परगावी कार्यक्रमाला गेलेले असू. उद्या याच दुपारी.''

''पण द्वारकानाथ असतील का दुपारी? ते असतील तरच येईन. म्हणजे परवानगीचा प्रश्न येणार नाही.''

यावर ती मोकळेपणानं हसली. माझ्या शेजारी मोटारीत बसली.

''येणार ना जेवायला?'' मी विचारलं.

''अंहं, कोपऱ्यापर्यंत तुमच्याबरोबर येईन. जेवायला यावं असं जर खरंच वाटत असेल, तर उद्या माझ्याकडे या. परवा आपण जेवायला जाऊ.''

''पण उद्या तालमीचा नारळ फुटणार आहे ना?'' दिल्लीला जाणं पुढल्या दिवसावर ढकललं तरी चालेल, असं मला वाटू लागलं होतं.

''तालमीला द्वारकानाथ जातीलच. तुम्ही उद्या येणार असाल, तर मी घरी राहीन.''

''किती वाजता?''

''साडेतीन ते पाच.''

''येतो. वाट पाहा.''

दुपारी मी वर्षाच्या दारावरची घंटी वाजवली, तेव्हा मनाशी ठरवलं, 'या दोन दिवसांत वर्षानं वेडं केलंय खरं.' द्वारकानाथच्या परोक्ष त्याच्या या देखण्या आणि तरण्या पत्नीला भेटण्यात केवढं तरी नाट्य होतं!

खूप वेळ घंटी वाजत राहिली, पण कुणी दार उघडलं नाही. शेवटी मी फणफणत मागे वळलो तेव्हा 'आले हं' असा वर्षाचा आवाज आला.

दाराची कडी जोरात उघडली गेली नि दार उघडल्यावर मला दिसली ती वर्षा. अर्ध्या झोपेतून उठलेली, अस्ताव्यस्त कपड्यातली, दाराची कडी काढताना लागलेला दम मादकतेनं दर्शवणारी.

''कमाल आहे तुझी. मी येणार आहे हे ठाऊक होतं नि तरी तू...''

वर्षानं माझ्या तोंडावर हात ठेवला नि आतल्या खोलीकडे बोट दाखवलं. मी दचकलो.

''म्हणजे? द्वारकानाथ आहेत वाटतं?'' मी विचारलं काहीशा मोठ्या आवाजात.

वर्षा मोठ्यानं हसली नि म्हणाली, ''कसं पकडलं चोराला?''

''चोराची पावलं चोराला ठाऊक असतात, तेव्हा यात काही कठीण नाही.''

''बरं कळलं. जरा बसा. मी केस विंचरून येते. केव्हाची झोपलीय मी.''

''काही नको. अशीच छान दिसतेस तू.'' असं म्हणून मी सुस्तीतलं तिचं तोंड अलगद माझ्या बाजूला वळवून ती सुस्ती माझ्या ओठांनी टिपून घेतली. आपलं तोंड दूर करत वर्षा म्हणाली, ''कळलं आता, मी किती सुरेख दिसते ती. पुरे नाही का इतकं कौतुक?''

''छे! इतकंच कसं पुरेल?''

''How very silly you are?''

''वर्षाऽऽ''

माझ्या कल्पनेपेक्षा ती धुंदी अधिक होती. जाता जाता मी वर्षाचं चुंबन घेतलं नि

म्हटलं, ''निघालं पाहिजे आता. उद्या दिल्लीला जायचंय.''

''मी म्हटलं तर परवादेखील जाल.''

''म्हणून कृपा करून काही बोलू नकोस.''

''ठीकंय. पुन्हा भेट.''

''अशीच केव्हातरी.''

मी 'अशीच' शब्दावर दिलेला जोर तिनं ओळखला होता.

''अच्छा!'' तिनं माझ्या कोटाची बाही पकडली आणि एकदम मला समोर धरून तिनं माझ्या ओठांपुढे आपल्या ओठांचा चंबू धरला.

इतक्यात दार वाजलं. मी दार उघडलं नि पांढराफटक पडलो.

''काय साहेब, तुम्ही दिल्लीचं कॅन्सल केलं वाटतं?'' द्वारकानाथनं मला विचारलं.

''आँ? दिल्लीचं ना? हो, हो– कॅन्सलच. उद्या जाणार.''

''एकदा मनासारखं झालं साहेब.'' आपली पानानं रंगलेली दंतपंक्ती दाखवत द्वारकानाथ बोलला. नुसतंच. अधांतरी.

''का? काय झालं?'' मी भोळसटपणे विचारलं.

''नारळ फुटला आज. तालमीचा.''

''वा! छान!'' मी कोरड्या जिभेनं बोललो. ''बरं, अच्छा! मी निघतो आता.'' शक्य तेवढ्या लवकर मला त्याच्या नजरेच्या पिंजऱ्यातून सुटायचं होतं.

''जरा थांबा.'' हातातलं सामान मला दाखवत द्वारकानाथ बोलला. ''हे घरात ठेवतो मग निघूच. मला तुमच्याच बाजूला यायचंय.''

गाडीत बसल्यावर मला मोकळेपणा वाटावा म्हणून द्वारकानाथ बोलत राहिला. आता मात्र मला त्याचा तिरस्कार वाटू लागला. आपल्या देखण्या बायकोबरोबर दुसरा इसम संबंध ठेवतो नि ते कळूनही हा गप्प बसतो, काय म्हणावं?

''साहेब, आपले पैसे– शंभर रुपये– खरं म्हणजे– रागावू नका.''

''द्वारकानाथ, काय ते लवकर नि स्पष्ट सांगा.''

''सांगतो. आम्ही नाटक कंपनी काढणार आहोत ही गोष्ट खोटी. तुमच्यासारख्याला मी फसवायला नको होतं. माफ करा.''

''त्यात काय, शंभर रुपये बुडाले असंच म्हणेन मी फारतर.'' मी म्हटलं. या क्षणी माझ्या मनात विचार आला, की आपले शंभर रुपये मघाशीच...

द्वारकानाथनं पुन्हा माझा चेहरा वाचल्यासारखं केलं नि म्हटलं, ''साहेब तसे शंभर रुपये वसूल झालेच की तुमचे!''

''म्हणजे?''

''मी कशाला सांगायला हवंय? तुम्हाला कळलंय साहेब.''

माझ्यावर बाजू आली तशी मी त्याला एक सिगारेट दिली नि म्हटलं, ''द्वारकानाथ, प्लीज! प्लीज एक्सक्यूज मी. तुमच्या-माझ्या संबंधात काही वागणं- माफ करा. But I couldn't control myself. तुमच्या बायकोकडे मी...''

''तसं वाटून घेऊ नका साहेब. ती माझी बायको नाही नि कुणीही नाही. माझी खरी बायको गावी आहे. या वयात नाटक कंपनीत मला कुठली कामं मिळायला? या वर्षानं मला पोसलं आहे म्हणून मी जगतोय. दोन वेळा जेवतो, खातो. आनंद आहे.''

''पण तुम्ही तर म्हणालात ती तुमची पत्नी...''

''ते करावंच लागतं. तिचे उपकार फेडायला मी ही भूमिका करतो. तुमच्यासारखे रसिक तिच्या तोंडी- अगदी अक्षरशः- देतो. मी हे जमवून द्यावं म्हणून ती मला पोसत राहते नि तिनं पोसावं म्हणून मी हे करत राहतो.''

''पण बायको हे नातं कशाला?''

''त्याशिवाय तुम्हा रसिकांना थ्रिल कुठे वाटतंय? ती नुसती धंदा करते असं म्हटलं, तर तुमच्यासारख्या साहेबांनी दिल्लीला जायचं रहित केलं असतं का, एवढंच सांगा. या थ्रिलसाठी हे नाटक नि माझी भूमिका.''

''तुमचा नि वर्षाचा काही संबंध?''

''फार क्वचित साहेब. अहो, माझं वय काय नि तिचा रुबाब किती! माझा जीव आहे तिच्यावर नि तिचा आहे पैशांवर. तुमच्यासारखी दहा-पंधरा माणसं आली, की मग कधीतरी ती माझ्यावर जीव लावते.''

मी वेड्यासारखा त्याच्याकडे पाहू लागलो तसा तो म्हणाला, ''साहेब, एक विनंती करू का?''

''काय?''

''मघाशी ती इतकी सुरेख दिसली की मीही वेडा झालो होतो. तिच्याजवळ नुसता गेलो, तशी तिनं म्हटलं, 'द्वारकानाथ, त्यासाठी लेका एक हिरवी नोट लागते, साहेबांनी दिली तशी!' तिचं हे बोलणं ऐकून मला वाटलं, माझी ही भूमिका टाकून द्यावी नि तिच्या हाती शंभराची नोट देऊन म्हणावं, आता तरी मानशील की नाही मला नवरा म्हणून?''

मला द्वारकानाथची दया आली. खिशातून एक हिरवी नोट काढली नि त्याच्या हातात दिली. मला वाटलं,

पण मी ते दाखवलं नाही, कारण द्वारकानाथ माझा चेहरा वाचायला टपलाच होता.

(पूर्वप्रसिद्धी : मेनका, फेब्रुवारी १९६०)

विषम

अरविंद गोखले

स्त्रीरोगतज्ज्ञ डॉक्टर सवितादेवी सहस्त्रबुद्धे यांच्या शुश्रूषालयातून दोघं बाहेर पडले व बाजूच्या टॅक्सी स्टँडकडे बघू लागले.

''एकही वाहन दिसत नाही.'' गुरुजी आपल्या आखूडशा सफेद दाढीवर हात फिरवत म्हणाले, ''तू तिथे व्हरांड्यातल्या बाकावर टेक. मी टॅक्सी, रिक्षा काही मिळतं का बघतो.''

''नको...'' गिरिजा त्यांची बाही मागे ओढत म्हणाली, ''रस्ता ओलांडायला बघाल, नीट दिसत नाही आताशा– उगाच... त्यापेक्षा मीच.''

''वेडी की काय! आत्ताच तपासणी झालीये ना तुझी? अजून रिपोर्ट...'' गुरुजी जरा काळजीनं कडवटपणे म्हणत मागे सरले. आपल्या तरुण पत्नीकडे परकेपणानं पाहू लागले.

''तपासणी नावाची! तुमचा आग्रह म्हणून. मी अगदी ठणठणीत आहे. तुम्हालाच म्हातारपणामुळे सगळ्याचं भय वाटू लागलंय.'' गिरिजा उसना आव आणत दूर दिसणाऱ्या रिक्षाला हात करू लागली. नवऱ्याची बाही अधिकच आवळू लागली.

शुश्रूषालयाच्या पायऱ्यांवर कितीतरी वेळ ताटकळत ते जगावेगळं जोडपं अवघडून उभं होतं. दवाखान्यापासून दूर, आपल्या विद्यालयाच्या आवारात जाण्यासाठी. दवाखान्यात जाण्याचं, वैद्यकीय तपासण्या करण्याचं वय झालं होतं खरंतर गुरुजींचं आणि विद्यालय चालवण्याचं बळ आता हवं होतं गिरिजाजवळ, पण झालं होतं सगळं उलट, अघटित. चाळिशी येण्यापूर्वीच गिरिजेला असाध्य रोगाचा संशय आणि त्यामुळे साठी सरलेल्या गुरुजींचा उगाच उसना आवेश.

साठी उलटण्याआधीच काही वर्षं शेंडे गुरुजींची तारुण्य ओसरत असलेल्या

कुमारी गिरिजा अग्रवालशी गाठ पडली.

शेंडे गुरुजी व्रतस्थ, विधुर आहेत, विद्यालयाच्या प्रशस्त आवाराच्या एका बाजूच्या मठीत एकटे राहतात, सारा वेळ विद्याप्रसारात व्यतीत करतात वगैरे गिरिजाला ज्ञात नव्हतं. तिला त्याच्याशी कर्तव्यही नव्हतं. तिला नोकरी हवी होती. शहरातल्या लायब्ररीत बरीच वर्षं चाकरी करत होती. तिथल्या कारकुनानं तिच्याशी अतिप्रसंग करायचा यत्न केला. ती एकटी, अविवाहित, अरबूज समजून त्या तरुणानं तिचा हात धरला. तो अपमान मानून गिरिजानं तडकाफडकी राजीनामा दिला अन् मग नव्या नोकरीसाठी वणवण करत ती त्या आडगावच्या विद्यालयात आली.

''आम्हाला ग्रंथपाल हवा आहे, पण बाई नको आहे. हे मागासलेलं गाव. पुरुषी राज्य. खेरीज... पण तुम्ही चालाल.'' गुरुजी पहिल्या भेटीत गिरिजाला म्हणाले, ''वयस्कर आहात. रूपही सुमार आहे. पगार पण कमी घ्यायला तयार आहात.''

गिरिजाला त्या शिक्षणसंस्थेच्या चालकांचं बोलणं आवडलं नाही, पण ती गरजू होती. गांजली होती. खेरीज त्या पुरुषाचं ऋषितुल्य दर्शन आकर्षक होतं. तो संस्थेच्या ध्येयाबद्दल ज्या निष्ठेनं सांगत होता तो भाव अनोखा होता. विद्यालयाचा परिसर प्रसन्न वाटत होता. आडगाव आवडलं होतं. बकाल शहरातलं ते कॉलेज, त्यातलं गिचमिड ग्रंथालय, तिथला मग्रूर कारकून यापेक्षा ही डोंगरकुशीतली वस्ती, आदर्श विद्यालय, पुस्तकपेढी आणि हा ध्येयवादी, कर्तृत्ववान, सच्चरित्र असा संस्थाचालक. गिरिजा अग्रवालनं त्याच क्षणी तिथे राहायचं, या पुरुषाच्या मार्गदर्शनाखाली जगायचं, असा निश्चय केला.

विद्यालयात स्त्रिया नव्हत्या असं नाही. खालच्या वर्गांवर दोन-चार मास्तरणी होत्या. ड्रॉइंग टीचर तर गिरिजाच्याच वयाची एक विधवा स्त्री होती. पण एकूण व्यवस्था पुरुषप्रधान होती. विधुर व कर्मठ चालकांमुळे सगळीकडे करडेपणा, कडक शिस्त होती.

शहरातून तिरीमिरीनं आलेल्या अग्रवालबाईनं विद्यालयातला रांगडेपणा, कोरडेपणा कमी करायला सुरुवात केली.

गावात खोली घेऊन एकटी राहणारी गिरिजा शाळेत सायकलवरून यायची. वाऱ्यानं वेणी विस्कटते म्हणून तिनं केस लांडे केले आणि एकटं जायचं-यायचं म्हणून हातात दंडुका बाळगायला सुरुवात केली. मुलांना ती पुस्तकं नुसती देत नसे, तर वाचून दाखवत असे. शिक्षकांनाही ती वाचायचा आग्रह करू लागली आणि गुरुजींसाठी पुस्तकातली सुभाषितं, सद्विचार उतरवून पाठवू लागली. शेजारच्या गावातल्या पुस्तकांच्या दुकानांशी संगनमत करून ती प्रदर्शनं, पालखी वगैरे नवे, नवखे कार्यक्रम आखू लागली. गिरिजा अग्रवालनं थोड्या कालावधीत विद्यालयात

चैतन्य निर्माण केलं. विद्यार्थी व शिक्षक खूष झालेच, पण खुद्द गुरुजी...

एका बाजूच्या गावात एकटं राहून एका ध्येयानं ज्ञानार्जनाचं कार्य करणाऱ्या शेंडे गुरुजींच्या एकमार्गी आयुष्यात प्रथमच काही काही नवं, निराळं दिसत, शिरत होतं. पुस्तकांची वेगळ्या रितीची जवळीक, ग्रंथातली वेचलेली सुभाषितं, एका मोकळ्या आचारा–विचारांच्या स्त्रीचं निर्भर अस्तित्व...

गिरिजा अग्रवालची गुरुजींवरची निष्ठा, त्यांच्या कार्याशी समरस होण्याची धडपड... गुरुजी आपल्या संस्थेचं नवं सोनेरी रूप पाहून सुखावू लागले. आपल्याला आगळीवेगळी शिष्या लाभते आहे म्हणून धन्यता मानू लागले.

गिरिजाच्या आगमनानं सुख... गिरिजा आपल्यावर पट्टशिष्येसारखी भक्ती करते म्हणून धन्यता...

गिरिजाला गुरुजी हे खरंच गुरुजी, अगदी परमेश्वर वाटू लागले. त्यांचे विचार, वक्तृत्व, त्यांचे आचार, अगत्य. त्यांच्याशी ती अत्यंत आदरानं वागे. त्यांची प्रत्येक कृती भारावून बघे. गिरिजाचे वडील संतापी, तुसडे होते. अशिक्षित आणि व्यसनीही होते. गिरिजाला त्यांनी कधी प्रेमानं वागवलं नाही. ती शिकत राहिली त्याचं कौतुक केलं नाही, की तिला चांगला नवरा मिळावा म्हणून खटपट केली नाही. गिरिजा पितृप्रेमाला पारखीच राहिली. नकळत तशा आदर्श पुरुषाचं प्रेम ती शोधत राहिली. माया करेल, मार्ग दाखवेल, रक्षण करेल, शिक्षण देईल असं– वयानं ज्येष्ठ अशा पुरुषाचं प्रेम, भक्ती! ती अशी भावना तिला गुरुजींच्या सहवासात लाभू लागली. गुरुजींमुळे आपलं भरकटणारं, अर्थहीन आयुष्य बहरणार या विचारानं ती खुलून गेली.

गुरुजींच्या कचेरीशेजारीच तिचं ग्रंथालय. त्यातून गिरिजाला संस्थेच्या पंचवीस वर्षांच्या वाटचालीचा इतिहास लिहायचं काम दिलेलं. त्यामुळे गिरिजाला विनासायास गुरुजींचा सहवास लाभू लागला. ग्रंथ देता–घेता गुरुजींचे विचार ऐकता येऊ लागले. संस्थेचं दप्तर चाळताना गुरुजींचं समर्पित जीवन समजून घेता येऊ लागलं.

गिरिजासारखी भक्ती, श्रद्धा, शेंडे गुरुजींना संस्थेतल्या कोणत्याही शिक्षकानं वा शिष्यानं आजवर दिली नव्हती. नुसती अनुयायी नाही तर अनुनयही! होय, गुरुजींना गिरिजाच्या लोभावण्यात अनुनय, अनुरक्त भावही हळूहळू दिसू लागला.

शेंडे गुरुजींची आई त्यांच्या लहानपणी गेली होती. बहिणी नव्हत्याच आणि पत्नी लग्नानंतर वर्षात, बाळंतपणात वारली होती. गुरुजींना स्त्रीसहवास, स्त्रीसुख पारखंच झालं होतं. विद्यालयाचा पसारा भोवती होता. आयुष्य भरभरून चाललं होतं, तरी खासगी जीवन कोरडं, करंटंच! कुणाची खास सोबत, संगत नाही. साथ द्यायला, स्वप्न रंगवायला, सुखदुःखाच्या गोष्टी बोलायला कुणी जवळ नाही, आपलं

माणूस, कुणी स्त्री...

गिरिजा अग्रवाल अशा अवस्थेत...

गुरुजी आणि गिरिजा नकळत जवळ येऊ लागले. वेगानं, आवेगानं. प्रथम गुरु-शिष्य म्हणून, हळूहळू मित्र, स्नेही या नात्यानं आणि अखेर...

आपल्याला एकमेकांच्या सहवासाशिवाय जगता येणार नाही, एकमेकांची साथ-साहाय्य हवं आहे, हे दोघांना लवकरच उमगलं. प्रथम विचित्र वाटलं, पण मग त्या जगावेगळ्या भावनेनं विद्ध केलं. दोघांच्यात किती अंतर! वयाचं, ज्ञानाचं. गिरिजा साधी ग्रंथपाल, तर गुरुजी एका आदर्श विद्यालयाचे सर्वेसर्वा. गिरिजा अविवाहित, पस्तिशी पार पडलेली; तर गुरुजी साठीला पोचलेले. तो पुरुष समाजाचा पुढारी, ऋषी, तर ती एक नगण्य प्रौढा. दोघांनी सहजीवन सुरू केलं, तर केवढा प्रलय, प्रकोप होईल. समाजात, खुद्द त्यांच्या सहजीवनातही...

स्वत:ची हृदयं माघार घेण्याआधी आणि विद्यालयात वावटळ उठण्यापूर्वी गिरिजा-गुरुजींनी एका देवस्थानी जाऊन गोरज मुहूर्तावर गुपचूप विवाह उरकून घेतला.

पति-पत्नीचं पवित्र नातं जोडून शेंडे गुरुजी आणि गिरिजा अग्रवाल त्या देवस्थानाहून आपल्या विद्यालयाकडे खास टॅक्सीनं परत निघाले. जरासं विचित्र दडपण. थोडासा बिनधास्त भाव.

''आपल्या लग्नाचा पहिला दिवस, तरुण जोडपी करतात तसा हनीमून साजरा करायचा?'' गिरिजानं आपल्या पतिराजांना बिलगत बिचकत विचारलं.

''तरुण जोडपी करतात तसा? अगं, मी तरुण कुठाय? सेक्स तर पार विसरलोय.'' गुरुजी दचकत दूर होत उद्गारले.

''मला तरी सेक्स कुठे ठाऊक आहे? मी अजून कुमारिकाच आहे.'' गिरिजा स्वत:लाच काही ज्ञान झालं अशा आवाजात, आवेशात उत्तरली.

गुरुजींना पत्नीच्या बोलण्यात आतुरता, कामुकता जाणवली. ते परत दचकले. कित्येक वर्षांत स्त्रीसंग माहीत नव्हता अन् आता ही प्रौढा कुमारी! सगळीच्या सगळी. तिन्ही त्रिकाळ. गुरुजींना आपल्याला शरीरसुखाची लज्जत चाखता येईल की काय, याची शंका आली. वय सरलं होतं, साठीकडे कलंडलं होतं. या वयात, वृद्धावस्थेत...

''खरंतर आपण लग्न केलंय ते सहवासासाठी. एकमेकांना साथ द्यायला, धीर द्यायला...'' नवरा निमूट बसलेला पाहून गिरिजा म्हणाली. बायकोचं ते बोलणं ऐकून गुरुजी भानावर आले. गिरिजाची सोबत, संगत...

ते एकदम म्हणाले, ''खरंच दोन दिवस एकांतात घालवू. विद्यालयात नुसती

गर्दी-गोंधळ. आपण असं लग्न करून गेल्यावर तर... चल, कुठे राहूया दोन दिवस?"

टॅक्सी थबकली, वेगळ्या वाटेनं निघाली. एखाद्या लॉजमध्ये एक-दोन दिवस एकांत करण्यासाठी ते विजोड आणि विलक्षण जोडपं जाऊ लागलं.

गुरुजींना आपली अर्धांगी अद्याप शिष्यासारखी लहान, अज्ञ वाटत होती आणि गिरिजाला आपला पती अजून पित्यासारखा मोठा, सर्वज्ञ भासत होता. तिला अजून आधार, मार्गदर्शन हवं होतं अन् त्याला हवी होती फक्त मदत, साथ.

गिरिजा अग्रवाल आणि शेंडे गुरुजी यांच्या वैवाहिक जीवनाचे सुरुवातीचे दिवस थोडेसे सोनेरी, थोडेसे सनसनाटी गेले.

त्या विषम विवाहामुळे समाजात खूप खळबळ माजली. दोघांच्यावर टीकेचा भडिमार झाला. दोघं तीव्र कुतूहलाचा विषय झाले. विद्यालयात तर भूकंप झाल्यासारखं वातावरण झालं. शहरातली कुणी उठवळ बाई गुरुजींचं व्रतस्थ जीवन डागाळते, विद्यालयात 'माताजी' म्हणून मिरवते, मालकिणीसारखी वागते, हे कुणालाच खपलं नाही. गुरुजींचा तोल जावा, म्हातारपणी त्यांनी बाशिंग बांधावं, आजवरचं कृतार्थ, त्यागी जीवन नासवून टाकावं, याचं सगळ्यांना तीव्र दुःख झालं. विद्यालयातलं वातावरण गढुळलं. शिक्षक सुन्नपणे वावरू लागले.

संस्थेनं अन् समाजानं विरोध केला, राग व्यक्त केला. त्यामुळे गुरुजी व गिरिजा अधिकच एकमेकांच्या नजीक आले. एकमेकांना जपू लागले. आणि अधिकच बंडखोर, बेधडक वागू लागले. गुरुजींनी गिरिजाला विद्यालयाची व्यवस्थापकच नेमून टाकली आणि गिरिजानं गुरुजींना संगीताची, सिनेमाची गोडी लावायचा आटापिटा केला. दोघं एकमेकांना सांभाळू, सावरू लागले. एकमेकांसाठी स्वतःला बदलू लागले, जगाचा बदला घेऊ लागले.

गुरुजी खरोखरच जरासे बदलले. त्यांनी दाढी काढली नाही, पण केसांना किंचितसा कलप लावला. ते सकाळी स्तोत्र म्हणायचं टाळू लागले व रात्री गाणी गुणगुणू लागले. सेक्स- होय, गुरुजींना स्त्रीसुखाची लज्जत चाखता येऊ लागली. उगाचच ते घाबरले होते, शंकेनं ग्रासले होते. वयाचा विषयसुखाशी काही संबंध नसावा याचं गुरुजींना नवलच वाटलं. इतकी वर्षं उगाच उपाशी, पण आता तरी एका कुमारिकेशी... एका स्त्रीनं, तिच्या सहवासानं व सेक्सनं गुरुजी बदलले, बहरले. झपाट्यानं गिरिजाच्या अधीन झाले एखाद्या गुलामासारखे, बालकासारखे.

गिरिजाला शरीरसुखात रमणं जमलं नाही. तिचं तारुण्य ओसरत होतं आणि वयाच्या विचित्र अवस्थेकडे ती पोचत होती. तिला नुसता पुरुष-सहवास पुरेसा होता. तो नुसता सहवासच नव्हता, तर त्यासह येणारं स्वास्थ्य व सुरक्षितता,

अधिकार आणि आग्रह, खोली घेऊन एकटं राहणं, उंडग्यांचं भय बाळगणं, स्वत:साठी स्वयंपाक करणं हे सारं संपलं. एवढंच नव्हे, तर स्वामित्व मिळालं, अधिकार आले. आयुष्याला आकार आला, अर्थ आला.

या नव्या आयुष्यात गिरिजानं नवं रूप धारण केलं. ती पूर्वीची एकलकोंडी, अननुभवी, वाट चुकलेली अशी राहिली नाही. ती मुद्दाम चार ठिकाणी मिरवू लागली. सभा–समारंभांना हजेरी लावू लागली. नव्या ग्रंथपालाला मार्गदर्शन करू लागलीच, पण वेळीअवेळी वर्गात प्रवेश करून शिक्षकांना सुधारू लागली. गुरुजींची पत्नी व संस्थेची व्यवस्थापक अशा दुहेरी नात्यानं ती विद्यालयावर अधिकार गाजवू लागली आणि खुद्द गुरुजींचा तिनं ताबाच घेतला. त्यांनी पोशाख काय करावा, औषधं कुठली घ्यावीत, कुणाला भेटावं, काय खावं–प्यावं...

हळूहळू ती गुरुजींची आईच बनू लागली.

गुरुजींचं प्रवचन ऐकणं, त्यांना सुभाषितं उतरवून देणं, पुस्तकं वाचून दाखवणं हे सारं संपुष्टात आलं. उलट ती नवऱ्याला जागरण करून वाचत बसायला मनाई करी. प्रवचनं तर तिला पाठ झाली होती. तिला असल्या गोष्टींना वेळच नव्हता. गुरुजींसाठी वेळ होता, पण ते त्यांच्या खाण्यापिण्याची, कपड्यालत्त्याची काळजी घेण्यासाठी.

गुरुजींचा षष्ट्यब्दपूर्ती समारंभ साधेपणी साजरा झाला आणि गुरुजी संस्थेतून निवृत्त झाले. सतत कामांत व्यग्र असलेली व्यक्ती घरी नुसती बसली की होतं तसं त्यांचं होऊ लागलं. औदासीन्य, आजारी भावना... संस्थेनं नवे संचालक नेमले होते. त्यांना गुरुजींनी वेळी–अवेळी विद्यालयात डोकावणं आवडण्यासारखं नव्हतं. गुरुजी हे ओळखून होते. म्हणून स्वाभिमान टिकवण्यासाठी ते विद्यालयाच्या आवारातलं निवासस्थान सोडून गावाच्या दुसऱ्या टोकाला बिऱ्हाड करून राहू लागले. आपण स्थापन केलेल्या, वाढवलेल्या विद्यालयापासून दूर, गावापासूनही लांब सारा वेळ चिंतन, मनन, गिरिजादेवीचा सहवास, माफक स्त्रीसुख... गुरुजींचं वार्धक्यातलं आयुष्य एका अर्थानं कृतार्थ, एका अर्थानं केविलवाणं बनलं. सहचारिणीसह.

पुढे पुढे गिरिजा पृथक्‌शय्येचा पुरस्कार करू लागली. वृद्ध पतीच्या स्वास्थ्यासाठी आणि अधिकाधिक घराबाहेर राहू लागली, गुरुजींच्या वतीनं विद्यालयाची व्यवस्थापक म्हणून. तिला नवऱ्यानं स्वत:चं रक्त आटवून अपत्यासारख्या वाढवलेल्या संस्थेचं नाव उज्ज्वल ठेवायचं होतं. त्यासाठी संसाराकडे दुर्लक्ष झालं, तरी तिला पर्वा नव्हती. संस्था महत्त्वाची, मोठी. नवरा वृद्धत्व आलेला, मुलासारखा. गिरिजा नवऱ्याला मुठीत ठेवून होती, घराबाहेर कार्यकर्ती म्हणून वावरत होती.

विवाहानंतर काही वर्षांतच गुरुजी–गिरिजा यांचे संबंध उलटसुलट झाले. उतारवयात सोबत, सहवास हवा म्हणून गुरुजींनी लग्न करायचं धाडस केलं, पण

त्यांना पत्नीचा फारसा सहवास लाभणं कठीण झालं. स्त्रीसुखाचा विचार प्रथम शिवला नव्हता, पण मग त्यांना तो आनंद मनसोक्त मिळू लागला. एकत्र बसून सुखदु:खाच्या गोष्टी बोलण्याऐवजी गुरुजींचं बोलणं भक्तिभावानं ऐकणारी, त्यांना पित्यासमान मानू पाहणारी पूर्वीची गिरिजा गळ्यात मंगळसूत्र गोठताच त्यांची आईच्या वात्सल्यानं काळजी घेऊ लागली. संस्था कशी चालवावी व समाजसेवा कशी करावी, याची त्यांनाच व्याख्यानं देत सुटली.

अशीच दोघांची आयुष्यं चालत राहणार...

निवृत्त, वयोवृद्ध गुरुजी आणि प्रौढ, पुढारीपण करणारी गिरिजा–

पण मग...

कॅन्सर हॉस्पिटलमध्ये शस्त्रक्रिया करून घेण्यासाठी गिरिजाला न्यायचं होतं. गुरुजी जामानिमा करून अधीरतेनं व्हॅनची वाट पाहत होते. गिरिजा आरामखुर्चीवर खिळून पडली होती. संसारातलं सामान तात्पुरतं आवरून ठेवलेलं होतं. इस्पितळातलं वातावरण आधीच डोळ्यांपुढे तरळत होतं.

गिरिजाला कॅन्सर असल्याचं निदान झालं होतं. छोटीशीच शस्त्रक्रिया वगैरे डॉ. सवितादेवी सहस्रबुद्धे म्हणत होत्या, पण दुखणं जिवावरचं आहे हे गिरिजाला जाणवलेलं होतं. ऑपरेशननंतर दोन–चार महिने ती अंथरुणात व्यवहार करणार हे गुरुजींनी ओळखलं होतं. पुढे हिंडती फिरती झाली तरी...

काही भलतंच, अशुभ असं झालं होतं. साठी उलटलेल्या गुरुजींना आपला संधिवात विसरून धावाधाव करावी लागत होती. चाळिशीतली धिप्पाड गिरिजा रोगग्रस्त झाली होती.

''अजून ॲम्ब्युलन्स आली नाही. फोन करू का?'' गुरुजी म्हणाले, ''वेळ चुकवून चालणार नाही ऑपरेशनची...''

''मला नको होता हा सोहळा.'' गिरिजा खुर्ची घट्ट धरत व घराकडे ओढाळपणे पाहत म्हणाली, ''तुमचाच हट्ट... तुम्हीच गुन्हेगार...''

गुरुजींनी वळून बायकोकडे पाहिलं. जरा रागानं– जरा दयेनं. त्यांना वाटलं, की अजून ही वयात आहे. अजून शक्यता होती. हिनं आज खरं जायचं ते प्रसूतिगृहात– एकमेव बाळंतपणासाठी. पण ही निघाली आहे आपलं गर्भाशय उपटून टाकण्यासाठी.

गिरिजाला नवऱ्याची नजर नको वाटली. प्रथमच त्याच्याबद्दल थोडा तिटकारा– थोडा तटस्थपणा वाटला. 'संस्थेच्या वार्षिक सभेला हजर राहा. मी नाही तर तुम्ही तरी...' वगैरे सूचना ती सूचना देणार होती, पण तिला वाटलं, मरूदे संस्था अन् मरूदे... काय...? मरणार फक्त तीच!

तेवढ्यात रुग्णवाहिकेचा कर्णकटू भोंगा वाजला व सारं घरच गदगदलं. गिरिजा उठू लागली. गुरुजी तिला धरू लागले. दोघं खूप नजीक आले– एकमेकांच्या श्वासोच्छ्वासाच्या परिघात...

त्याचवेळी गिरिजाच्या मनात आलं, की मी मेल्यावर हा चटावलेला पुरुष दुसरं– खरंतर तिसरं लग्न करेल का? एखाद्या वयस्क पण मनस्वी मुलीशी...?

गुरुजींना वाटू लागलं, की ही बया किती काळ अशी अपंग जगणार अन् मला म्हातारपणी तिची सेवा करत रखडावं लागणार... असलीच मग संगत-साथ? ज्याच्यासाठी...

माणसं, वाहनं चुकवत रुग्णवाहिका इस्पितळाच्या रोखानं वेगानं जात होती. त्यातलं जगावेगळं जोडपं एकमेकांना धरत, चुकवत कसंबसं बसून होतं. विषम विष मनात पचवत, पसरवत...

(पूर्वप्रसिद्धी : मेनका, दिवाळी १९८६)

नर

श्री. ज. जोशी

ऑफिसातून बाहेर पडायला थोडा उशीरच झाला. कागदपत्रांचे डोंगरच डोंगर पडले होते. स्टेटमेंट्स जायची होती. टायपिंगला पेपर दिले होते ते अजून आले नव्हते. खरंतर अजून काही वेळ बसायला हवं होतं, पण त्या सगळ्याच वातावरणाचा कंटाळा आला होता. किळस आल्यासारखी झाली होती. शैलजानं कागद आवरले आणि ती बाहेर पडली. नेहमी तिच्याबरोबर सरिता तरी असेच. ऑफिसमधून स्टेशन, लोकलची गर्दी, खच्चून भरलेला फलाट, घामाचा वास, दीड तासाचा प्रवास... आणि मग घर!... सप्त समुद्र पार करून जाण्यापैकी तो प्रकार होता. सरिता असली की तेवढंच बरं वाटे. गप्पागोष्टी करता येत. मन मोकळं होई. दुसऱ्या दिवसाशी सामना करायला पुन्हा धीर येई.

सरिता आज नव्हतीच. काहीतरी कारण सांगून तिनं येण्याचं टाळलं होतं. कारण खरं नव्हतं ते शैलजाला माहीत होतं. आपल्याला वाईट वाटेल म्हणून ती चुकवत आहे, खरं सांगत नाही, हे तिनं ओळखलं होतं.

ऑफिसच्या कॉरिडॉरमधून ती बाहेर पडली. गर्दीचं तुफान सुरू झालं होतं. सेक्शनमधल्या मुली कुणा-कुणाबरोबर हसत-खिदळत चालल्या होत्या. कुणी हॉटेलात जाणार होत्या, रात्रीच्या शो बघण्याचे कुणाचे विचार होते. कुणाचं काही, कुणाचं काही. प्रत्येकीबरोबर कुणीतरी पुरुष होता. प्रत्येक जण कुणातरी परपुरुषाला हवीशी वाटत होती. सरिता त्यांतच असणार... कुठल्या तरी हॉटेलमध्ये! कोपऱ्यावरच्या अंधारात कुणाशी तरी लगटून चाललेली. सूचक शृंगारिक बोलणारी! तशा त्या बोलण्याची मजा शैलजानं कधी घेतलीच नव्हती. वरवर सरळ वाक्यं, पण आत शृंगाराचं, बिभत्सतेचं अस्तर! तिला तसा कुणी

अनुभव दिलाच नव्हता. सरितेला तरी तसं सर्व काही मिळालं असेल का?... कुणास ठाऊक.

सप्त समुद्र ओलांडून ती घरी पोचली, तेव्हा अंधार दाटला होता. दिवे लागले होते. कुणाशी काहीही न बोलता, डोक्यावरून पांघरूण घेऊन स्वस्थ पडून राहावं, असं तिला वाटत होतं.

दार उघडलं. स्वयंपाकघरात सुमात्या होती. कपाळाला आठ्या घातलेली. क्रुद्ध चेहऱ्याची! हातातली पर्स खुंटीवर ठेवून तिनं आत्याकडे पाहिलं. काहीतरी बिनसलं आहे, हे लक्षात आलं. मोठा माधव टेबलापाशी अभ्यास करत बसला होता. धाकटी सुमिता नुसतीच उभी होती. सगळं घर आक्रसलं होतं. काय बिघडलं होतं कुणास ठाऊक!

क्षणभर तिला स्वत:चीच कीव आली. दिवसाचं चक्र का फिरत आहे, आपण का जगत आहोत, काहीच कळेनासं झालं. आयुष्याचा रितेपणा एका क्षणात सर्वांगाला खुपला. घराचा सुन्नपणा तिच्या वृत्तीला भिनला.

सुमात्यानं चहाचा कप पुढे ठेवला. तिनं तो निमूटपणे प्यायला. थोडी हुशारी वाटली, पण रितेपणाचा काटा मनात टोचतच होता. काहीतरी बोलायला हवं होतं.

हसत तिनं विचारलं, ''गप्प गप्प का?''

आत्यानं कप मोरीत नेऊन ठेवला आणि बाहेरच्या खोलीतलं पोस्टकार्ड आणून तिच्यापुढे टाकलं. तिच्या दृष्टीनं जास्त काही बोलण्याची जरूरच नव्हती.

कार्डावरचं अक्षर शैलजानं लगेच ओळखलं. ओबडधोबड! लहान मुलानं जांभया देत काढावं, तसं ते अक्षर होतं. राजाभाऊ वयानं वाढले होते, पण अक्षर लहान मुलासारखंच राहिलं होतं. अक्षरात वय मिसळलंच नव्हतं आणि स्वभावातही!

सुमात्याच्या बेचैनीचं कारण तिच्या लक्षात आलं. मन किंचित सैल झालं. पोस्टकार्डावर पाच-सात ओळीच होत्या, पण त्यांनी सगळं कार्ड भरून गेलं होतं. 'दोन महिन्यांपूर्वी मी आलो होतो, तेव्हा सुमात्या खूप रागावल्या होत्या. मला वाट्टेल ते बोलल्या होत्या. मी परत घरात पाऊल टाकू नये, असं त्यांनी सांगितलं होतं. मला त्यांची भीती वाटते. मी येणारच नव्हतो. परंतु माझं एक काम आहे. डोक्यात एक नवी योजना आली आहे. ती सांगण्यासाठी येणं भाग आहे. पाच-सात दिवसांत येतो.'

शैलजानं सुमात्याकडे पाहिलं. तिचा थंडपणा आता संपला होता. शेगडीनं पेट घेतला होता. ''वाचलंस तुझ्या नवऱ्याचं प्रेमपत्र.''

मोठ्या माधवला कळत होतं. अभ्यासाच्या पुस्तकात त्यानं डोकं घातलं होतं, पण त्याचं लक्ष आपल्या बोलण्याकडे आहे, हे शैलजाला माहीत होतं. सुमात्याही

स्वत:मध्येच हरवल्यासारखी दिसत होती. दोन्ही मुलांचं मूलपण थोडा वेळ संपलं होतं.

''लिहायला लाज कशी वाटत नाही! गेल्या वेळी त्याला स्पष्ट सांगितलं होतं. त्यानं या घरात पाऊल टाकता कामा नये.''

सुमात्याचं सगळं बोलणं तिला माहीत होतं. गेल्या वेळी राजाभाऊ जाताना ती त्यांना ताडताड बोलली होती. त्यांनी ते सर्व शुंभासारखं ऐकून घेतलं होतं. राजभाऊंबद्दलचं सगळं आश्चर्य संपलं होतं. त्यांच्या स्वभावाच्या सगळ्या कला चांगल्या परिचयाच्या होत्या. तरीही आत्यानं इतकं तोडून बोलल्यावर त्यांनी शुंभासारखं नुसतं बसून राहावं, याचं तिला वाईट वाटलं होतं. या माणसाला काही स्वाभिमान का नसावा, अपमानाची भावना का नसावी, याबद्दल खंत वाटली होती. पण ती थोडा वेळच. तिला सर्वच माहीत होतं. त्यांना स्वाभिमान नव्हता हेच बरं होतं.

''तुला त्याचा एवढा काय मोह पडतो कुणास ठाऊक...! माझ्यासारखीनं एका लाथेनं उडवला असता.''

सुमात्या आता चाळिशीला पोचली होती. शरीर अशक्त होतं. पुष्टता कुठेच नव्हती, पण तरी जिभेत जोर फार होता. तिच्या बोलण्याचं शैलजाला नेहमीच भय वाटे. एक प्रकारचा दाब पडे. राजाभाऊंना सोडायचं ठरल्यावर ती सुमात्याच्या आधाराला आली होती. तिचं लग्न झालंच नव्हतं. प्रथम प्रथम प्रयत्न झाले, पण कुणी पसंतच केलं नव्हतं. त्या एकाकी स्त्रीला आपला आधार होईल अशी तिची प्रथम कल्पना होती. पण ती चुकली होती. सुमात्या ताठच होती. घरातला ती जणू पुरुषच होती. शैलजाला वाटलं, सुमात्याला नवरा असता आणि तो राजाभाऊंसारखाच असता, तर तिनं त्याला लाथा-बुक्क्यांनी ठोकून बाहेर काढला असता.

तिच्या मनातल्या विचारांची सुमात्याला जाणीव नव्हती. तिचा थंडपणा पाहून ती संतापली, ''मी समोरच्या भिंतीशी बोलत नाही आहे!''

''मला कळतंय ते सारं, पण मी काय बोलणार?''

''त्यानं इथे येऊ नये, असं तू गेल्या वेळी सांगितलंस की नाही?''

''ते तू सांगितलं होतंस.''

''याचा अर्थ- तू सांगितलं नाहीस!''

सुमात्यानं गॅसवर भांडं चढवत म्हटलं. आता तिच्या संतापानं विराट रूप धारण केलं होतं. स्वत:शीच पुटपुटल्यासारखं ती बोलली, ''काय माणूस आहे. एक धड नाही. आज हा धंदा करतो, उद्या तो करतो... वागायचं कसं, कळत नाही. स्वच्छतादेखील कळत नाही. मी म्हणते बाहेरख्याली असता, दारू पिणारा

असता तरी बरं झालं असतं. काही तरी कर्तृत्व असतं... हे काय नुसतं! शेणाच्या गोळ्यासारखं!''

शैलजा आत्याचं बडबडणं नुसतंच ऐकत राहिली. जेवणानंतर आणखी शांतपणा आला. ''डोक्यात योजना आहे म्हणे... आधी डोकं आहे का तपासून बघा. योजना काढतोय डोंबलाच्या!... काहीतरी असेल पैसे उधळायची युक्ती.''

आणखी थोडा वेळ गेला. मग सुमात्या निक्षून म्हणाली, ''तू उद्या त्याला पत्र टाक. म्हणावं यायची काही जरूर नाही.''

आता काहीतरी बोलणं भागच होतं. ती म्हणाली, ''टाकीन. तुझं म्हणणं बरोबर आहे.''

''हा कायमचा त्रास आहे. मी प्रथमच तुला म्हणत होते, अशा माणसापासून सरळ फारकत घ्यावी. एक घाव नि दोन तुकडे! असं नुसतं चिडबिडत राहण्यात काय अर्थ?''

ती काहीच बोलली नाही. दिवसभराच्या श्रमामुळे डोळे पेंगुळले होते. खोलीत जाऊन तिनं अंथरुणं घातली आणि कॉटवर डोळे मिटून स्वस्थ पडून राहिली. पंधरा–वीस मिनिटं डुलकी आली. मग पुन्हा जाग आली. सर्व शरीर तटतटलं. राजाभाऊंची आठवण झाली. वाटलं की ते शेजारी आहेतच. त्या अनुभवाचा आस्वाद घेत काही वेळ ती स्वस्थ पडून राहिली. नुसत्या आठवणीनं देखील मजा वाटत होती.

अंथरुणावर पडून राहणं अशक्य झालं. ती उठून बसली आणि दिवा लावला. माधव समोर झोपला होता. दिव्याच्या प्रकाशात त्याचा काळाबेंद्रा चेहरा कसातरीच दिसत होता. तिला वाटलं अजून तो लहान आहे. स्वतःच्या कुरूपतेची जाणीव त्याला नाही. त्या दुःखाचं ओझं किती भयंकर असतं, हे त्याला समजलेलं नाही. थोडा मोठा झाला की ते सारं समजेल!... पण तो पुरुष आहे. कुरूपतेचं ओझं पुरुषाला इतकं असह्य होतं का? कुणास ठाऊक?

सुमिता बाहेर आत्याजवळ झोपली होती. तिला समाधान वाटलं. स्वतःचा कुरूपपणा माधवमध्ये आला आहे. सुमितानं तो घेतला नाही. याचं सुख तिला नव्यानं झालं. सौंदर्यहीनतेचा दाह किती भयंकर असतो, हे तिला माहीत होतं. सुमात्या तर या दुःखाचाच बळी होती. जन्मभर ती त्यात होरपळली होती. तिला ऑफिसातल्या अनेक जणी आठवल्या. सरिता समोर उभी राहिली. तिला तो दाह भाजून टाकत होता. ती पुरुषांचा पाठलाग करत होती. स्वतःचे पैसे त्यांच्यावर उधळून त्यांचा सहवास मागत होती. पुरुषांच्या जगात तिची किती थट्टा होई, किती उपहास होई, हे तिला माहीत होतं.

मन एकदम समाधानानं बहरलं... सुमिता राजाभाऊंसारखी सुरेख होती.

गौरवर्ण, आटोपशीर बांधा, लालचुटूक ओठ, धरधरीत नाक!... तिनं आपल्यातलं काहीच घेतलं नाही, हीच गोष्ट तिला अभिमानाची वाटली. भयानं मन मग आशंकलं. रूप राजाभाऊंसारखंच घेतलं आहे. बुद्धी त्यांच्यासारखी घेतली तर?... सवयी त्यांच्याच असल्या तर?

शैलजानं दिवा मालवला आणि अंथरुणावर पडली. चित्रपट बघावा तसं सारं आयुष्य स्वप्नात दिसत होतं. वयात आल्यावर इतर मैत्रिणींची लग्नं भराभरा झाली. तिला कुणी पसंत करीचना. एकदा बघायला येत आणि पहिल्या दृष्टीतच त्यांचा नकार स्पष्ट होई. वडलांनी हाय खाल्ली होती. ते म्हणत, 'गेल्या पिढीत सुमा तशीच राहिली. तिची परंपरा शैलजा चालवणार.' शिकणं सुरूच होतं, पण त्यात राम नव्हता. लग्न व्हावं असं सगळ्यांना वाटत होतं, पण कुणी होकारच देत नव्हता.

मग ती संध्याकाळ उगवली. वडलांनी लक्षच काढून घेतलं होतं, पण आईची खटपट होती. खिडकीत उभं राहून प्रथम तिनं राजाभाऊंना पाहिलं. अंग सरसरलं. इतका सुरेख तरुण प्रथमच त्या घरात येत होता. तो नकार देणार हे उघड होतं, पण तरीदेखील मन आतल्या आत कुठेतरी सुखावलं.

तीन-चार दिवसांनी होकार आला. सगळंच आश्चर्य होतं. विजोड जोडपं होणार होतं, पण त्याला नाइलाज होता. राजाभाऊंचं शिक्षण कमी होतं. नोकरी बेताचीच होती. पण ती नुकतीच धरली होती. मागच्या दोन नोकऱ्या त्यांनी सोडल्या होत्या. ते कुठेच स्थिर राहत नव्हते.

पसंती-नापसंतीचा प्रश्नच नव्हता. लग्न होत होतं, हीच भाग्याची गोष्ट होती.

शैलजाला जुने सर्व दिवस डोळ्यांपुढे दिसत होते. रात्रभर ती त्याच तंद्रीत होती. सकाळी उठली तेव्हा डोकं जड झालं होतं. तोंड उतरलं होतं. चहा घेताना सुमात्यानं फटकारलंच, ''विनाकारण मनावर परिणाम करून घेतेस. नसती ब्याद आहे. टिचकी मारून कपड्यावरची धूळ उडवावी तशी झटकून टाक.''

ती काहीच बोलली नाही, तेव्हा सुमात्याच पुन्हा म्हणाली, ''आजच लिहून टाक. म्हणावं इथे यायची जरूर नाही.''

सकाळचं सर्व होईपर्यंत, जेवण उरकेपर्यंत दोन अडीच तास गेले. सुमात्याचं डोकंच फिरलं होतं. पुन्हा पहिल्यापासून तिनं पाढा वाचला, ''दिसायला गोरागोमटा आहे. अंगानं माजलाय. पण तेवढंच. नाटक कंपनीतली पात्रंदेखील अशी गोजिरवाणी असतात. त्यांना घेऊन काय करायचंय... एक धड नाही. लग्न झालं आणि वर्षात बाबानं नोकरी सोडली. म्हणाला धंदा करतो... हा धंदा नि तो धंदा. लाकडाची वखार झाली. फिरती लायब्ररी काढून झाली... कापडाचे गड्ढे घरोघरी विकून झाले... नुसते पैसे घालवण्याचे उद्योग! आणि आता म्हणे डोक्यात

योजना आली आहे.''

थंडपणानं तिनं जेवण उरकलं. हातात पर्स घेतली आणि ऑफिसकडे निघाली. जाताना आत्यानं ओरडून सांगितलंच– ''आज नक्की पत्र लिही. वाटलं तर आपण रविवारी वकिलाकडेसुद्धा जाऊ. एकदा हे सगळं थांबवलंच पाहिजे.''

ऑफिसमध्ये कामात लक्षच लागलं नाही. समोर कागद ठेवून ती बेरजा–वजाबाक्या करत होती, पण मन भ्रमलं होतं. नाही नाही ते विचार मनात येत होते.

इतका सुंदर नवरा मिळाला, म्हणून तिची तीच हरखून गेली होती; पण हे जमलंच नाही. पहिल्या पाच-सात महिन्यांतच तिला त्याच्या स्वभावातला पोकळपणा कळला. नुसताच पुरुषदेह होता. कर्तबगारी मुळीच नव्हती. एके दिवशी काहीही विचार न करता त्यानं राजीनामा दिला होता. आधी सांगितलं नव्हतं, विचारलं नव्हतं. एकदम घरी येऊन सांगितलं होतं. नोकरीत काही अर्थ नाही, असं त्याचं म्हणणं होतं. आणखी पाच-सात महिने तसेच गेले आणि मग तिला कळलं, की कशातच काही अर्थ नाही. त्याच्या स्वभावात स्थैर्यच नाही. कसला पाचपोच त्याला नाही. पुरुषाचा सुंदर देह असलेला तो म्हणजे एक लहान मूल आहे. नोकरी सोडल्यावर आपण पुढे कसे जाणार, याचा त्याला विचारच नाही.

नंतरचे ते भयंकर दिवस... हा धंदा नि तो धंदा... उपासमार... कर्ज... आणि अपमान... त्यांच्या इंगळ्या तिच्या मनाला त्रास देत होत्या, पण राजाभाऊला मात्र त्याचं त्या वेळी काही नव्हतं. अवास्तव स्वप्नांवरच तो जगत होता.

माधवचा जन्म झाला आणि सगळाच फुगा फुटला. असं हे किती दिवस चालणार!... कर्तृत्वहीन माणसाबरोबर संसाराची नौका कशी हाकारणार? वडलांनी शहाणपणानं तिला घरी आणलं होतं आणि नोकरी लावून दिली होती. राजाभाऊंनाही एखादी छोटीशी नोकरी मिळाली असती, पण ती करण्याचं कर्तृत्व त्यांच्यात नव्हतं. तिच्याबरोबर तोही तिच्या वडलांकडे राहत होता. स्वप्नांचं भलंमोठं गाठोडं घेऊन तो जगात हिंडत होता. वडील फार संतापायचे. त्यांच्या जिवाचा तळतळाट व्हायचा. म्हणायचे, 'नुसताच पुरुष आहे. बाकी याच्यात काही नाही. नुसताच ठोंब्या आहे.' तो मवाली असता, रेसला जाऊन पैसे उधळणारा असता तरी चाललं असतं, पण त्याचा 'निरागसपणा' मात्र भयंकर होता. त्याची हाय घेऊनच वडील मेले होते.

सुमात्याजवळ पैसा होता. ती कर्तबगार होती. वडलांच्या मृत्यूनंतर तिच्या आधारालाच जाणं भाग होतं. सुमात्याला तर तो पटणंच शक्य नव्हतं. तिचं सगळंच काम एकमार्गी आणि कडक होतं. राजाभाऊंसारखा गिळगिळीत मनुष्य सुमात्याच्या कोष्टकात बसणं शक्यच नव्हतं. तिनं त्याला लगेच बाहेर काढलं;

पण तो येतच राहिला. प्रथम प्रथम आठवड्यातून एकदा... मग पुढे महिन्यातून कधीतरी... आणि पुढे...

विचारांची साखळी खळकन् तुटली. सरिता समोर उभी होती. तिनं भडक कपडे घातले होते. ओठ रंगवले होते. शरीराला हेकलावे देत लाडिक आवाज काढत, डोळ्यांचे नाटकी विभ्रम करत ती बोलत होती. शैलजानं तिच्याकडे निरखून पाहिलं. तिचं मन खिन्न झालं. क्षणभर वाटलं की कुरूपपणामध्ये आपल्यापेक्षा ती जास्त आहे. तिचा मोह कुणाला कधीच पडणार नाही.

ती सांगत होती, ''मी आजही तुझ्याबरोबर येणार नाही गं. रागावू नकोस बाई! आणि का येणार नाही हे विचारूही नकोस.''

शैलजा विचारणार नव्हतीच, पण तरीही तिनं तोंडाचा चंबू करत एखादी गुप्त गोष्ट सांगावी त्याप्रमाणे तिच्या कानाशी तोंड नेत म्हटलं, ''आज आरसकर म्हणतो आहे आपण सिनेमाला जाऊ... फार पाठीमागे लागला आहे माझ्या.''

ती काहीच बोलली नाही. एखाद्या वेड्या माणसाकडे बघावं तसं तिनं सरिताकडे पाहिलं, सगळं तिच्या लक्षात आलं. आरसकरला हीच पैसे देणार असेल– सगळा खर्च तीच करणार असेल. आरसकर तिच्या पैशांवर चंगळ करून तिला काहीच देणार नाही. उलट उद्या ऑफिसमध्ये टिंगल करेल हे तिला माहीत होतं. शैलजाला तिची कणव आली. थंडपणानं ती म्हणाली, ''बरं, मी एकटीच जाईन.''

संध्याकाळी ती लवकर घरी परतली. आत्यानं दारातच प्रश्न केला, ''पत्र टाकलंस का?''

काहीच उत्तर न देता ती आत गेली. आत्याची भुणभुण चाललीच होती. तिच्या डोळ्यांपुढे मात्र सरिताची केविलवाणी आकृती दिसत होती.

चहा घेऊन विश्रांतीसाठी ती थोडा वेळ पडली, पण डोळ्यांपुढची सरिता हलतच नव्हती. तिच्याबद्दलच्या विचारांनी मनात वादळ निर्माण केलं होतं. ती कुरूप होती. दात वर होते, डोळ्यांना चष्मा होता... होय. हे सर्व होतं, पण तरीही ती स्त्री होतीच! तिनं काय करावं? पुरुषानं स्त्रीचा पाठलाग करावा हा निसर्गाचा नियम, पण तिच्याबाबतीत उलटंच होतं. दिसेल त्या पुरुषाचा पाठलाग करत होती. त्याच्यावर पैसे उधळत होती. तिला काय मिळत असेल?... पुरुषाचा सहवास!... नुसतंच बोलणं, दुसरं काही नाही. भिकाऱ्यानं अन्नाचा वास घेत खानावळीच्या बाहेर थांबावं तसं ते होतं. सरिताची तिनं इतरांबरोबर चेष्टा केली होती, पण त्या रात्री मात्र तिचं मन तिच्याविषयीच्या करुणेनं भरून आलं.

दोन–तीन दिवस तसेच सरले. ती एक प्रकारच्या तंद्रीत होती. सुमात्यानं पत्र पाठवण्याबद्दल लकडा लावला होता, पण तसं काहीच केलं नव्हतं.

ती ऑफिसातून घरी आली होती. आरामखुर्चीत स्वस्थ बसून झालं होतं.

सुमात्याची बडबड थांबली होती. मुलांची जेवणं झाली होती. माधव खोलीत जाऊन झोपला होता. त्यांची जेवणं निम्म्यावर आली होती. आत्या काहीतरी गमतीचं बोलत होती. शैलजा हसत होती. इतक्यात दार वाजलं. तिनं डोळे विस्फारून दरवाजाकडे पाहिलं. चौकटीत राजाभाऊ उभे होते. निर्बुद्ध चेहऱ्याचे... चेहऱ्यावर काही विचार, विकार नसणारे...

एखाद्या भुताला बघावं त्याप्रमाणे सुमात्याला झालं. काही बोलायला तिची जीभ रेटलीच नाही. कसली तरी चमत्कारिक लहर शैलजाच्या अंगावरून रसरसत गेली. रोमांच उभं राहिलं. आपल्याला भूक लागली आहे हे तिला नव्यानं कळलं.

ती हसली. थंडपणानं म्हणाली, ''इतक्या लवकर याल असं वाटलं नव्हतं.''

आत येऊन राजाभाऊ खुर्चीवर बसले आणि स्वप्नाचं गाठोडं सोडत म्हणाले, ''माझ्या डोक्यात एक योजना आहे.''

सुमात्या काहीतरी बोलणार होती, इतक्यात तिनंच विचारलं, ''जेवायचं आहे ना?''

''जेवणबिवण काही नको. प्रथम तुम्हा दोघींना योजना सांगतो.''

''ते पुढे बघू. आधी जेवा.'' तिनं अन्न गरम केलं आणि त्याला जेवायला वाढलं. सुग्रास अन्न त्याला बऱ्याच दिवसांत मिळालंच नव्हतं. आपल्याला भूक आहे, हेही त्याला कळलेलं नव्हतं. तो बकाबका जेवला.

हात धूत आत्याकडे बघत म्हणाला, ''तुम्ही माझ्यावर रागावलात, पण या वेळी मात्र नवी आयडिया आहे.''

''ते काही मला सांगू नका.'' सुमात्या तिरसटपणानं म्हणाली.

पदराला हात पुसत तिनं त्याच्याकडे पाहिलं. त्याला काहीच कळत नव्हतं. आपलं येणं या घरात किती नापसंत आहे, याचीही त्याला जाणीव नव्हती. शैलजानं त्याला सांगितलं, ''रात्र झाली आहे– तुमच्या आयडियाचं उद्या बघू.''

ती खोलीत गेली. पेंगुळलेल्या माधवला तिनं बाहेर आणून आत्याच्या खोलीत झोपवलं, मग दोन्ही खोल्यांतले दिवे फटाफट मालवले, आळोखेपिळोखे दिले आणि ती आत्याला म्हणाली, ''मी आता झोपते बाई, दिवसभर फार त्रास झालाय.''

तिच्याकडे दृष्टीही न वळवता ती खोलीत गेली. राजाभाऊ तिच्या मागोमाग होतेच, आत्याचं लक्ष होतं... मधलं दार लागलं गेलं. दिवा मालवला गेला. एकदम सामसूम झाली.

दुसऱ्या दिवशी शैलजा नेहमीप्रमाणे उशिरा उठली. सुस्तपणानं तिनं तोंड धुतलं आणि चहा घेतला. राजाभाऊंकडे तिनं पाहिलंही नाही. आत्या काही बोलणार होती. तिनं सांगितलं, ''मी आज ऑफिसमधून लवकर परत येईन, मग बघू.''

शांतपणानं तिनं स्नान उरकलं आणि ती बाहेर पडली.

दुपारी ती लवकर घरी आली. राजाभाऊ बाहेर गेले होते. मुलं शाळेत होती. आत्या तिच्याकडे चमत्कारिक दृष्टीनं पाहत होती.

चहा घेतल्यावर तिनं आळस दिला. मग वातावरण सैल करण्यासाठी ती आत्याला म्हणाली, ''त्यांची नवी योजना मात्र गमतीदार आहे.''

आत्या काहीच बोलली नाही.

''कल्चर्ड मोत्यांचा धंदा करावा असं डोक्यात आहे. भांडवल पाच हजार रुपये लागेल. ते आपण द्यायचं.'' तिनं हसत सांगितलं.

''तुझ्यासारखं मला हसू येत नाही. मी इतकी मूर्ख नाही.''

''मी तुझ्याकडून घेऊन पैसे द्यावे, असं त्यांचं म्हणणं आहे.'' शैलजाला हसू आवरत नव्हतं, ''ते म्हणत होते, नाहीतर मीच आत्याला विचारतो.''

''आता मात्र हद्द झाली.''

''त्यांनी खूप विनवण्या केल्या, पण इतके पैसे मिळणार नाहीत, असं मी त्यांना स्पष्ट सांगितलं.''

''एवढी तरी तुला अक्कल आहे, पण मी म्हणते त्याला तू एकदम तोडून का नाही टाकत?... मूर्ख माणूस! इतके पैसे देणार नाही म्हणे... मग किती देणार?''

शैलजा पुन्हा हसली. ''थोडे पैसे देणार, पन्नास रुपये. फार तर शंभर रुपये! ते हातात आहेत. त्यांची हौस भागवण्याकरता ते आले म्हणजे मी नेहमीच दहा–पंधरा रुपये इकडे तिकडे ठेवतेच.''

''पण हे पैसे तरी का द्यायचे?''

तिला थोडं हसू आलं, पण मग ती एकदम गंभीर झाली. आत्यापुढे मनातले विचार बोलण्याचा तिला संकोच वाटला. पण आज बोलायलाच हवं होतं.

''त्यांनी इथे मधून मधून यावं म्हणून!''

''गंमतच आहे.''

''इथे कायम राहण्याचा त्यांचा बेत होता, पण मी तो हाणून पाडला. मला ते इथे नेहमीसाठी नको आहेत. त्यांचा निर्बुद्धपणा मला आवडत नाही. ते कर्तृत्वशून्य आहेत. त्यांचं मन लहान मुलासारखं आहे. सवयी वाईट आहेत. मला सगळं माहीत आहे, पण त्यांनी कधी कधी इथे यायलाच हवं.''

सुमात्यानं तिच्याकडे चमत्कारिक नजरेनं पाहिलं. कसलं तरी दाहक सत्य तिच्यापुढे उलगडत चाललं होतं.

''कसं सांगू?... मला कसंतरीच वाटतं.''

आत्याचा सगळा कडवटपणा गळून पडला, ती तिच्याजवळ गेली आणि तिच्या

पाठीवरून हात फिरवायला लागली.

शैलजाला मग उमाळा आला, ''त्यांचं मन लहान मुलाचं आहे, पण शरीर पुरुषाचं आहे. मला ते हवं आहे. ते मधून मधून येतात, त्यामुळे मला पत्नी म्हणून त्यांचा त्रास नाही. पण पुरुष म्हणून उपयोग आहे.''

आपण फार बोललो, असं वाटून तिनं आत्याच्या खांद्यावर डोकं टेकलं. क्षणभर ती तशीच विसावली. मग म्हणाली, ''खरंच संकोच वाटतो गं आत्या, तुझं लग्न झालं नाही. सर्व जन्म तू पुरुषाशिवाय काढलास, सरिताला पुरुष हवा आहे; पण तो पैसे खर्चूनही मिळत नाही. कुरूप स्त्रीला पुरुष मिळवणं हे खरोखरच अवघड असतं. मी एका दृष्टीनं भाग्यवान आहे. मला पुरुष मिळाला आहे. त्यानं मला दोन मुलं दिली आहेत. मधून मधून येऊन तो मला सहवास देतो. सरितासारखी मला पुरुषाची भीक मागावी लागत नाही. ते पौरुष चालत माझ्या घरी येत आहे. पाच-पन्नास रुपये खर्च करून मी त्याला इथे यायला लावते. जास्त पैसे दिले, तर तो पुढे येणारच नाही. नेहमी ठेवून घेतला, तर नवरा म्हणून त्याचा त्रास होईल. थोडे पैसे दिले, की ते संपल्यावर तो इथे येतो. तो कर्तव्यशून्य आहे म्हणूनच तो थोड्या पैशांसाठी येतो. मी त्याला असा वापरत आहे.''

तिनं मान ताठ केली. जे बोलायचं ते बोलून झालं होतं. आत्याचा चेहरा पडला होता. थोडा वेळ त्या दोघी तशाच बसल्या. मुलं शाळेतून आली. रात्रीची जेवणं झाली आणि मग राजाभाऊ बाहेरून घरी आला.

आत्याच्या कपाळाला आठी दिसली नाही. तिनं निमूटपणे त्यांना जेवायला वाढलं. मुलांची अंथरुणं आपल्या खोलीत घातली.

जेवण झाल्यावर राजाभाऊ खोलीत जाऊन पडला. शैलजा त्याच्या मागोमाग निघाली. थोडी पुढे जाऊन ती थांबली. आत्याकडे बघत म्हणाली,

''हे उद्या सकाळी जाणार आहेत.''

ती आत गेली. तिनं दार लावून घेतलं.

पलीकडच्या खोलीत सुमात्या दोन्ही मुलांना घेऊन पडली होती.

तिला झोप येणं शक्यच नव्हतं. ती त्या बंद दाराकडे अंधारात स्थिर नजरेनं पाहत होती.

(पूर्वप्रसिद्धी : मेनका, दिवाळी १९७०)

ठेव

शशी पटवर्धन

''तुम्ही लग्न का करत नाही?'' माहेरवाशीण म्हणून आलेल्या मुलीनं भाऊंना अचानक विचारलं. तशी तासलेल्या डोक्यावर घसाघसा हात घाशीत तिच्याकडे ते पाहू लागले. त्यांचा धाकटा मुलगा दोन्ही हातांत जानवं घेऊन मागेपुढे करत होता. नुकतीच त्याची मुंज झाली होती. बहिणीचा प्रश्न ऐकून तोच दचकला. भाऊ मात्र निर्विकार बसले होते. डोक्यावर हात घाशीत.

''होय हो! काय म्हणतेय मी?'' मांडीवरच्या मुलाला थोपटत पुन्हा ती म्हणाली.

''कशाबद्दल म्हणत्येस?''

ती चिडली. कपाळाला आठ्या घालत मुलाला जोरानं थोपटू लागली.

''अगो, किती जोरात थोपटतेस?'' ते म्हणाले, ''माझ्यावरचा राग त्याच्यावर कशाला काढतेस?''

''सासरी सारखे डिवचताहेत त्याची काय वाट?''

''कशाबद्दल?'' साध्या आवाजात प्न्हा म्हणाले.

''जसं काही तुम्हाला माहीतच नाही.''

''माझ्यामुळे तुला त्रास होतो ना? मग बघतेसच कशाला माझ्याकडे?''

ती अवाक् झाली. मांडीवरच्या मुलाला खांद्यावर घेऊन उठली. उजवीकडच्या खोलीत गेली.

भिंतीला डोकं टेकवून, डोळे मिटून ते बसले. तेवढ्यात त्यांचा धाकटा मुलगा मांजरासारखा त्यांना सामोरा आला. त्याची मांजराची चाहूल मात्र त्यांच्या लक्षात आली. तशी दचकून त्यांनी मान पुढे झुकवली. त्याच्याकडे पाहत विचारलं,

''शाळेत नाही का गेलास?''

''नाही.'' खालच्या मानेनं मुलगा म्हणाला.

''ताई काय बोलली ते ऐकलंस की काय तू?'' काहीशा संशयानं त्याला विचारलं.

क्षणभर मुलगा बोलला नाही.

''काय रे? काय म्हणालो मी?''

तसं झटकन् त्यानं उत्तर दिलं, ''आत्ताच जेवून तुमच्याकडे आलो.''

भाऊंनी सुस्कारा सोडला. पुन्हा भिंतीला डोकं टेकून, डोळे मिटून स्वस्थ बसले. मुलाची चुळबूळ मात्र थांबेना.

''काय हवंय तुला?'' डोळे न उघडताच त्यांनी विचारलं.

''शाळेची फी द्यायचीय!''

''किती?''

''मागच्या महिन्याची. तीन रुपये.''

''घे जा!'' तुटकपणे ते म्हणाले.

''कुठायत?'' चाचरतच मुलानं विचारलं.

भाऊ उठले. उजव्या पायाला झालेला इसब खाजवतच तिजोरीशी गेले. मुलानं पटकन रिकामं पोतं ते बसत असताना खाली सरकवलं. जानव्याच्या जुडग्यातली मोठी किल्ली लावून त्यांनी तिजोरी उघडली. पाठीमागच्या कप्प्यातून कोऱ्या नोटांचं पुडकं काढून त्यांतली पाचाची नोट पाठीमागेच ओणव्या असलेल्या मुलाजवळ दिली.

''बाकीचे ताईजवळ दे.''

''कशाला म्हणून सांगू?''

''अरे, घरात खर्चाला नको का?''

मुलाला उगीचच आनंदल्यासारखं झालं.

धावतच तो माजघरात आला. पाटीदप्तर भरून सदरा चढवला. तेवढ्यात पुन्हा त्यांनी हाक मारली. गुंड्या लावत तो बाहेर आला.

''काय भाऊ?''

''पावती आण हो!''

''होऽऽ.'' हेल काढत मुलगा म्हणाला.

''आणि हे बघ'', मुलाला अगदी जवळ घेऊन ते म्हणाले, ''हे पाच तुझ्या मित्राजवळ दे. कुणाच्या नकळत.''

''महाद्याजवळ ना?''

''हुं.''

तेवढ्यात माहेरवाशीणच पुढे आली. तिला पाहताच भाऊ दचकले. जानव्याला असलेला जुडगा त्यांच्या हातातच नकळत राहिला होता. झटकन त्यांनी तो लपवला. परंतु तरातरा ती पुढे आली. मुलाच्या हातातली नोट पाहत म्हणाली,

''कुणाला देणारात?''

''कुणाला देतोय? याच्या फीचेच दिलेत.'' चढ्या स्वरात ते म्हणाले.

''मला माहितीये. त्या बाईच्या डोचक्यावर घालायचे आहेत.'' हातवारे करत तीही मोठ्यांदा म्हणाली.

''शिंचे! बापाला बोलत्येस वाटेल तसं!'' म्हणता म्हणता तरातरा ते तिच्या अंगावर धावून गेले.

''मारा, मारा!'' किंचाळत ती ओरडली.

झटक्यात भाऊंचा हात खाली आला. वितीवर असलेल्या तिच्या चेहऱ्यावर त्यांची नजर ठरेना. खालच्या मानेनं ते मुलाजवळ आले. त्याच्या हातातली नोट खस्कन हिसकावून घेत सदऱ्याच्या खिशात ठेवली.

आता ती विषण्ण झाली. त्यांचा पडलेला चेहरा, उतरलेले खांदे तिला पाहवेनात. झपाट्यानं ती पुढे झाली. त्यांचे दोन्ही हात धरत खालच्या स्वरात म्हणाली, ''तीही विधवा आहे. का करत नाही लग्न?''

''माझा तिचा काय संबंध? माझ्या पोटची असूनही संशय घेतेस तरी कशी?'' तिचा स्वर उतरलेला ऐकताच चढ्या स्वरात त्यांनी तिला सुनावलं.

मे महिन्यात अचानक त्यांचा मोठा मुलगा आला.

''सूनबाई नि पोरं कुठाहेत रे?'' त्याला एकट्याला पाहताच त्यांनी विचारलं.

''आणली नाहीत.''

भाऊ गप्प बसले.

रात्रीची जेवणं झाल्यावर सुपारी खात ते झोका घेत बसले होते. तिथे मोठा मुलगा आला. एकदम म्हणाला,

''बंड्याला मुंबईस नेणारे मी.''

''घेऊन जा!'' सुपारी फोडता फोडता ते उत्तरले.

आपला विषय निघालासा पाहून कान टवकारून मुलगा ऐकू लागला. मुंबईला जाणार हे ऐकताच तो सुखावला.

बराच वेळ मोठा मुलगा काही बोलला नाही. मग भाऊंनीच विचारलं, ''काही पैसे हवेत का?''

''नको.'' तुटकपणे तो म्हणाला.

''मग सुपारी? दोन पोती शिल्लक आहेत. एक घेऊन जा. तुझ्या साहेबाला

आपल्याकडची आवडते म्हणाला होतास ना?''

''मागच्या शिल्लक आहेत अजुनी!''

''आंब्याच्या पेट्या पोचल्या आहेत ना?'' काळजीच्या स्वरात झोपाळा थांबवून त्यांनी विचारलं.

''मी बंड्याला नेणारे!''

''घेऊन जा की मग. सोबत पाहून पंधरा एक दिवसांनी पाठवून दे.'' पुन्हा झोका पायानं देत ते म्हणाले.

''तिकडेच ठेवणारे त्याला. इथल्या असल्या वातावरणात नको.''

झपाटल्यासारखे ताडकन ते उठले आणि तेवढ्याच निराशेनं पुन्हा झोपाळ्यावर मटकन् बसले.

''काय ते कळलं ना?'' मोठ्या मुलानं हलकेच विचारलं.

''उमगलं.'' खालच्या मानेनं त्यांनी उत्तर दिलं.

लहान मुलगा दाराआड होता, तो भावाजवळ आला. त्याला चिकटून उभा राहिला. स्पर्श होताच भावानं त्याला जवळ घेतलं. पुन्हा तो बोलू लागला,

''त्याला तुम्ही निरोप्या करता. तिच्या घरी मुलाजवळ खेळायला पाठवता नि लगेच ती या घरात येते. मागच्या वर्षी तो नापास झालाय. तुम्हाला शिक्षणाची काहीतरी किंमत आहे का?''

झोका घेत मान खाली घालून भाऊ गप्पच होते.

''भाऊ, या घरात आई होती तेव्हाचं वैभव गेलं नि आता तुम्ही ही कळा करून सोडल्येत. कितिक वर्षं आम्ही बघतो आहोत, सांगतो आहोत, पण तुम्ही काही तिला सोडत नाही. घर धुऊन काढेल तेव्हाच राहील ती. काय मोहिनी टाकलीय कुणास ठाऊक?''

आता मात्र त्यांना कळ आवरेना. ते कळवळवले. मुका मार बसल्यासारखा त्यांचा चेहरा झाला. झोपाळ्याच्या कडीला डोकं टेकवून त्यांनी आवंढा गिळला. कसेबसे ते बोलू लागले,

''तुम्ही सारं आगर लुटून न्या रे, पण बंडा माझ्याजवळ राहू दे. त्याच्याशिवाय दुसरं कुणी नाहीये मला.''

त्यांना पुढे बोलता येईना.

''का? ती आहे की!'' कुत्सितपणाने मोठा मुलगा म्हणाला. तशी धाकटा मुलगा झर्रकन् त्याच्यापासून दूर झाला. झोपाळ्यावर चढून भाऊंच्या छातीशी भिडला.

''असं गोडधोड बोलून याला फिरवता आहात तुम्ही, पण त्याला नेल्याशिवाय राहणार नाही मी. समजलात?''

ते मात्र मुलाला जवळ घेऊन झोका घेत होते.

मोठ्या मुलाला ती शांती सहवेना. त्यांच्या शेजारी तो बसला. म्हणाला,

''भाऊ, तुमची मनःस्थिती आम्ही जाणतो. ताई म्हणत होती, तुम्ही तिच्याशी लग्न का करत नाही? आई म्हणून तिला मानायला आमची तयारी आहे, पण हा तमाशा नको. आम्हाला गावात येताना खालच्या मानेनं यावं लागतं. लग्न केलंत तर एकदा बोंबाबोंब करतील नि मग गप्प बसतील. बोला?''

''तुम्हाला लाज वाटते म्हणून का रे लग्न करावं मी?''

''तसं नव्हे हो!'' चाचरत मुलगा म्हणाला.

''मग?''

''हे असं मनात आलं की जाऊन यायचं किंवा तिला बोलवायचं, यात सुख वाटतं का तुम्हाला? आजारपणात कुणीतरी डोकं दाबावं, पाय चेपावेत, औषध चमच्यानं पाजावं, असं माणूस जवळ नको का?''

''त्याला लग्न कशाला करायला हवं तिच्याशी?'' धाकट्या मुलाच्या पाठीवरून हात फिरवत भाऊ म्हणाले.

''मग हे असंच चालणार?'' आठी घालत मुलगा म्हणाला.

''म्हणजे कसं?''

''हुक्की आली की बंड्याजवळ पैसे देणं नि त्याला त्याच्या मित्राकडे पाठवणं.''

''हो. असंच चालायचं. मी किंवा ती मरेस्तोवर!''

''जरा आईची आठवण ठेवा! ह्या घरात तिनं तुमची, आमची दुखणीखुपणी रात्ररात्र जागं राहून निस्तरली आहेत. सकाळी ओटीवरून तिच्या ओव्या ऐकू येत असताना आम्ही उठायचो. आमच्यादेखत तुम्ही तिची चेष्टा करायचात. नारळ, सुपारी मोजायला ती स्वतः यायची. सारं आठवलंत, तर तिचा नाद सोडून टाकाल तुम्ही. हा बंडा तिचा मुलगा. त्याच्यापुढे असा आदर्श ठेवताहात तुम्ही?''

''पण मी काय केलं तरी काय असं?'' एकदम त्रासून ते म्हणाले.

''यापेक्षा वाईट काय असणारे?''

''मला ह्याच्यात काहीच वाईट दिसत नाहीये.''

''पैशापायी पैसा उधळताहात. आठवड्या आठवड्याला तिच्या घरात पन्नास रुपये जात असतात.''

''कोण म्हणतं?'' हलकेच त्यांनी विचारलं.

''कुणी म्हणायला कशाला हवं? पुरावा आहे.''

संशयानं भाऊंनी धाकट्या मुलाकडे पाहिलं. म्हणाले, ''तू सांगितलंस काय

रे''

''नाही हां!''

''खोटं बोललास ना?'' चढ्या स्वरात ते गरजले.

''नाही हो भाऊ!'' रडकुंडीला येऊन धाकटा मुलगा म्हणाला, ''आईशप्पथ, मी नाही सांगितलं.''

भाऊ वरमले. मोठ्या मुलाकडे पाहत त्यांनी विचारलं, ''कुणी सांगितलं?''

''खरं आहे की नाही बोला.''

''कुणी सांगितलं, त्यावर खरं की खोटं ठरेल.''

''सांगू नाव? खुद्द तिनंच सांगितलं मला. तीन हजारांची इस्टेट केलीय तिनं. शिवाय दागिने केले आहेत. आगर, घर तिच्या नावानं करणार आहात. एवढं सगळं केलंत नि मग लग्न का नाही करत? तिलाही तेच हवंय.''

त्यांना एकदम बायकोची आठवण झाली. ती कुठे नि ही कुठे? मनाशीच ते हसले नि दुसऱ्याच क्षणी दचकले. धाकट्या मुलाला झोपाळ्यावर ठेवून थोपटत राहिले.

''आम्हाला तुमच्यातला एक पैसाही नकोय की घरातली तनसडीही नकोय, पण तुमचे असे हाल का करून घेता आहात? तिच्याशी लग्न करा. घरात आणा नि संसार करा की.'' मोठ्या मुलानं पुन्हा विनवण्या केल्या.

धाकट्या मुलाला थोपटत एका पायानं झोका घेत भाऊ गप्पच बसले होते.

''काहीच जर पटत नसेल तर मी बंड्याला घेऊन जातो. त्याचं तरी शिक्षण होईल.'' निर्वाणीच्या सुरात मोठा मुलगा म्हणाला.

आता मात्र ते गहिवरले. मुलाचा विरह त्यांना सहन करता येणार नसावा.

''बोला, आता यापुढे बोलणी बंद.''

ते गुदमरले. त्यांचे हातपाय कापू लागले.

''यापुढे गावात येणं बंद. काय हक्क आहे?''

झपाटल्यासारखे भाऊ हलले. झोपाळा वेडावाडका झाला. मोठ्या मुलाच्या जवळ येऊन त्याचे हात घट्ट पकडून ते म्हणाले, ''ही माझी श्रद्धा आहे. कदाचित मी स्वार्थी असेन. तिच्याशी लग्न केलं तर माझा संसार सुखात होईल. आयुष्याची ही शेवटची वर्षं सुखात राहू शकेन. ती प्रेमळ आहे. तुम्हालाही जीव लावायचं सामर्थ्य तिच्यात आहे आणि याच कारणासाठी मी लग्न करणार नाहीये. आईला तुम्ही विसरूनही जाल हिच्या प्रेमाच्या वर्षावामुळे. मीही तिला विसरून जाईन. पण ही जाणीव इतकी भयंकर आहे... तिला विसरण्याची कल्पनाच सहन करवत नाही, हा बंडा रात्री मधे दचकतो. 'आई' अशी हाक मारतो. त्या वेळी माझ्या

कुशीत विसावतो तो. ती आली की, आई म्हणून तिला हाकारेल. नेहमी येणारी त्याच्या आईची आठवण विसरून जाईल. प्रेम असलं तरी तिच्या जागी हिला कायमची आणू कशी? मला ते पटत नाही... सहन होत नाही. थोडीशी तरी दुःखाची जाणीव व्हायला पाहिजेच...''

भडाभडा बोलता बोलता एकदम ते थांबले. भरल्या डोळ्यांनी मोठ्या मुलाकडे पाहू लागले.

मुलाचे डोळे मिटलेले होते. झोपाळा हलल्याचं कळताच त्यानं डोळे उघडले. त्यानं पाहिलं,

धाकट्या मुलाला झोपाळ्यावरच ठेवून ते आत चालले होते. एकटेच.

(पूर्वप्रसिद्धी : मेनका, जानेवारी १९६५)

मेहुणी म्हणजे...

चंद्रकांत द. पै

आज सकाळपासून आमच्या सुषमाबाई आनंदात मश्गुल आहेत. त्यांच्या एकुलत्या एका भावाचं लग्न ठरलं म्हणून नव्हे, तर त्या निमित्तानं आईकडे मनमुराद पंधरा दिवस चरायला मिळणार म्हणून! आपल्या आईचं इतकं वेड असणारी दुसरी मुलगी मी पाहिली नव्हती. बेळगावला माहेरी जायचं ठरलं, की कशात लक्ष लागायचं नाही तिचं. सारखं हे राहिलं ते राहिलं. तिला माहेरी जाण्यासाठी किंवा तिथे मन:पूत राहण्यासाठी मी कधी मना केलं नव्हतं. तरीसुद्धा ती इतकी हरखून जावी, याचं मला कधीकधी वाईटही वाटत असे. लग्न झाल्यानंतर मुली नवऱ्याबरोबर रंगून जातात, असं मी ऐकलं होतं; पण हिचं मात्र जगावेगळं. खरं म्हणजे सासुरवाडीला राहायला मलाही आवडे. माझं तिथे फार कौतुक होई. सासू-सासरे फार लाड करत. चढवून ठेवत, पण हवी तितकी रजा न मिळाल्याकारणानं मला फारसं राहता येत नसे. आता मात्र...

तिचा एकुलता एक भाऊ- म्हणजे माझा मेव्हणा अरुण. तो बरीच वर्षं प्रेम करून राहिला होता. होणार होणार म्हणून गाजणारं लग्न एकदा ठरलं होतं. दोघंही गावातलीच म्हणून लग्नही बेळगावलाच होणार होतं. लग्नाच्या निमित्तानं पंधरा दिवस तरी राहणार हे तिनं कधीपासूनच कबूल करून घेतलं होतं माझ्याकडून. तिच्याशिवाय मला एकटं करमत नव्हतं म्हणून मी पंधरा दिवसांची रजाही घेतली होती. परंतु तिथे मात्र मी आठच दिवस रजा घेतली, असं सांगणार होतो. सासू-सासऱ्यांकडून आग्रह करवून घ्यावा म्हणून त्यांच्या खास आग्रहानंतर मी रजा वाढवली, असं सांगणार होतो.

अरुणचं लग्न चार दिवसांवर आलं, तेव्हा आम्ही मुंबई सोडली. आमची सासुरवाडी म्हणजे मोठा ऐसपैस जुन्याकाळचा चौसोपी वाडा. मुलामाणसांनी

भरलेला. मी नंबर दोनचा जावई. आमचे मोठे साडू तिथलेच. म्हणजे शेजारीच राहणारे. त्यांचं सोन्या-चांदीचं दुकान होतं खडेबाजारात. समोरचीच पोरगी प्रेम करून पटकावलेली. लहानपणापासूनचे संबंध अत्यंत घरोब्याचे. त्यामुळे दोन्ही घरं जवळजवळ एकच झाली होती. नातलग जमत होते. मौजमजा चालली होती. जेवणाच्या लांबलचक पंगती उठत होत्या. नंतर गप्पाटप्पा किंवा पत्त्यांचे अड्डे. बच्च्यांचे नि मोठ्यांचे. मोठ्यांच्या गटात सासू-सासरे, त्यांचे भाऊ, साडू, अक्का, सुषमा बसत. मी मुद्दामच लहान मुलांसमवेत असे. टिंगलमस्करी करायला, हसायखिदळायला. आम्हाला मेव्हणा एकच असला, तरी मेहुण्यांची रेलचेल होती. त्रिकोणाचं बंड आताचं. त्यांच्या संसाराला कोन नव्हते. संख्या होती दशमांची. माझ्या सौ.च्या पाठीवर पाच मुली नंबर लावून होत्या. खेळायला आमच्यातच बसत. सुषमानंतरची सुनीता. गेल्या वर्षापर्यंत परकर-फ्रॉकमध्ये असल्यानं लक्षात येत नव्हती. साडीत आल्याबरोबर कशी नजरेत भरायला लागली होती. माझ्या बाजूलाच बसायची, झब्बू खेळताना माझ्या अंगावर रेलून माझ्या हातातली पानं बघायची. ती माझ्या अंगावर कोलमडावी इतकी मी दूर पानं धरी. मला त्या पत्त्यांच्या खेळामध्ये कधी इंटरेस्ट नव्हता, पण पोरीबाळी पानांत खूप रमतात म्हणून मी खेळत होतो. किंबहुना मुद्दामच गाढव होईन अशी काळजी घेत होतो. त्यांनी आवर्जून खेळायला बोलवावं म्हणून नि माझा हा डाव नेहमीच यशस्वी झाला आहे. सौ. सुषमाच्या सहवासात मी कितीही सुखी असलो, तरी सुनीताची तारुण्याची कळी मला खुणावत होती. एवढ्या मोठ्या भरल्या घरात माझ्याबद्दल कुणाला शंका नव्हती. उलट आदरयुक्त प्रेमच होतं. मी मोठ्या, तसाच लहानांतही अतिशय प्रिय होतो. माझा मनमोकळा थट्टामस्करीचा स्वभाव, त्यामुळे माझी प्रत्येक कृती थट्टामस्करीतच गणली जाई. सुनीताचं माझं नातं विसरून माझ्यातला पुरुष तिच्यातल्या बाईला न्याहाळत होता. कुणी काही म्हटलं, तर थट्टामस्करीचा आव आणत होता. न्याहाळता न्याहाळता त्याच्या सराईत नजरेला पडलं, की तीही पक्की आहे. बालिशपणाच्या बुरख्याआड तीही खेळ खेळते आहे. हे व्यवहार तिला चांगलेच माहीत असावेत. किंबहुना, ती चांगली साथ देत होती. पानं वाटताना ती माझ्या हातांना हात लावून 'घ्या ना पानं' म्हणून देई. मी पानं टाकायला उशीर केला, की माझ्या मांडीवर थाप मारून 'टाका ना! विचार कसला करता?' म्हणून खुदकन् हसे. किंवा अशा गहिऱ्या नजरेनं बघत राही, की रात्रीची झोप उडावी. रात्री हिला गटवण्याच्या मनोराज्यात मी दंग होई. दिवसभरात देखील ती जास्तीत जास्त माझ्या जवळपास राही. मी मुलांना घेऊन किल्ल्यावर अगर जनरल हॉस्पिटलच्या मोठ्या रस्त्यावर फिरायला गेलो, तर ही सर्वांआधी पुढे असायची. घरातली कामं झपाझप आटोपून किंवा ती टाळल्यामुळे

आपल्या आईची बोलणी खाऊन. फिरतानासुद्धा माझ्यावर जसा काही आपला हक्कच असल्यासारखी वागे. कुठे वळायचं, कुठे बसायचं, सारं तिच्या मनासारखं मला करायला लावी. मीही तिच्यात स्वत:ला हरवून जात असे. असं तरुण मुलीत स्वत:ला हरवण्याचं सुख अलौकिक!

लग्न होतं अरुणचं! वधूकडची मंडळी गावातलीच. साहजिकच त्यांची या घरात ये-जा होती. सर्वांची अपेक्षा असायची, आम्ही इतर मंडळींनी त्यांच्या आसपास घोटाळावं, त्या वधू-वरांची थट्टामस्करी करावी, कौतुक करावं; पण सुनीताला ते आवडायचं नाही. ती मला दुसरीकडे ओढून नेई. पत्त्यांच्या निमित्तानं अगर फिरण्याच्या मिषानं. ''सारखं अरुण-अरुण काय! कधी भेटला नव्हता काय? वहिनी घरात येणार तेव्हा बघू. आत्ताच कसलं कौतुक?'' सुनीताला आपली एकवेळची मैत्रीण अरुणची बायको झाल्याबरोबर नावडू लागली काय, अशी मला शंका यायची; पण तसं उघड बोलण्याचं मला धाडस होत नव्हतं. बायकांचा राग नाकावर असतो. थोडक्यात बिनसायचं. सुनीताच्या मनासारखं वागण्यात आणि तिच्याकडून सेवाचाकरी करून घेण्यात एक आगळा आनंद होत होता, एवढं खरं. नि म्हणूनच दादांनी (आमच्या सासरेबुवांनी) एक-दोनदा सूचना दिल्या असतानासुद्धा त्यांच्याकडे दुर्लक्ष करून सुनीताबरोबरच रेंगाळत होतो. अर्थात, वाड्यातल्या साऱ्या पोराबाळांसह. माझ्या हजरजबाबी व हसऱ्या स्वभावामुळे सारी मुलं सतत माझ्यामागेच असत. कुणाला काय वाटेल याचा विचार न करता आम्ही गावात वेळीअवेळी भटकत होतो. भेटेल त्याची टिंगल-मस्करी करत होतो. ठकळवाडीतल्या कामतांच्या विहिरीत यथेच्छ डुंबायला जात होतो. सुनीताला पोहता येत नसे, तरी बरोबर असायची. मी विहिरीतून तिला वाकुल्या दाखवून, चिडवत असे. ती रुसून बसे किंवा 'या ना, पुरे की!' करून एकसारखी बोलत राही. नि तिला अधिक चिडवण्यात अर्थ नाही, असं वाटल्यावर किंवा मुलं पोहण्यात दंग झाली, याची खात्री झाल्यावर मी वर येई. ती माझ्या अंगावरून निथळणाऱ्या पाण्याकडे अशा गहिऱ्या नजरेनं पाहत राही, की मी तिच्या हातातला टॉवेल घ्यायचा विसरून जाई. टॉवेल देताना टॉवेलच्या आड ती मुद्दाम माझ्या हातांना स्पर्श करी. आणि मी तिची बोटं पकडून ठेवली, की 'पुरे हं, जास्त नकोत लाड' म्हणून आपला हात सोडवण्याचा निष्फळ प्रयत्न करी. खरं म्हणजे हे सारं तिला हवं असायचं. किंबहुना एखादवेळी मी तिचा हात धरला नाही, तर तीच आपली बोटं माझ्या बोटांत गुंतवी, नि नंतर कितीतरी वेळ आम्ही ही बोटांची लपवाछपवी खेळत असू. कुणा वात्रट पोरानं आमच्याकडे पाहिलं, तर नाइलाजानं ती हात चटकन मागे घेई नि मग बाकीची मुलं वर येईपर्यंत जवळच्या आंब्याच्या पारावर बसून आम्ही गप्पा मारत असू.

लग्नाच्या धामधुमीत माझी बायको मला जवळ जवळ विसरलीच होती. भावाच्या लग्नात मिरवण्याची, दुसऱ्यांवर हुकमत गाजवण्याची एकही संधी तिला सोडायची नसावी. आपल्या नवऱ्याची तिला आठवण येत होती की नाही शंकाच! अर्थात माझी त्याबद्दल तक्रार नव्हती. उलट मला तिची अडचणच व्हायची कधीकधी आणि भीतीही वाटायची. हो, नाही नाही त्या शंका. सर्वांसमोर शोभा केली तर? वाडा मोठा असला, तरी या लगीनघाईत आम्ही एकत्र झोपणं प्रशस्त दिसत नाही म्हणून ती समोरच असलेल्या अक्काच्या घरी झोपायला जाई नि मी मुलांबरोबर गच्चीवर. कधीकधी पत्ते संपायला खूप रात्र झाली तर आई–वडलांच्या धाकाला भीक न घालता काळाखोत खाली जायच्या भीतीनं सुनीतासुद्धा वरच झोपत असे.

एरवी गच्चीवरच्या मोकळ्या हवेत लगेच झोप लागे. पण ती झोपायला आली, की मग मात्र रात्रभर माझी चुळबूळ चाले. कदाचित तिचीही. तिचं अंथरूण माझ्या उशीच्या बाजूला असे. म्हणजे दोघांची डोकी शेजारी शेजारी. अंगाखाली सापडलेली वेणी सारखी करताना बऱ्याचदा तिचा हात माझ्या उशीवर येई नि अतिशय उकाडा होत असतानादेखील डोकीवरून पांघरूण घेण्याच्या मिषानं त्या मऊशार हाताला मी पकडून ठेवी व तिथल्या तिथे पांघरूण हलणार नाही इतक्या सावधगिरीनं कुरवाळत राही. सर्वजण गाढ झोपले अशी खात्री झाल्यावर माझा हात तिच्या पांघरुणात शिरे. लांबवर फिरण्याचा प्रयत्न करूनही हाताला हवं ते लागत नाही म्हणून धडपड चाले. तीही जास्तीत जास्त वर सरकण्याचा प्रयत्न करी किंवा माझा हात आपल्या ओठांवर फिरवत राही. शेजारच्या कुणाची तरी कूस फिरली, की घाबरून आम्ही पूर्वस्थितीवर येत असू. काही काळ पूर्ण नि:स्तब्धता! पुन्हा लपंडाव, हातचलाखी नि अशा हातचलाखीत पहाटे कधीतरी गुंगी लागे. सकाळी दोघांचेही चेहरे तारवटलेले असायचे, पण तिकडे लक्ष द्यायला कुणालाच वेळ नव्हता.

अरुणच्या लग्नात लग्नापेक्षा या इतर गोष्टींतच मी अधिक रमून गेलो होतो. मी जावई. त्यातच लाडका, कौतुकाचा! मला घरात काहीच काम नसायचं. कुणी नवी पाहुणे मंडळी आली, तर त्यांची ओळखदेख झाल्यावर थोड्याशा गप्पाटप्पा एवढंच! अर्थात, अशा बडेजावी पाहुण्यांच्या गंभीर चर्चाविषयात मी कधी रमलो नाही नि म्हणूनच अर्ध्या तासापेक्षा अधिक त्यांनी मला तिथे अडकवून ठेवू नये म्हणून कुणीतरी मला आत बोलावलंय, असा निरोप आणी आणि आम्ही तिथून पसार होत असू. आतल्या खोलीत साऱ्या पोरांत कसं बनवलं म्हणून खिदळत असू. माझ्या या वागण्यामुळे घरातली मोठी मंडळी रागावत असावीत. माझ्यासारख्या बड्या इंजिनीअरनं असं पोरासोरांत लुडबुडणं त्यांना आवडण्यासारखं नव्हतं, पण

माझ्यातला स्वार्थी मी त्यांची पर्वा करत नव्हता.

एकदा पत्ते खेळता खेळता रात्रीचे दोन कधी वाजले समजलंच नाही. एका खेळाचा कंटाळा आला की दुसरा प्रकार, त्याचा कंटाळा आला की तिसरा. लहान मुलं कधीच आडवी झाली होती. मोठ्या माणसांचा अड्डाही उठला होता. फक्त आम्ही तरुण मंडळीच कत्तलकी रात्र जागवत होतो. खेळाचा कंटाळा आला तसा गोष्टींना ऊत आला. विशेषत: भुतांच्या गोष्टी. बेळगावच्या मिणमिणत्या दिव्यात भुताखेतांच्या गोष्टींना चांगलाच रंग चढला. कुणीतरी सांगितलं, काँग्रेस तलावात गेल्या वर्षी दोन प्रेमिकांनी जीव दिला. त्यांची भुतं दिसतात रात्रीबेरात्री. मग कुणीतरी मला विचारलं, ''काका आपण जाऊया का भुतं बघायला?'' मी म्हणालो, ''छे रे बुवा! आधीच घरातली माणसं माझ्यावर चिडलीत. तशात... विचारतील लग्नाला आलात की, पोरं बिघडवायला!'' खरं म्हणजे मीही घाबरलो होतो.

''कुणी नाही हं रागावलं तुमच्यावर! उलट तुमच्यामुळेच तर आम्ही त्यांच्या रागातून सुटलो आहोत.'' मी हसलो. ''त्यापेक्षा उद्या सकाळी आपण बाळेकुंद्रीला जाऊया. सायकलनं. दत्तभक्तांची समाधी पाहायला.'' ''हो, हो.'' नि नंतर सायकली कुठून आणायच्या, किती वाजता निघायचं वगैरे वगैरे बेत शिजू लागले. मधेच सुनीता म्हणाली, ''मी पण येणार हं.''

''पण तुला सायकल चालवता येते का?'' मी विचारलं.

''कॉलेजात कोण जातं मग माझी सायकल घेऊन?'' ती नाक उडवून म्हणाली.

''मुलांत बाई नको.'' कुणीतरी बोललं.

''मी येणारच, नाही तर तुम्हीच जाऊ नका हो काका!''

''येऊदे रे तिला. तिच्या सायकलनं ती येणार. बघ हं मधेच दमलीस, तर तिथेच सोडून येऊ तुला!'' मला तिच्यात स्वारस्य नाही, असं दाखवण्यासाठी मी वरवरची धमकी दिली. खरं म्हणजे ती यावी अशी माझीही मनोमन इच्छा होती. किंबहुना ती आली नसती, तर ती सहल मी चुकवलीच असती.

रात्रीच्या जागरणानं डोळे चुरचुरत होते. तरी पोरांनी मला सहाला उठवलं. मी तोंड धुऊन बाहेर येतो तो रेसकोर्सवरच्या घोड्यासारखे मारे सायकली घेऊन तयार. सुनीताही पदर खोचून, आपल्या लेडीज सायकलसह उभी. कुणी हवा भरतो, तर कुणी ब्रेक टाईट करतो. कुणी वॉटरबॅग घेतली का रे, म्हणून ओरडतो. जय्यत तयारी झाली होती. सर्वांनी बरोबर राहायचं असं वारंवार सांगूनही पोरं स्वार होताच सुसाट पळाली. माझ्यावर अर्थातच सर्वांची जबाबदारी म्हणून नि मला तेवढी ताकदही नव्हती म्हणून मी शेवटी राहिलो. सुनीतानंही अगोदर आघाडी मारण्याचा प्रयत्न केला; पण तो जमला नाही म्हणून अखेर तिला माझ्या

बरोबर राहावं लागलं. रस्त्यावर बस–ट्रकची रहदारी सुरू होती, पण रस्ता बराच अरुंद असल्या कारणानं समोरासमोर दोन ट्रक वा बसेस आल्या, की दोघांनाही बाजूच्या मातीच्या रस्त्यावरून साईड घेऊन जावं लागत असे. नि असं काही झालं म्हणजे धुळीचे लोट उठत. आम्हालाही बऱ्याचदा त्या मातीच्या रस्त्यावरून जावं लागत असे. अशाच एका ट्रकला साईड देण्याच्या नादात सुनीताची सायकल धाडकन शेजारच्या मैलाच्या दगडाला आपटली व ती पडली. मी चटकन उतरलो. ती अगदी रडकुंडीला आली होती. मी तिची सायकल बाजूला केली. तिची साडी चेनमध्ये अडकली होती नि त्याचमुळे हा प्रसंग आला असावा. त्याच दगडावर तिला बसवलं. ''पाहू कुठे लागलं ते?'' पण ती दाखवेना. ढोपरावर साडी दाबून धरली. ''पाहू की, किती लागलंय ते?'' मी तिचं मनगट धरून हात दूर करू लागलो, तेव्हा पायावरून साडी दूर झाली. तशा त्या प्रसंगातही तिच्या गोऱ्यापान टपोऱ्या पोटऱ्यांवरून माझी नजर हलेना. ''जरासं खरचटलंय की... एवढं रडण्यासारखं काय आहे? चल ऊठ, उगाच घाबरवलंस मला!''

''उं हूंऽऽऽ''

''थांब हं, मी रुमाल बांधतो.'' खिशातून रुमाल काढून बांधला. तशातही पोटऱ्यांच्या कुरळ्या केसांवरून हात फिरवायचा मोह आवरेना. म्हणून हवं तिथे दाबत विचारलं, ''इथे दुखत नाही ना? मुका मार...''

''पुरे...'' ती हुरहुरून गेली असेल. तिचे हुंदके थांबले. तसं मी म्हटलं, ''आपण थोडा वेळ थांबू इथेच!'' इतक्यात तिचा चुलतभाऊ अशोक आला. आम्हाला उशीर का झाला म्हणून बघायला परतला होता. सगळे पुढे गेल्याबद्दल मी त्याच्यावर थोडासा रागावलो, पण मनातून मात्र खूप खूष होतो.

''उभी राहून पाहा बरं. चालता येतं का? पॅडल मारू शकशील का?'' माझ्या खांद्यावर हात टेकून तिनं उभं राहाण्याचा प्रयत्न केला, पण 'ईऽऽऽ' करून ती एकदम खाली बसली. ''अच्छा! अशोक, तू हिची सायकल दुसऱ्या हातात धरून आणू शकशील का?''

''हो! आम्ही नेतो की कॉलेजात तशा.''

''मग उचल ती सायकल. त्या गुऱ्हाळावर ठेव. मी हिला डबलसीट घेऊन जातो. आपण हिची सायकल तिथे ठेवू...''

''पण मी येणार हं शेवटपर्यंत.'' ती म्हणाली.

''हो गं. मी घेतो तुला डबलसीट. घरी गेल्यावर पायाला रग लागली, तर रगडावेच लागतील हं!'' मी थट्टेनं म्हणालो.

आणि नंतर पुढचा प्रवास डबलसीटनं झाला. गुऱ्हाळावर उसाचा रस घेतला. बर्फ चेहऱ्यावरून फिरवून आम्ही ताजेतवाने झालो. थोडा वेळ अशोक आमच्याबरोबर

राहिला. साहजिकच माझ्या थंड चालीत तो रमेना. मी पुढे जाण्याची परवानगी देताच आपल्या मित्रांत मिसळण्यासाठी त्यानं टांग मारली.

आता आम्ही दोघंच होतो. ती आरामात बसली होती. तिचे केस माझ्या गालावर भुरभुरताहेत हे तिच्या लक्षात आणून देताच एका हातानं ती केस आवरी. तिनं हात वर करताच तिच्या बगलेला माझं कोपर लागे. एकीकडे माझं बडबडणं सुरूच होतं. तिच्या गप्पा ऐकत होतो, तर दुसरीकडे तिच्या शरीरस्पर्शासाठी माझा अवयव न् अवयव धडपडत होता. माझं कोपर तिच्या वक्षस्थळाला स्पर्श करताच ती किंचित थरथरली. सुस्कारा सोडून साहजिकच तिचं डोकं माझ्या छातीवर विसावलं गेलं. माझी ती कृती तिला आवडल्याचीच ही पावती होती. मी उत्तेजित झालो नि तिच्या गालावर गाल घासला नि एका हातानं सरळ तिच्या छातीवर हात ठेवला. ''कुणी पाहिलं तर?'' ती पुटपुटली, पण समोर कुणी नव्हतं, याची खात्री करूनच मी सारं काही करत होतो. अर्थात तिची ती सूचना निरर्थक होती. किंबहुना, आपल्याला ते हवंच आहे असं ती सुचवत होती. नि म्हणूनच मी 'हं हं' करत मला हवं ते करून घेत होतो. तिच्याकडून करवून घेत होतो. एरवी सायकल चालवण्याचा कंटाळा करणारा मी, पण आज मात्र माझे पाय थकत नव्हते. कुठून एवढी ताकद आली होती कोण जाणे! सायकलवरून उतरावंसं वाटत नव्हतं.

बाळेकुंद्रीला पोचल्यावर देखील ती माझ्या आजूबाजूलाच राहिली. काळोखात पायऱ्या उतरताना तिनं आपण होऊन माझा हात धरला. आपल्या कमरेभोवती घालून घेतला. किंबहुना माझ्या कुशीत शिरण्याचा तिनं प्रयत्न केला. मीही अर्थात भरपूर साथ केली.

तिनं देवाला भक्तिभावानं नमस्कार केला. अगदी ओणवी वाकून. फार आकर्षक वाटली ती त्या वेळी! मी थट्टेने विचारलं, ''काय मागतेस देवाकडे?''

''या जन्मी नसला तरी पुढच्या जन्मी तरी हा नवरा दे.'' माझ्या शर्टाचं टोक धरून ती कानात पुटपुटली.

''खरंच!'' किती हरखून गेलो मी.

''तुम्हाला कल्पना आहे, ताईला पाहायला आलात ना, तेव्हापासून तुम्ही मला फार आवडला होता. मी तुमच्या पुढे पुढे करायची, पण तुमचं लक्ष माझ्याकडे कसलं लागणार?'' ती किंचित रुसून म्हणाली.

''असं काय करतेस? मलाही तू आवडली होतीस!''

''खोटं खोटं कशाला बोलता उगाच?''

''अगं, किती लहान होतीस तू त्या वेळी. फ्रॉकात...'' मी तिला कसं समजावू याचा विचार करत असतानाच आमची बाळगोपाळ मंडळींची टोळी आली आणि प्रश्न सुटला.

तिथे आम्ही अनेक खेळ खेळलो. खूप मजा आली. परत येताना ती माझ्याच सायकलवर होती, पण पोरं जवळपास राहण्याचा प्रयत्न करत असल्यामुळे आम्हाला तसं काही करता आलं नाही. फक्त तिनं माझ्याकडून अधिक दिवस राहण्याचं आश्वासन घेतलं. मला तरी कुठे लवकरच जायची घाई होती, पण तिच्याच आग्रहासाठी मी राहतो, असं दाखवून मी कबूल केलं, तशी ती खुशीत आली नी कुणी नाहीसं पाहून तिनं चटकन माझ्या हाताचं चुंबन घेतलं.

त्या सायकलच्या सहलीनं आम्ही फार जवळ आलो आणि नंतरच्या दिवसांत एकमेकांशिवाय आम्हाला क्षणभरदेखील करमेना. अरुणचं लग्न चाललं होतं. खरं म्हणजे धाकटी बहीण करवली म्हणून तिनं त्याच्या आसपास राहायला हवं होतं, पण गर्दीत ती मला शोधून काढायची. डोळ्यांनी खुणवायची किंवा काहीतरी देण्याच्या निमित्तानं स्पर्श करून जायची. जेवता-खाताना मधेच काहीतरी अधिक वाढून जायची. इतर कुणाकडे नसेल एवढं माझ्याकडे लक्ष द्यायची.

अरुणचं लग्न झालं. सर्व सुखसोहळे पार पडले. नेहमीची आग्रहाची कृत्रिम बोलणी सुरू झाली नि त्या बोलण्यातला खरा अर्थ समजून मंडळी परतायलाही लागली. आता आम्हालाही परतायचं होतं मुंबईला. माझा जीव वरखाली होत होता. सुनीताचा आग्रह मोडून तिच्यापासून मिळणारं अपरिमित सुख सोडून मुंबईला परतायचं जिवावर येत होतं. सासू-सासऱ्यांच्या आग्रहाची वाट पाहत मी दिवस ढकलत होतो. दिवसेंदिवस वाडा ओकाओका वाटू लागला. उद्या सत्यनारायणाची पूजा झाल्यावर नवविवाहित जोडपं मधुचंद्रासाठी जाणार होतं नि नंतर आम्ही इथे राहणं म्हणजे अडचणच होती. म्हणून मनात नसतानाही मी जायच्या गोष्टी करत होतो. सुनीता गप्प बसून होती. तिनं बोलण्यात काही अर्थ नाही, हे तिला कळून चुकलं होतं. अर्थात, तिनं आपल्या ताईलाच आग्रह करायला सुरुवात केली. सुषमालाही राहायचंच होतं. तिनं आपल्या आई-वडलांकडून मला आग्रह करवला आणि अखेर 'हो ना' करता करता आणखी आठ दिवस रजा वाढवून घेण्याचं ठरवलं.

अरुण आपल्या नवपरिणित वधूला घेऊन हनीमूनला गेला नि साऱ्या घराचा उत्साह मावळला. घर ओकंओकं वाटू लागलं. तसं अनेकांनी बोलूनदेखील दाखवलं. घर खायला उठतं म्हणून मी सिनेमाला जायचा बेत आखला. सुषमा म्हणाली, ''मला आईला सोबत करायचीय.'' नाहीतरी मला ती नकोच होती, पण तिला बोलावलं नसतं, तर मात्र तिला माझ्याबद्दल शंका येऊन ती माझ्याबरोबर आली असती. सुनीता, तिच्या धाकट्या दोन बहिणी आणि दोन धाकटे चुलतभाऊ अशांनी जायचं ठरवलं. दुपारचाच शो, पण रविवार असल्यामुळे 'हाऊस फुल्ल'चा बोर्ड झळकत होता. मुलं निराश झाली म्हणून ब्लॅकनं तिकिटं मिळतात काय,

याची चौकशी केली नि अखेर खालच्या वर्गाची चार तिकिटं मिळाली. अखेर छोट्या चौघांनी चित्रपटाला जावं नि आम्ही घरी परतावं असं ठरलं. मुलं थिएटरात शिरली. सुनीताच्या मनात घरी जायचं नव्हतं. ती म्हणाली, ''तेवढा वेळ फिरून येऊ.'' आम्ही परतणार इतक्यात कुणीतरी दोन तिकिटं परत करायला आला होता. त्यानं आम्हाला विचारलं. आम्ही तयारच होतो. फक्त ती वरच्या वर्गाची होती.

देव द्यायचं झालं म्हणजे आकाश फाडून देतो म्हणतात ते असं. अपेक्षेपेक्षा अधिक मिळालं होतं. आम्हाला विंडोवर तिकिटं मिळाली असती, तर एकत्रच बसावं लागलं असतं... ही तिकिटं एका कोपऱ्याची होती. पिक्चर जवळ जवळ सुरू झाला होता. मिणमिणत्या टॉर्चच्या उजेडात धडपडत आम्ही आमच्या खुर्च्या गाठल्या. अर्थात जरूर नसतानाही एकमेकांना आधार देत-घेत स्थानापन्न झालो. पडद्याकडे बघू लागलो. खरं म्हणजे नजर पडद्याकडे होती तरी त्यावर काय चाललंय, याचा मला तरी पत्ता नव्हता. तिलाही नसावा. एकमेकांत कसं गुरफटावं, अंधाराचा जास्तीत जास्त कसा फायदा घ्यावा यातच आमचं लक्ष गुंतलं होतं. तिनं आपला हात माझ्या हातात गुंफला. माझ्या नखातून आपली नखं फिरवू लागली. मधूनच माझा हात ती आपल्या गालावर घासे, तर कधी आपले ओठ माझ्या हातावर टेकवी. कधी आपल्या छातीवर दाबून धरी, तर कधी मांडीवर. मी तिच्या हातातून माझा उजवा हात सोडवून घेतला नि तिची मांडी चाचपली. माझा एक पाय तिच्या मांडीवर ठेवला. उजव्या हातानं मी तिला माझ्या अंगावर खेचून घेतली नि तिच्या शरीराचा हाताला लागेल तो तो भाग चाचपू लागलो. कुरवाळू लागलो. तिचा कशालाच विरोध नव्हता. किंबहुना, ते सारं तिला हवंच होतं म्हणून मी करतो ते ते ती करून घेत होती.

लगेच पुढचे बेत शिजू लागले. मुंबईला परतण्यापूर्वी सारे बेत पुरे करून घ्यायचे होते. कुठेतरी एक-दोन दिवस सहलीला म्हणून जायचं. हवं ते करून घ्यायचं. माझा बेत मी तिला सांगितला. तिनं चटकन संमती दिली. इतकंच नव्हे, तर आई-बाबांना काय काय सांगायचं हेही ठरवून टाकलं. जवळ जवळ सगळं ठरलं. फक्त सुषमाला कसं पटवायचं तेच ठरायचं होतं. तिला शंका येणं साहजिकच होतं. चोराच्या मनात चांदणं. म्हणून मी सुनीताला म्हटलं.

''आताच तिला शंका येत असेल. परवा सायकलच्या ट्रिपबद्दलच नाही का तिनं खोदून खोदून विचारलं. मी तर घाबरूनच गेलो होतो. पोरं काहीतरी सांगतील या भीतीनं.''

''काही नको घाबरायला ताईला. तिला काय कळतंय?''

''अगं, पण... तू सारखी माझ्या पुढे पुढे करतेस हे काय लोकांच्या लक्षात

येत नाही होय? जेवतानासुद्धा इतक्या मंडळींसमोर तू माझी काळजी घेतेस हे बरं दिसतं का? तुला मी कितीही आवडत असलो, तरी त्याचं असं प्रदर्शन करायला नको होतं तू. जे करायचं ते गुपचूप. सुषमानं एकदा डोक्यात राख घालून घेतली तर बस्स! सारा जन्म फाडून खाईल.'' मी तिला माझ्या अंगावर आवळून घेत म्हणालो, ''पण काय गं, तुझ्या ताईला आपल्याबद्दल काय वाटतं, याचा कानोसा घेतलास का कधी?''

''त्याच्यात कानोसा कशाला घ्यायचा? मी तुमची मेहुणीच आहे. माझा हक्कच आहे तुमच्यावर. भावोजी नाही का म्हणत मेहुणी म्हणजे अर्धी बायको. अक्काचं लग्न झालं, तेव्हा ताई नव्हती का भावोजींच्या पुढे पुढे करत. आई तर कित्येकदा रागावली असेल, पण ही कानांवर केस ओढून घेई. भावोजी समोरच राहतात तर ही घरच्यापेक्षा त्यांच्याचकडे अधिक वेळ असायची. अक्का बाळंतपणाला गेली, तेव्हा तर ही भावोजींकडेच राहायला होती. आई म्हणायची, 'अगं, माझ्याकडे आलीस का अक्काकडे?' भावोजी त्या दिवसांत दुकानात जातच नसत. ताईला घेऊन मोटारनं आपणच जात. आम्ही लहान म्हणून आम्हालादेखील नेत नसत बरोबर...''

ती बोलत होती. माझं डोकं भणभणत होतं. तिला अखंड कुरवाळणारा माझा हात कधीच थांबला होता. माझी मिठी सैल पडली होती. सुनीता माझी मेहुणी म्हणून माझा तिच्यावर हक्कच आहे अशी मी इतके दिवस माझ्या मनाची समजूत घालत होतो नि सुषमा– माझी बायको– माझ्या साडूची मेहुणी आहे, हे मात्र मी सोयीस्कररीत्या विसरू पाहत होतो. सुषमाचा– माझ्या बायकोचा– घास घेणाऱ्या माझ्या साडूचा मला संताप आला. तरीच सुषमा वारंवार बेळगावला यायची. माहेरी यायला ती इतकी उत्सुक का, याची मला आता कल्पना आली. आईची ओढ वेगळी नि ही ओढ वेगळी... आम्ही खेळायला बसलो, तर ही आमच्यात नसायची. हिचे खेळाडू आई, बाबा, भावोजी, अक्का... सगळी लहानपणाची परिचित का? माझं डोकं आवरेना. संताप शरीरातून फुटून निघतो असं वाटू लागलं.

''आतासुद्धा बघा... आईबरोबर जायचं म्हणून थांबलीय ना ती. पण गेली असेल भावोजींच्या गाडीतून भटकायला...'' मला पुढे ऐकवेना. इंटरव्हलची वाट न बघता मी तिला म्हटलं, ''चल, आपण घरी जाऊ.'' ती आश्चर्यचकित झाली. ती यायला तयार होईना. सहजासहजी मिळालेला चान्स सोडायला ती तयार नव्हती. मला मात्र पुढे काही करण्याचा जोम राहिला नव्हता. मी तिची वाट न पाहता थिएटरच्या बाहेर पडलो. ती राहिली.

मी घरी आलो. सुनीतानं म्हटल्याप्रमाणे आमचे साडूमहाशय मोटारनं खानापूरला गेले होते. आई, अक्का, ताईसह... अचानक त्यांचा बेत ठरला होता

म्हणे.

ती परतेपर्यंत माझं सामान बांधून झालं होतं. मी सर्वांचा कसाबसा निरोप घेतला. सारेजण आश्चर्यचकित झाले होते. अचानक रजा कशी रद्द झाली असं विचारत होते, पण कुणालाही कसलंही स्पष्टीकरण देण्याच्या मन:स्थितीत मी नव्हतो. मिळेल त्या पहिल्या गाडीनं मला मुंबईला परतायचं होतं सुषमासह. पुन्हा कधीही न येण्यासाठी!

(पूर्वप्रसिद्धी : मेनका, ऑक्टोबर १९७०)

नाव नका छापू

मंदाकिनी गोडसे

ही माझीच गोष्ट. अगदी सुरुवातीची! सर्वांनाच सांगावी असं खूप वाटतंय, पण धीर होत नाहीये. जाहीरपणे सांगावी असंही वाटतंय खूप, पण छे! जमणार नाही मला. म्हणजे झेपणारच नाही. राग येतो माझा मलाच. माझ्याभोवती असलेल्या चौकटींचा. माझ्यावर लादलेल्या तथाकथित सुसंस्कृत सभ्यतेचा! सारी बंधनं आणि चौकटी झुगारून देऊन वाटतं, ओरडून सांगावं साऱ्यांना 'त्या' वेळी नेमकं काय झालं ते! माझा तो जिवंत, रसरशीत अनुभव! मी भोगलेला तो क्षण! आत खोल कुठेतरी जाऊन भिडलेला, पण मी नाही बोलू शकत. माझ्या नावनिशीवार नाही लिहू शकत. त्यासाठीच माझा आत्मा आतल्याआत तळमळतोय. मध्यरात्रीसुद्धा मी भुतासारखी उठून बसते. खूप ओरडावं, रडावं असं वाटतं. काही वेळा तसं घडलंही. मनावर ताबा न राहून मी झोपेतून उठून मोठ्यानं रडू लागले. सारं घर माझ्याभोवती गोळा झालं. मला अंजारू-गोंजारू लागलं. माझ्यावर खोल मानसिक परिणाम झालाय म्हणून सांभाळू लागलं. माझ्या नवऱ्यानं पुन्हा पुन्हा सांगितलं, की 'आम्ही कुणीही तुला अपराधी समजत नाही. झाली घटना विसरून जा. फक्त पुढे सावधपणानं वाग.'

भावनांचा भर ओसरल्यावर मी म्हटलं, ''तुम्ही मला अपराधी समजण्याचा हा विषयच नाहीये हो. मीच मला अपराधी समजते आहे आणि माझं हे झोपेतून उठणं, सैरभैर होणं, रडणं. तुम्ही सारी ज्या कारणांसाठी समजता आहात ना त्या कारणांसाठी नाहीये ते! त्याची कारणं खूप वेगळी आहेत. अगदी निराळ्या स्तरावरची आहेत. मला ती समजताहेत, पण फक्त मलाच! अगदी 'त्या' क्षणीसुद्धा समजली, पण मी ती कुणाला सांगू शकत नाही. उच्चार करायला गेले, तर जीभ टाळूला चिकटून बसते आणि तोच माझा आतला आक्रोश मला छळतो आहे.''

पण हेसुद्धा सारं मनाशीच! साऱ्यांची सहानुभूती स्वीकारत मी डोळे मिटून घेते. आज अगदी एकविसाव्या शतकाच्या उंबरठ्यावरसुद्धा मी माझ्या स्त्रीत्वाच्या सामाजिक चौकटी आणि शालीनतेच्या मर्यादा नाही मोडू शकत. सर्वांच्या नजरेत, कुटुंबाच्या, प्रतिष्ठेच्या, मुलाच्या... साऱ्यांच्या सुरक्षिततेसाठी मी मला 'भावलेला' तो क्षण 'आपला' नाही मानू शकत.

एवढी माझी ओढाताण का चाललीय? मनातली वादळं वेगळी आणि बाहेरची वेगळी असं झालंय तरी काय?

मध्यमवर्गीय, उच्चवर्णीय, सालस घरातली पदवीधर तरुणी मी. लग्न होऊन दहा वर्षं झालीत म्हणजे 'बाई' म्हणा हवं तर. बहुतेक पाहता तसं काही कमी नाही. संसार आहे. कुटुंबात राहणारी माणसं आहेत. तशी सगळी स्वतंत्र, पण प्रसंगी सगळी एकत्र येतो. परंपरा, रीतिरिवाजांना बांधलेलं घर आहे. सर्व मर्यादा सांभाळणारं. पापभिरू आणि सरळ मार्गानं जगणारं माझं घर! निर्व्यसनी नवरा. नुसताच निर्व्यसनी नाही तर थोर. आदर्श विचारांचा. संस्कृतीचा पक्का अभिमानी. बरेच आदर्श त्याच्यासमोर. त्यामुळेच अनेक सेवाभावी कामांत सदैव गुंतलेला. कुठे कुठल्या झोपडपट्टीतल्या लोकांना व्यसनमुक्त करण्यासाठी झट; कुठे एखाद्या खेड्यात शाळा उभी करण्यासाठी धडपड; कुठे देश, धर्म, संस्कृती लोकांना समजावून सांग. सारखं काही ना काही सुरूच! नोकरी करायची ती फक्त कुटुंबाचा चरितार्थ चालवण्यासाठी. बाकी सगळा वेळ अशा 'थोर' कार्यांत. केवळ कुटुंबासाठी जगणं, वेळ देणं त्याला मंजूरच नाही. लोकही खूप आदर देतात त्याला, सन्मानानं वागवतात. कितीक अडचणी त्याला सांगतात, सोडवून घेतात. त्यांच्या प्रश्नांत तो बुडून जातो. मला असं सामाजिक कार्यात नाही झोकून देता येत आणि ठरवलं तसं तरी नाही जमायचं. घरातला एवढा वेळ मी कशी देऊ शकणार? घरातली सर्व जबाबदारी मीच सांभाळते. त्यानंही ती नि:शंकपणे माझ्या खांद्यावर सोपवली आहे. शिकलेली, पदवीधर, सालस, विनम्र बायको त्यासाठीच असते ना!

पण... सगळ्यांचं, सगळं व्यवस्थित करूनही माझं मन आत कुठेतरी रितंच. सासरची माणसं येतात, जातात, राहतात. सात वर्षांचा एकुलता एक मुलगा. त्याचं शालेय जीवन सुरू झालंय. मला आपलं सारखं वाटतं, माझा... माझा म्हणून काही विकास व्हावा. सुरुवातीला ही तळमळ फारच वाटायची. खरंतर सून म्हणून घरात आलेल्या मुलीनं जास्त लवकर त्या घरासारखं व्हावं, विरघळून जावं ही आपली आदर्श परंपरा! नाही का? याच गुणांवर सासरघरी तिचं मूल्यमापन होणार. आदराचं स्थान मिळणार.

पण मला ते तेवढं नव्हतं जमत. त्रास व्हायचा. माझी म्हणून काही मतं

आहेत. आवडीनिवडी आहेत. जगण्याच्या काही कल्पना आहेत. सुरुवातीला घरात आणखी कुणाला नाही, तरी माझ्या नवऱ्याला तरी मी त्या सांगायला जायची. पण त्या थोर पुरुषाच्या ते गावीही नसायचं. खरं सांगते, हे असलं तर सोडाच, पण शृंगार, प्रणय, काव्य वगैरेंच्या जंजाळातही तो कधी गुंतलाच नाही. त्याचं म्हणून काही जीवनध्येय होतं, सामाजिक बांधिलकी होती. लग्न, बायको, संसार त्याच्या लेखी सारं दुय्यम होतं. कधी मी त्याला सुचवू लागले, वाद घालू लागले, तर तो म्हणायचा,

''इतका कसला स्वतःचाच विचार करतेस?''

त्याच्यापुढे आपण खरंच खूप 'छोट्या', स्वार्थी आहोत का? मी स्वतःलाच विचारायची. छे, लग्नाआधी चार-आठ दिवस याच्याबरोबर, याच्या घरी येऊन राहायला हवं होतं. म्हणजे हे लग्न कदाचित झालंच नसतं, पण आपल्या मध्यमवर्गीय, ठरवून केलेल्या लग्नात अशी मोकळीक, एवढं स्वातंत्र्य असतं का? बाकी सगळं छान करतील. याद्या, मानपान, साड्या, दागिने, नवऱ्यामुलाचं कौतुक, सोहळे, जेवणावळी– पण ही महत्त्वाची गोष्ट? जाऊदे. तुम्हाला सारं माहीतच आहे. सासर चांगलं आहे. नवरा निर्व्यसनी आहे.

माझी मतं बाजूला ठेवून, स्वतःला दामटून चारचौघींसारखं 'यशस्वी' जीवन जगायच्या उद्योगाला मीही लागले. नवऱ्याच्या कामांत ढवळाढवळ करायची नाही. सासरच्या साऱ्यांचे मान राखायचे. देणी-घेणी, सणवार, आहेर-भेटीगाठी सारं शिस्तीनं करायचं. मिळकतीच्या आत खर्च करून चार पैसे उरवायचे. यशस्वी गृहिणीला याहून काय हवं असतं हो? मीही तशी चांगली ठरले होते, पण तरीही माझं मन मधे मधे उसळी घ्यायचं. काहीतरी स्वतःचं करायला धडपडायचं.

शेवटी नवऱ्याच्या कानीकपाळी लागून एक योजना आखलीच. मध्यमसं आमचं गाव. मध्यवर्ती. गावाच्या बाहेर वाटावी अशी आमची एक पडीक जमीन होती. ती डेव्हलप करायची. तिथे एक छान वास्तू उभारायची. आता गावाबाहेर वस्ती वाढते आहे. भविष्यात या जागेचं महत्त्व वाढेल. दुमजली इमारत, खाली दुकानांचे गाळे, वर एखाद्या ऑफिसला, बँकेला वगैरे भाड्यानं जागा देता येईल. या भागाची पर्यटनक्षेत्रासाठीसुद्धा पाहणी झालीय. नक्कीच ही योजना यशस्वी होईल. जमलं तर आपलं स्वतःचं दुकानही सुरू करायचं, रेडीमेड गार्मेंट्स! माझ्यातली 'उद्योजकता' डोकं वर काढू लागली. प्रथम माझ्या नवऱ्यानं ती कल्पना धुडकावून लावली. त्याला असल्या गोष्टींकडे लक्ष द्यायला वेळ नव्हता. शिवाय घर ठीक चाललं असताना उगाच नसते व्याप डोक्याला लावून कशाला घ्यायचे? शिवाय 'सामाजिक उत्थानाचे' एवढे प्रचंड विषय समोर पडलेले असताना हे असले स्वतःसाठीचे उपद्व्याप?

शेवटी मी सारी ताकद पणाला लावली. सारी जबाबदारी माझ्यावर घेतली. त्यासाठी घर डिस्टर्ब होणार नाही याची हमी दिली. या प्रकल्पासाठी कर्ज वगैरे मिळवण्याची धडपड करायचं ठरवलं. घर सांभाळून सारं मी करीन, तुम्ही फक्त 'हो' म्हणा असं विनवल्यावर तो 'हो' म्हणाला.

माझं काम उत्साहानं सुरू झालं. सर्वप्रथम ती पडीक जागा नीट मापून साफ करायची. कुंपण घालायचं. तलाठी ऑफिस, भूमापन अधिकारी यांच्या कार्यालयांत खेपा होऊ लागल्या. पैसे झराझरा खर्ची पडू लागले. मजुरीची माणसं सहज मिळत नव्हती. शिवाय एक 'बाई' व्यवहार ठरवते आहे म्हटल्यावर मलाही अडवणूक, सौदेबाजी वगैरे नवेनवे अनुभव येत होते. स्वतंत्रपणे पत्रव्यवहार करणं, ऑफिसात जाणं, पुरुषांशी बोलणं, मजूर ठरवणं... मला सारं अनोळखी, नवखं असूनही, मी ते धीटपणे जमवत होते. माझ्या अंगभूत हुशारीचा मलाही प्रत्यय येत होता. काळजी वाटत होती, तसं बरंही वाटत होतं. मी माझ्या 'घरगुती' चौकटीतून बाहेर पडत होते. रितंरितं वाटणाऱ्या मनाला आता स्वत:चं असं काम मिळालं होतं. चौकटीतला संसार करून अधिक काही करण्याएवढी आपली ताकद आहे, याचा प्रत्यय येऊन मला माझाच अभिमान वाटायला लागला होता. बरेच प्रश्न मार्गी लागत होते. मजुरांच्या बाबतीत मला एक बरा कॉंट्रॅक्टर मिळाला. जागा साफसूफ करण्याच्या प्राथमिक कामाला सुरुवात केली. मुहूर्ताचा नारळ ठेवायला दहा मिनिटं नवरा आला. नंतर ज्या विश्वासानं त्यानं संसार माझ्या खांद्यावर ठेवला, त्याच अलिप्तपणानं हेही काम सोपवून आपल्या आवडत्या व्यापात गुंतला. मजुरांमध्ये मला एक बरासा पोरगा आढळला. त्याला मी 'मुकादम' नेमला. तरुण, तगडा होता. त्याचा कामसूपणा मी हेरला. चांगला रुंद खांद्याचा. फावडं चालवू लागला की सपासप काम करायचा. थोडा छाकटा राहायचा. पण आजकालचा मुलगा. त्यात गैर काय? तो मला 'मॅडम' म्हणायचा. बरं वाटायचं. काकू, वहिनी, मावशीच्या नात्यातून बाहेर पडल्यासारखं वाटायचं. पुढेमागे यालाच प्रोजेक्ट मॅनेजर करायचं, असं मी मनाशी ठरवलं होतं. आठवी-नववीतून शाळा सोडली होतीन्. पण समज चांगली होती. मी माझ्या योजना त्याला समजावून सांगायची. तो लक्षपूर्वक ऐकायचा. काही सुचवायचासुद्धा. मजुरांची जबाबदारी त्यानं घेतल्यामुळे मला फारच दिलासा मिळाला होता. त्याची माझी वेव्हलेंग्थ जुळू लागली होती. सकाळचं सारं काम तो पाहायचा. दुपारनंतर घरचं सारं आटोपून मी जायची. झालेलं काम पाहायची. मजूर काय, सगळे सांगकामेच! पण यानं नीट काम करून घेतलेलं वाटायचं. मात्र त्याचं ते केसाला तेल चोपडणं, रंगीत भडक टी-शर्ट घालणं मला आवडायचं नाही. पण मुलगा कामसू आहे, समज आहे. पुढेमागे आपण त्याला चांगलं राहायला शिकवू.

आधी नांदूदे तर, असा विचार करत मी त्याचं सारं ऐकून घ्यायची. माझ्या घरचं प्लॉटवर कुणी येतच नव्हतं, हा तरी माझं सगळं ऐकून घेतो म्हणून बरं वाटायचं, त्याचं मला 'मॅडम' म्हणणं, माझ्या योजनांना रिस्पॉन्स देणं मला आपुलकीचं वाटायचं.

त्या दिवशी अशीच दुपारनंतर मी प्लॉटवर गेले. झुडपं काढून जागा आता साफसूफ झाली होती. मातीचे ढिगारे हलवून लेव्हलिंग झालं होतं. इतस्तत: पडलेल्या दगडांचे ढीग उभे होते. कुंपणाच्या दोऱ्या ताणून खुणेचे दगड ठेवले होते. मजुरांनी दुपारच्या जेवणासाठी बाजूला एक जुजबी खोपटं उभारलं होतं. सारं काम पाहून मला बरं वाटत होतं. आता प्रत्यक्ष इमारत कुठे, कशी बांधायची हे मी त्याला समजावून सांगत होते. आर्किटेक्टचं जग त्याला माहीत नव्हतं, पण आर्किटेक्ट काय करतो, त्याचं काम कसं असतं, ते किती महत्त्वाचं असतं, त्यालाच प्लॅन सांगणं किती महत्त्वाचं आहे... मी त्याला माझ्या मनातलं विश्वासानं सांगत होते. पटवून देत होते. तोही माझं बोलणं लक्षपूर्वक ऐकतो आहे, असं निदान मला तरी वाटत होतं. त्या क्षणी तरी विश्वासानं माझ्या योजना ऐकणारा, त्यात मदत करणारा, मला माझं स्वत:चं असं काही उभं करू देण्यात रस घेणारा तोच एकमेव होता, जणू माझा...

बोलता बोलता संध्याकाळ केव्हाच झाली. मजुरांना त्यानंच रजा दिली. दिवस लहान. सूर्यास्त केव्हाच झाला होता. काळोख दाटून येऊ लागला. गावाबाहेर ती निर्जन जागा, पण मी माझ्या सगळ्या योजनांत एवढी रममाण झाले होते, की वेळेचं भान सुटलं होतं. शिवाय माझ्या प्रत्येक कामात, योजनेत रस घेणारा 'तो' मला विश्वासाचा वाटत होता. सोबत वाटत होता. त्याच्या पिळदार दंडावर कामाची जबाबदारी टाकून मी निर्भर होऊ पाहत होते.

माझा नवरा एकदा म्हणाला होता, ''हा तुझा खुळेपणा आहे. पण चालूदे. त्यात दणके खाल्लेस की आपोआप गप्प बसशील.''

आणि मला तर असं गप्प बसायचं नव्हतं. त्यानंच मी भारले होते. जिद्द धरत होते. त्याच उभारीनं मी नवऱ्याऐवजी यालाच माझे प्लॅन्स सांगत होते. माझं त्याच्या चेहऱ्याकडे लक्ष नव्हतं. मनाकडे तर मुळीच नव्हतं. बोलत असं फिरता-फिरताच काय होतंय हे समजण्यापूर्वीच त्या मिटल्या अंधारात त्यानं मला गच्च आवळलं. मी बेसावध होते. एकदम धडपडले. किंचाळी फोडणार पण त्यापूर्वीच त्याचा भक्कम पंजा माझ्या तोंडावर. त्याच्या बळकट बाहूंनी मला पुरतं वेढलं. ''मॅडम, प्लीज... प्लीज... तुम्ही मला आवडता. खूप आवडता!'' तोंडानं असं म्हणत असतानाच त्यानं मला अलगद उचललं आणि त्या जुजबी झोपडीत नेलं. अलगद. त्याही क्षणी मला त्याच्या भक्कम बाहूंची आणि शक्तीची

जाणीव झाली.

मी घाबरले, गांगरले आणि प्रतिकाराचा दुबळा प्रयत्न करता करताच त्याच्या स्वाधीन झाले. ''मॅडम, प्लीज रागावू नका.'' म्हणत त्यानं मला पुरतं घेरलं. त्या बळजबरीत आवेग, जोम काही वेगळंच होतं. अननुभूत होतं. मी थरारले. खोटं कशाला सांगू? तो क्षण मला अपूर्व अनुभवाचा वाटला. लग्नाच्या दहा वर्षांत एकदाही अशी एकरूपता मी अनुभवली नव्हती. तो अक्षरश: मला भिडला होता. खोल कुठेतरी! कामतृप्ती हे सुख असेल तर तो क्षण 'स्वर्गीय' सुखाचा होता. फार 'मोठ्या, मोठ्या' गोष्टींनी झपाटलेल्या माझ्या नवऱ्याच्या सहवासात मला अशी ओढ, असा आवेग कधीच जाणवला नव्हता. मला छळणारं रितेपण नुसतं बौद्धिक नव्हतं, मानसिक नव्हतं, तर शारीरिकही होतं हे त्या क्षणी मला जाणवलं. बाह्य सगळं विसरून, त्या तिन्हीसांजेला त्या गोणपाटावर मी तो क्षण सर्वांगानं अनुभवला, शोषून घेतला. 'तो' कोण याचा विचार न करता मी माझं रितेपण भरून घेतलं!

पण हाय! ते 'स्वर्गीय' सुख निर्भेळ नव्हतं. काहीतरी हत्यार विसरलं म्हणून घराकडे निघालेले दोन मजूर झोपडीकडे परत आले होते. त्यांनी त्याला पाहिलं आणि बोंब ठोकली, 'बाईंवर अत्याचार केला' म्हणून ओरड केली. त्यांच्यासारखाच तो एक मजूर. प्रत्यक्ष मालकीणबाईंवर हात टाकतो...

त्यांची बोंब ऐकून बातमी पसरलीच. क्षणाच्या सुखाचा चक्काचूर झाला. मी त्याला त्याही अवस्थेत 'जा, पळ' म्हटलं. पुढच्या भयानक परिस्थितीची मला कल्पना आली होती, पण मजुरांनी त्याला घेरलाच.

''बाईमाणसाच्या अंगावर हात टाकतो मेल्या, तुला काही लाजलज्जा? थांब, तुझा खातमा करून टाकतो.''

अर्वाच्य शिव्यांचा त्याच्यावर भडिमार होत होता. लाथाबुक्क्या सुरूच होत्या. भीतीनं मी गप्पगार पडले होते. कुणीतरी पाणी आणलं, मला पाजलं. माझी माणसं आली. नवरा आला. माझी वाचा गोठली होती. प्रतिष्ठेनं जगणाऱ्या माझ्या नवऱ्याची, माझ्या कुलीन घराची, संसाराची स्थिती आता काय होणार? अनुभवलेला तो सुखाचा क्षण माझ्या गळ्याशी आला. समोर दिसत होता फक्त विध्वंस! अंधार!

पण काय विपरीत पाहा! माझ्यावरच्या अत्याचारानं सारे खवळले. सामाजिक अन्यायाचं परिमार्जन करायला पुढे सरसावले. साऱ्यांच्या रागाचा, घृणेचा केंद्र झाला तो! लोकांनी त्याला तुडव तुडव तुडवला. अक्षरही बोलू दिलं नाही. माझ्यावर उपचार झाले. फार मोठ्या मानसिक धक्क्यानं माझी वाचा बंद झाली, असं डॉक्टर म्हणाले. पण मला आतून सारं समजत होतं. मी खोलीतून त्याचा

मार, शिव्या, तुच्छता सारं ऐकत होते; पण पुढे होऊन त्याला वाचवण्याची ताकद माझ्यात नव्हती.

'माझ्या सुंदर, तृप्त अशा एकाच क्षणाचा तो दाता... त्याला मारू नका' असं मी म्हटलं असतं तर... अरे बापरे! सारं गाव उलटंपालटं झालं असतं. मी आता साऱ्यांच्या सहानुभूतीचा विषय होते आणि तो तिरस्काराचा! शेवटी 'बाईची अब्रू' ही महत्त्वाची ना! धीटपणानं काही कार्य करू पाहणाऱ्या उच्च बाईवर एक मजूर अत्याचार करतो! केवढा सामाजिक अपराध!

मार खाऊन विकल झालेल्या त्याला पोलिसांनी धरून नेला. खटला चालला. कोर्टातसुद्धा अगदी शपथपूर्वक त्यानं माझ्यावर अत्याचार केला, असाच जबाब मी दिला. पण...

मन आत आक्रंदत होतं. सभोवतालच्या परिस्थितीचा आणि माझ्या 'बाईपणाचा' एवढा दबाव माझ्यावर होता, की मनातलं सत्य मी प्रकट करू शकले नाही. त्याला शिक्षा करू नका– सोडून द्या, असं म्हणाले नाही.

त्याला शिक्षा झाली. साऱ्यांना हायसं वाटलं. माझं प्रोजेक्ट पुरं बारगळलं. अपेशी, अमंगल जागा म्हणून माझ्या नवऱ्यानं तो प्लॉट फुकापासरीनं विकून टाकला. एक 'स्त्री' म्हणून मी– माझी 'इमेज' सुरक्षित राहिली. मी मला वाचवलं. माझ्या 'समंजस' माणसांनी माझा राग न करता उदारपणे, मोठ्या मनानं, सहानुभूतीनं मला आपल्यात ठेवलं. त्यांच्या उच्च विचारांचा, सुशिक्षितपणाचा विजय म्हणून ते थोडे मिरवलेसुद्धा. अनेकांनी त्यांच्या या उदार विचारसरणीचं अभिनंदन केलं. त्याचं जीवन तर काय लोकांच्या दृष्टीनं कःपदार्थच होतं. साधा मजूर तो! शिक्षा भोगून सुटल्यावर पुन्हा कुठेतरी मजूर म्हणून वावरेल. माझा नवरा त्या अमंगळ घटनेचा उच्चारही करत नाही. मीही पुन्हा माझ्या पूर्वीच्या बंदिस्त चौकटीत रुळू पाहते आहे.

पण... एखाद्या रात्री माझ्या आत्म्याचा आवाज बाहेर फुटू पाहतो... मला बेचैन करतो. दहा वर्षांच्या वैवाहिक जीवनात कधीही वाट्याला न आलेला 'तो' क्षण... मीसुद्धा अकल्पितपणे पण मनापासून भोगलेला तो क्षण... आणि नंतरची माझी भीरुता, माझा कातडीबचावू साळसूदपणा, माझ्या तथाकथित सुसंस्कृत जीवनाचं कवच भेदून बाहेर पडू पाहतो.

आतासुद्धा त्याच आवेगात हे कागद मी खरडते आहे. माझं अंतरंग उघडं करणारं हे आत्मगत! कुणाशी बोलता येत नाही म्हणून लिहिलं असलं, तरी माझं नाव नका छापू त्याखाली!

(पूर्वप्रसिद्धी : मेनका, मे १९९४)

काफ लव्ह

शशिकांत कोनकर

उषाला तो दिसला आणि ती दचकली. कावरीबावरी झाली. घाबरलीसुद्धा. बाजारातून ती रमतगमत चालली होती. तिच्या बोटाला धरून बंटी चालत होता.

तिला वाटलं, त्यानं बघितलं नसावं. पण गर्दीतून वाट काढत तो झपाझप पावलं टाकत तिच्याच दिशेनं येत होता. क्षणभर तिची आणि त्याची दृष्टादृष्ट झाली. तिनं बंटीला खेचलं. त्याला चुकवण्यासाठी रस्ता क्रॉस केला आणि टॅक्सीज व कार्सच्या रांगांमधून ती पलीकडच्या फुटपाथवर गेली. तिथून एका उडप्याच्या हॉटेलात शिरली.

''मम्मा! मम्मा! काय झालं मम्मा?'' बंटी विचारत होता, पण तिचं लक्ष समोरच्या फुटपाथवर होतं. तो कुठे दिसतोय का हे ती न्याहाळून बारकाईनं बघत होती. फुटपाथवर तरी तो तिला रेंगाळताना दिसला नाही. तिला थोडं हायसं वाटलं.

''मम्मी, तुला तहान लागली होती का?'' बंटी विचारत होता.

''हो रे राजा.''

''मग आपण थम्सअप मागवूया. घ्यायचं का?''

''घेऊया.''

तिनं दोन थम्सअप मागवले. अजूनही तिचा घसा कोरडा पडला होता. सावकाशपणे तिनं तो संपवला. बंटी अजूनही पीत होता, पण तिनं त्याला घाई केली नाही. बंटीनं बाटली रिकामी केल्यावर तिनं रस्त्यावर बघितलं. आजूबाजूला बघितलं. तो नाही अशी खात्री करून घेत ती हळूच उठली. काऊंटरवर पैसे देऊन ती पायऱ्या उतरणार तोच तो तिच्यासमोर आला आणि म्हणाला, ''हाय

उषा! इथेच उभा आहे मी तुझी वाट पाहत.''

तो लतकोडग्यासारखा हसला.

''तुला शुक् शुक् केलं, पण लक्षच नव्हतं तुझं. शेवटी हाका मारल्या उषा... उषाराणी!''

''मला?'' तिच्या चेहऱ्यावर संताप आणि लज्जा दोन्हींचं मिश्रण झालं होतं.

''हो मग? काय झालं?''

''मी ऐकल्या नसतील. घाईतच आहे मी जरा.''

''घाईत आहेस की मला टाळते आहेस?'' तो फिदीफिदी हसत म्हणाला.

तिला त्याचा तिटकारा आला. तो बोलत होता तेव्हा त्याच्या तोंडाला दारूचा वास येत होता. त्याची दाढी वाढली होती. कपडे चुरगाळले होते. तिनं तोंड फिरवलं आणि ती बंटीला म्हणाली, ''चल बंटी.''

''अगं... अगं... पण ऐक तर खरी मी काय म्हणतो ते.''

''हे आता नेहमीचंच झालंय. काय म्हणायचंय तुला?''

''आता तू चिकार श्रीमंत झालीस गं, पण आपली पण आठवण ठेव की...''

उषानं फटकन पर्स उघडली. त्याच्या अंगावर पाच रुपयांची नोट फेकली. त्यानं ती अधाशीपणे झेलली आणि तो म्हणाला, ''बस का उषा? आज इतकेच?''

तिनं मान फिरवली आणि ती झपाझप चालू लागली.

''केवळ तुझ्यासाठी उषा, केवळ तुझ्यासाठी मी घेतो. नाहीतर मी काही ऐकलं नसतं.''

तिला त्याचा तिरस्कार वाटला, पण ती बोलू शकत नव्हती. त्याच्याशी बोलायचं म्हणजे तिची जीभ टाळ्यालाच चिकटून बसायची.

एकेकाळचा तो तिचा प्रियकर नव्हता का? तसा तो तिच्या माहेरचा लांबचा नातेवाईक. तिची पहिली भेट झाली ती एका लग्नात. त्याच्याबरोबर त्याच्या मित्रांचं टोळकं होतं. तो तिच्याकडे बघत होता.

''गटवणार का दिलप्या, गटवणार?'' त्याचे मित्र खिदळत त्याला विचारत होते.

जेवायच्या वेळी पंगतीत तो तिच्यासमोर बसला होता.

''ए दिलीप, सरक ना तिकडे.'' त्याचे चार-पाच मित्र येऊन त्याला म्हणाले, पण तो त्याचं पान सोडायला तयार नव्हता.

उषालाही तो चांगला वाटला होता. ती त्या वेळी कॉलेजात होती. तिला त्याचे डोळे आवडले. त्याचे डोळे पुरुषी होते. त्याची मिशी ठेवण्याची पद्धत, हसण्याची

लकब तिच्या मनावर कोरली गेली.

दुपारनंतर रिसेप्शनची तयारी करण्यासाठी ती एका खोलीत नटत होती. त्या खोलीतल्या आरशासमोर ती स्वतःच्या कपाळावर कुंकू कोरत होती. आरशातल्या स्वतःच्या प्रतिबिंबाकडे ती एकाग्रपणे बघत होती. तोच तिला आरशात त्याचं प्रतिबिंब दिसलं. ती दचकली. गडबडली.

तो घाईघाईनं म्हणाला, ''पावडर आहे का इथे?''

तिला बोलायला शब्द सुचेनात.

''सुलूताईंना हवीय म्हणून विचारतो. उषाच ना तुम्ही?''

''हो.''

''सुलूताईंनीच सांगितलंय मला. आहे पावडरचा डबा?''

''घ्या ना!'' उषा म्हणाली.

''तुम्ही भलत्याच 'क्यूट' दिसताहात!'' तो पावडरचा डबा घेता घेता तिच्या कानाशी कुजबुजला.

त्याच्या त्या 'डेअरिंग'नं ती गप्पच झाली. थोडी गोरीमोरी झाली.

रात्रीच्या रिसेप्शनच्या झगमगाटात त्यानं तिला हॉलच्या एका कॉर्नरला गाठलं आणि तो म्हणाला,

''मला तुमची ओळख हवी आहे.''

''झाली की दुपारीच!'' ती किंचित हसत म्हणाली.

''तशी नको. तुम्हाला माझं नावसुद्धा माहीत नसेल.''

''आहे माहीत.''

''कोणत्या कॉलेजात आहात तुम्ही?''

''रुईया.''

''तसं आपलं नातंही आहे.''

''हो ना! आमची वहिनी म्हणत होती, तुम्ही माझे दूरचे भाऊ लागता.''

आणि उषा तिथून सटकली. तो तिच्या पाठमोऱ्या आकृतीकडे बघत होता, हे तिला जाणवत होतं.

लग्नाहून आल्यानंतर थोडे दिवस तो उषाच्या मनात रेंगाळत राहिला. नंतर तिचं कॉलेज सुरू झालं. तिचं बी.ए.चं शेवटचं वर्ष होतं.

एक दिवस दुपारी ती कॉलेजातून घरी आली, तेव्हा त्यांच्याकडे पाहुणे आले होते. पाहुणे म्हणजे तिची आऊमावशी आणि मावशीबरोबर तो.

''काय ओळखलंस का?'' त्यानं तिला आल्या आल्या विचारलं.

तिनं त्याला ओळखलंच होतं.

मावशी म्हणाली, ''यायची खूप इच्छा होती. शेवटी सोबतीसाठी दिलप्याला

तयार केलं... काय गाड्यांना गर्दी तरी! दिलप्या होता म्हणून आले इथपर्यंत.''

त्यानं त्याच्याबरोबर एक पत्ता आणला होता. पत्त्याचा कागद उषाला दाखवत तो म्हणाला, ''आम्हाला तुमची मुंबई दाखवावी लागेल.''

पत्ता जवळचाच होता.

''चलणार का आमच्याबरोबर?'' तो विचारत होता. ती आईला विचारून निघाली.

चालताना तो तिच्याशी खूप गप्पा मारत होता. मोकळेपणानं बोलत होता. रस्ता क्रॉस करताना त्यानं सहज तिचा हात धरल्यासारखं केलं.

दुसऱ्या दिवशी निघण्याअगोदर तो आऊमावशीचा निरोप घ्यायला त्यांच्याकडे आला. निघताना तो म्हणाला, ''पत्र वगैरे पाठव.'' आणि उषाकडे पाहून मिश्कीलपणे हसत तो जिन्याच्या पायऱ्या उतरला.

त्यानंतर चार-सहा दिवसांनी आऊमावशीही गेल्या. घरात तिची त्याच्यावरून थोडी चेष्टा झाली. राजा म्हणाला, ''उषा, आवडलाय का तुला दिलीप? आवडला असेल तर बोल.''

तिची आई म्हणाली, ''एवढी काही मोठी झालेली नाही ती.''

''अगं, आणखी किती वर्षं ठेवणार आहेस तिला घरात?'' राजानं आईला विचारलं, ''एकदा कटली म्हणजे मलाही बरं. लाईन क्लीअर!''

तो विषय तेवढाच राहिला.

एक दिवस ती कॉलेजच्या नोटीस बोर्डाजवळ उभी होती. नोटीस बोर्डाशेजारी पत्रांचा बोर्ड होता. अचानक तिचं तिकडे लक्ष गेलं. तिच्या नावावर एक पाकीट आलेलं तिला दिसलं. तिला आश्चर्य वाटलं. तिनं ते काढून घेतलं. जवळ जवळ पंधरा दिवसांपूर्वीचं ते पत्र होतं. पाठवणारा कुणीतरी होता आबासाहेब सहस्रबुद्धे. कोण हे सहस्रबुद्धे? असा विचार करत तिनं पत्र फोडलं.

पत्र दिलीपचं होतं. त्यात त्यानं त्याचं तिच्यावर प्रेम असल्याचं लिहिलं होतं. त्याची माहिती कळवली होती. तो एम. एस्सी. होता. एका प्रसिद्ध कंपनीचा फिरता विक्रेता होता. फोटोग्राफी हा त्याचा आवडता छंद होता.

पत्र वाचून तिचं हृदय धडधडलं. त्याचं पत्र येईल अशी कल्पनाही नव्हती तिला. याला उत्तर लिहावं की नको, तिचा निर्णय होईना.

एकदा तिला वाटलं दादाला हे पत्र दाखवावं, एकदा वाटलं नकोच ते!

संध्याकाळी तिनं तिच्या भावाला विचारलं, ''काय रे राजा, एक विचारू?''

''विचार की.''

''तुझा सल्ला दे.''

''माझा सल्ला?'' राजा तिच्यापेक्षा वर्षभरानंच मोठा होता.

''हो.''

''बोल.''

''काय रे राजा, रमाताईंचा दिलीप कसा वाटला तुला?''

''कोण दिलीप?''

''आपल्याकडे आला होता बघ आऊमावशीबरोबर?''

''का? आजच त्याची आठवण झाली? पत्रबित्र आलं की काय त्याचं?''

''हल्!'' ती पटकन खोटं बोलली.

''आहे हुशार!''

''लग्नात भेटला होता, तेव्हा माझ्याशी बोलायला फार धडपडत होता.'' ती म्हणाली.

''इकडे आला होता तोसुद्धा काही आऊमावशींना पोचवायला नाही काही. तुझ्यासाठी!''

''काहीतरी बडबडू नकोस हं राजा.''

''अगं, खरंच!''

त्याच दिवशी रात्री तिनं विचार करून त्याला पत्र लिहिलं. त्यात मलाही तुम्ही आवडलात, अशी कुठेही कबुली न देता ओळीओळींतून तोच अर्थ ध्वनित होत होता.

मग ही पत्रांची आवक-जावक वाढली. त्यानं आपला फोटो पाठवला, तिचा मागितला. तिच्याशिवाय क्षणभरही करमत नसल्याचा निर्वाळा त्यानं पत्रात दिला. एकदा तिच्या नावाचं एक छोटंसं पार्सल घरी आलं. त्यात झुळझुळीत साडी होती. तिची पुण्याची एक मैत्रीण नुकतीच सिंगापूरला जाऊन आली होती. तिनंच ती पाठवली होती. तिच्या घरच्यांना तिनं तसंच भासवलं, पण तिच्या भावानं ओळखलं होतं साडी कुणी पाठवली ते.

तिची बी.ए.ची परीक्षा झाली आणि दुसऱ्याच दिवशी अचानक आऊमावशी आल्या. मावशी आल्यावर तिला खूप आनंद झाला.

''मावशी, दिलीपला नाही घेऊन आलात बरोबर या वेळी?'' तिनं विचारलं.

''दिलप्या? तो असायला पाहिजे ना घरी? एक तर त्याची फिरायची नोकरी. उडाणटप्पू मेला! एक तर हव्या तेवढ्या सिगारेटी ओढतो. दारू ढोसतो. त्याची लक्षणं काही धड नाहीत मेल्याची!''

तिचं काळीज लक्कन हललं. दिलीपची तोंड भरून स्तुती करणारी ही आऊमावशीच का हे बोलते आहे?

त्याच दिवशी तिनं दिलीपला पत्रातून कळवलं. त्याच्यावर दिलीपचं उत्तर आलं-

'उषा, माझी ही फिरतीची नोकरी. त्यामुळे हे असं करावंच लागतं. कंपनीत पार्ट्या होतात. बिझनेस मिळण्याच्या दृष्टीनंही हे आवश्यकच असतं, पण मी दारूड्या नव्हे. लोक काहीही बोलतात. काहीही उठवतात. तू सांगितलंस तर मी घेणार नाही. स्पर्शही करणार नाही. मग तर झालं? तुझ्या गळ्याची शपथ!'

त्यानं पत्रातून तो पितो याची प्रांजळपणे कबुली दिली होती, पण त्याच्या प्रांजळ कबुलीनंच उषा सावध झाली. एका पत्रातून त्यानं तिला त्याच्यावर जबाबदाऱ्या आहेत, दमेकरी आईची औषधं आणि वडलांनी घरासाठी काढलेलं कर्ज, त्यामुळे त्याला शीण येतो आणि तो पितो असं लिहिलं होतं. 'उषाराणी, तू मला आधार दे. तू घरी विचारलंस का? तुझं प्रेम मला या जबाबदाऱ्या पार पाडण्याची शक्ती देतं.'

पण त्याच्या एकेक गोष्टी तिला कळू लागल्या आणि तिची त्याच्याबद्दलची ओढ कमी होऊ लागली. त्यातच पुण्याहून सुलूताई आली. सुलूताईला तिनं त्याच्याबद्दल विचारलं,

''दिलीप म्हणतेस ना? त्याची नोकरीच सुटली.''

''का गं सुलूताई?''

''अगं, दारूड्या तो! डॉक्टरांकडे औषधांची सँपल्स घेऊन जायचा आणि दारूच्या बाटल्याच ठेवून यायचा. तक्रार झाली कंपनीत. गेली नोकरी!''

''का गं, असं का झालं?''

''संगत वाईट. रमाताईच सांगत होत्या. नोकरी होती तेव्हासुद्धा एक पै घरी द्यायचा नाही. पैसे लावून पत्ते खेळायचा, सिगारेटी फुंकायचा. रडत होत्या बिचाऱ्या.''

उषा विचार करत राहिली. त्याच्यावर तिचं प्रेम होतं का? तिला पिणारा नवरा नको होता. पिणाऱ्यांबद्दल तिला एक अनामिक भय वाटायचं. त्यात त्याला नोकरी नाही. तिचं मनही त्याच्यात अडकलं नव्हतं. ते वयच असं होतं, की त्या वयात कुणाही पुरुषानं तिच्यावर प्रेम केलं असतं, तरी तिनं त्याला प्रतिसाद दिला असता. तो फक्त निमित्तमात्र झाला होता इतकंच. तिला तो आवडला होता. चांगला वाटला होता. पण इतकं कळल्यावर तिला तो नकोसाच वाटू लागला.

त्याची पत्रं येतच होती.

'उषा, मी खूप बदललो आहे.'

'मला मुंबईत नोकरी करण्याची इच्छा आहे.'

'तू पत्र का पाठवत नाहीस?'

तिचं एखादं त्रोटक पत्र जाई.

मग त्याचीच एकतर्फी पत्रं येऊ लागली. उषाची उत्तरं त्याला जाईनात.

हळूहळू त्याचीही पत्रं कमी कमी होऊ लागली. तीही विसरू लागली. नंतर तिचं लग्न ठरलं. मुंबईतच. कसं कोण जाणे त्यालाही पुण्याला ते कळलं आणि त्याचं जाड पाकिटात लांबलचक पत्र आलं. त्या पत्रात संताप होता. तिच्यामुळे त्याचं आयुष्य विस्कटलं होतं. तिनं त्याला खेळवलं होतं. तिच्या विरहामुळे तो दारूत बुडाला होता.

त्यानं तिच्यावर केलेले आरोप हे अर्धसत्य होतं. त्याला उत्तर देण्यासारखं काही नव्हतंच मुळी.

तिच्या लग्नाच्या दोन दिवस अगोदर त्यानं एक पाकीट पाठवलं. त्यात त्याचा व तिचा एक फोटो होता. फोटोत त्यानं तिला मिठीत घेतलं होतं. ती चक्रावली. असला कुठलाच फोटो तिनं त्याच्याबरोबर काढला नव्हता. ही त्याची फोटोग्राफीतली ट्रिक होती.

त्यानं लिहिलं होतं- 'उषा, हाच फोटो जर मी तुझ्या होणाऱ्या नवऱ्याला दाखवला तर? पण मी इतका हलकट नाही. माझं अजूनही तुझ्यावर प्रेम आहे. तू सुखी व्हावीस हीच इच्छा! देव करो आणि तुझं लग्न न मोडो.'

तिला लग्न होईपर्यंत सारखी धाकधूक वाटत होती. तिनं घरी तो फोटो दाखवला. सगळे काळजीत पडले. राजा तिला म्हणाला, ''तू काळजी करू नकोस. तू असा फोटो काढलेला नाहीस ना?''

''तुला वाटतं का असं?''

''उषा अगं, माझ्या वाटण्याचा हा प्रश्नच नाही. तूच नीट आठव आणि काय ते सांग.''

ती म्हणाली, ''मी भेटलेच आहे किती वेळा त्याला?''

''काळजी करू नकोस. मी बघतो. सगळं व्यवस्थित होईल.'' आणि शब्दही न बोलता तो निघून गेला.

लग्न व्यवस्थित पार पडलं. तिच्या मनावरचा ताण खूप कमी झाला.

सासरची माणसं समजूतदार होती.

प्रशांत- तिचा नवरा- चांगला होता. वर्ष गेलं, दोन वर्षं गेली. बंटी झाला. ती सासरच्या जगात रमली नि मध्यंतरी तिला कळलं, की तो मुंबईला आला आहे. आऊमावशींनीच तिच्या आईला सांगितलं.

राजा तिच्या घरी आला, तेव्हा राजानं उषाला सांगितलं. तो तिच्या माहेरीही जाऊन आला. तिची माहिती विचारू लागला. त्याला तिच्या घरच्यांनी काहीच

सांगितलं नाही, पण कुणीतरी नातेवाइकानं माहिती दिली, तिचा पत्ता दिला आणि हे सुरू झालं. तिच्याकडून पैसे काढण्याचं नवं तंत्र त्यानं सुरू केलं.

एकदा तो तिला दुकानात भेटला. तिनं स्लीव्हलेस ब्लाऊज घातला होता. तो तिच्या शेजारी केव्हा येऊन उभा राहिला हेच तिला कळलं नाही. त्यानं तिचा दंडच पकडला.

घाबरून ती तशीच उभी राहिली. त्याच्या डोळ्यांची तिला भीती वाटली. तिच्या घशाला विलक्षण कोरड पडली. ती काही बोलायच्या आत तो म्हणाला, ''तुझं लक्षच नव्हतं उषा, मी तुला चार-सहा हाका मारल्या.''

तिनं तिचा दंड सोडवून घेतला. हे आता नेहमीचंच झालं होतं. त्यानं हाका मारल्या म्हणायचं. तिनं 'ऐकू आल्या नाहीत' सांगायचं.

''तू माझं काय करायचं ठरवलं आहेस?'' त्यानं विचारलं.

''म्हणजे...?''

'आज तुझ्याबरोबर कुणी नाही, आज तरी तू माझ्याबरोबर येणार का?''

आज त्यानं हे नवीनच काढलं होतं. ती कधीच त्याच्याबरोबर जाणार नव्हती. त्यालाही त्याची कल्पना होती. तो म्हणाला, ''तू मला सतत चुकवतेस. आजकाल तुझं माझ्यावर पूर्वीसारखं प्रेम राहिलं नाही.''

तो बडबडत होता. त्याच्या तोंडाला दारूचा उग्र वास होता. त्या आंबूस वासानंच तिला मळमळलं. अकारण ती त्याच्या तारवटलेल्या डोळ्यांच्या धाकात वावरत होती. खरं म्हणजे तिला त्याला टाळायचं होतं. तरीही तो तिला जळूसारखा चिकटला होता. याच क्षणी त्याला तोडून टाकायचं, असा निर्णय तिनं घेतला.

त्याचं दारू पिणं... त्याचं वागणं... बोलणं-चालणं... सगळंच कुरूप होतं, ओंगळ होतं. त्या विषयी तिला बोलता आलं असतं, तरी ती काही बोलू शकली नाही. तिची जीभ जणू टाळ्याला चिकटली होती. तिच्या तोंडून शब्द फुटेना.

''तुझं माझं अफेअर साधारणपणे तीन वर्षं चाललं असावं नाही?'' त्यानं विचारलं.

ती शब्दही बोलली नाही.

''चल, एकदा तुझं घर बघून ठेवतो.''

''नको... नको...'' ती घाबरून म्हणाली.

तो घरंगळत हसला आणि म्हणाला, ''पण उषे, तू तुझ्या नवऱ्याला छान बनवतेस हं! काय नाव त्याचं?''

ती चालत पुढे निघाली. तो तिच्याबरोबर चालत म्हणाला, ''प्रशांत नाही का? तू आपल्याला लग्नाची पत्रिका पाठवली नाहीस, तरी नाव पक्कं लक्षात आहे

माझ्या. तसं प्रशांतला आपण दोघंही फसवतो. म्हणजे खरंतर तू फसवतेस नि मी हातभार लावतो इतकंच. पण माझ्या सहकार्याशिवाय तुला काय शक्य आहे? मला पण खेळवलंस, त्याला पण खेळवते आहेस. पण मी म्हणतो आपल्याला काय, बाटली मिळाल्याशी कारण!''

तिला काहीतरी रागानं बोलायचं होतं. त्याला तोडायचं होतं, पण ते जमेना. शब्दच घशात फिरू लागले.

''एकदा घर दाखवून ठेव की तुझं...'' तो पुन्हा म्हणाला.

''दाखवीन कधीतरी.''

''कधीतरी काय? बघू देत की आम्हाला तुझा नवरा.''

''ते अबोल आहेत.'' ती काहीतरी बोलायचं म्हणून बोलली.

''आपण त्यांना एकदम बोलकं करून टाकू.'' तो खदाखदा हसला. इतका की त्याला खोकल्याची उबळ आली.

''तुझ्या प्रेमापायी हे मी काय करून घेतलंय बघितलंस?'' तो तिला जाब विचारू लागला, ''तुझ्याशी लग्न झालं असतं, तर सुखी झालो असतो, पण योग नव्हता. आपण पडलो भोळे, तू धूर्त निघालीस. खैर! झालं ते झालं... कधीकधी वाटतं फोडावं हे सगळं. घालावं कानांवर तुझ्या नवऱ्याच्या.''

''नको नको. तेवढं करू नकोस.'' ती पटकन म्हणाली.

''माझा दुसरा इलाज नाही ना. आजकाल तुझं काही आपल्यावर पूर्वीसारखं प्रेम राहिलेलं नाही. म्हणजे पूर्वी तरी किती होतं गॉड नोज, पण निदान आपल्यापाशी लेखी पुरावा आहे तुझ्या प्रेमाचा. तुझी पत्रं एकदा तुझ्या नवऱ्याच्या हातात दिली...''

ती गडबडली.

''तू असलं काही करू नकोस. प्लीज!'' ती काकुळतीला येऊन म्हणाली. तिच्या डोळ्यांत आता पाणी जमा झालं होतं. तिला त्याची सावलीसुद्धा नको होती. पण त्याला कसं टाळावं, हेच तिला समजत नव्हतं.

''मला पण काय हौस आहे का असं करण्याची उषाराणी? पण तू आपल्याशी आढीबाजी करायला लागलीस, की माझं डोकंच आऊट होतं. पंचवीस रुपये काढ.''

''नाहीत रे माझ्याजवळ.''

''बघ, सुरू झाली तुझी आढीबाजी.''

''खरंच नाहीत.''

''बघू पर्स.''

त्यानं तिच्या हातातून पर्स हिसकावून घेतली. पर्सचे कप्पे चाचपले आणि

पर्समधल्या दहा दहाच्या दोन नोटा आणि चिल्लर घेऊन तो निघून गेला.

रिकामी पर्स तिच्या हातात होती. ती त्याच्या पाठमोऱ्या आकृतीकडे पाहत राहिली. तो गेल्यामुळे तिला हायसं वाटलं होतं. जणू एखादं सावट निघून गेल्यासारखं वाटलं. तिचा गुदमरलेला जीव आत्ता कुठे मोकळा श्वास घेत होता.

घरून निघताना किती छान मूड होता तिचा. त्यानं तो पार बिघडवून टाकला.

ती घरी आली, तेव्हा तिचा सारा उत्साह मावळला होता. ती त्याला टाळू शकत नव्हती. तो तिला जळूसारखा चिकटला होता, तिचं रक्त शोषत होता.

कसं टाळावं याला? काय करावं? विचार करून करून तिच्या मेंदूला मुंग्या आल्या. फक्त तिनं एकच ठरवलं, घरातून एकटीनं बाहेरच पडायचं नाही. ती सतत प्रशांतबरोबर जाऊ लागली. कुणीतरी घरची सोबत असल्याशिवाय ती घराबाहेर पडेना.

एकदा तो तिला दिसला, पण त्या वेळी तिच्याबरोबर सासूबाई होत्या. त्यानंही तिला बघितलं, पण तिच्याबरोबर मोठी बाई आहे हे पाहून त्यानं लक्ष नाही असं दाखवलं व पाठ फिरवून तो कुणाशी तरी बोलण्यात मग्न झाला.

पण हे असं खूप दिवस चालणं शक्यच नव्हतं.

एक दिवस सासूबाई म्हणाल्या, ''उषा, टेलिफोनचं बिल भरून येशील का आज?''

तिला 'नाही' म्हणता येईना.

''राहू देत. यांना सांगितलंय मी.'' ती म्हणाली.

''तो कसला भरतोय? कालच मी त्याला सांगितलं, तर म्हणाला उषाला सांग.''

अनिच्छेनंच ती फोनचं बिल भरायला निघाली. ती थोडंसं अंतर चालून गेली आणि टेलिफोन एक्सचेंजच्या गल्लीत वळणार तोच तिला हाक ऐकू आली,

''उषाराणी!''

तिच्या छातीत धस्स झालं. तो तिच्यावर पाळतच ठेवून होता. नव्हे तेवढाच त्याला उद्योग होता. आज त्याला स्वच्छ नाही म्हणून सांगायचं. तिनं रस्त्याच्या आजूबाजूला पाहिलं. रस्त्यावर तुरळक वर्दळ होती.

तो झोकांड्या खातच येत होता. आज सकाळी सकाळीच त्यानं टिच्चून घेतली होती. त्याला धड चालताही येत नव्हतं. तो जेमतेम तिच्यापुढे येऊन उभा राहिला आणि हात पुढे करत म्हणाला, ''चल, काढ लवकर पैशे.''

तिच्या मस्तकात तिडीक गेली.

ती पर्स छाताशी घट्ट धरत म्हणाली, ''मिळणार नाहीत.''

तो वेडंविद्रं हसत म्हणाला, ''काय बोलतेस? पुन्हा बोल.''

तिची जीभ टाळ्याला चिकटली. भयाची एक लहर तिच्या पोटातून फिरली. ती भराभरा पुढे चालू लागली.

झोकांड्या खात तो तिच्या पुढ्यात आला आणि वाट अडवत म्हणाला, ''उषाराणी, इज्जतमध्ये तुझ्याशी बोलतोय. पैशे दे.''

''मी नेहमी नेहमी कुठून देऊ? मलासुद्धा घरी विचारणारे आहेत.'' ती अगतिक झाली होती. ''तू इतका शिकलास सवरलास, काहीतरी कर की. आज माझ्याजवळ पैसे नाहीत.''

''पैसे नाहीत? नायत कसे? पैसे नाहीत तर मंगळसूत्र दे. चल... चल, काढ लवकर.''

त्यानं तिच्या मंगळसूत्राला हात घातला. तो तिच्या खांद्याला झोंबला. तिनं त्याचे हात हिसडले आणि ती घाबऱ्याघुबऱ्या धावलीच. तो झोकांड्या खात खात तिच्या मागेच येत होता.

ती घरी आली तीच मुळी रडत रडत. ती तिच्या खोलीत शिरली. तिनं बेडवर अंग झोकून दिलं. तिच्या हातापायांना थरथर सुटली होती. घरात सासूबाई नव्हत्या इतकं बरं होतं.

तिनं ठरवलं, हे सर्व नवऱ्याला सांगायचं. हा मनस्ताप तिला सहन होत नव्हता, पण प्रशांतला सांगायला धीरही होत नव्हता. त्याला ती काय सांगणार होती? सांगून तरी त्याचा तिच्यावर विश्वास बसला असता का? तिनं हे केव्हाही सांगितलं असतं, तरी प्रशांत तिला म्हणाला असता 'हे तू पूर्वीच का नाही सांगितलंस? आत्ताच का सांगितलं? आणि सांगितलंस हे सर्व खरं कशावरून?' प्रशांतनं तिच्याबद्दल उगीच गैरसमज करून घेतला असता.

या त्रांगड्यातून आपली कशी सुटका करून घ्यावी हेच मुळी तिला कळेना. त्याच्या दारूच्या वासाची व अस्तित्वाची जरब तिच्या मनात खोल रुतून बसली होती. कसंही करून त्याचं तिच्या मनावरचं दडपण तिला दूर करायचं होतं.

तिला तीव्रतेनं वाटू लागलं, प्रशांतच यातून मार्ग काढू शकेल. प्रशांतला सांगायचं. मन मोकळं करायला.

त्यानंतर आठवडा गेला. प्रशांतला कसं सांगावं, यावर ती नुसता विचारच करत राहिली.

एक दिवस दुपारी ती बेडमध्ये वाचत पडली असता सासूबाई आल्या आणि म्हणाल्या, ''उषा, अगं तुझ्या माहेरचं कोण आलंय बघ!''

''कोण आलंय?'' म्हणून ती लगबगीनं बाहेर आली.

बाहेर कोचावर तो बसला होता.

''तू? तू कसा आलास?'' त्याला पाहून ती दचकलीच.

''काय? आज शेवटी तुझ्या घराचा पत्ता हुडकून काढलाच की नाही? अं?'' तो विचारत होता.

''का आलास इथे?''

''तुझं घर बघायला.''

तो खरोखरच सगळ्या वस्तूंवरून नजर फिरवत होता. तिला त्याची ती भिरभिरणारी नजर नकोशी वाटत होती.

''काय काम आहे तुझं?''

''तुझे मिस्टर आहेत का?''

''नाहीत.''

''केव्हा येतील?''

''कशाला हवंय तुला सगळं?''

''सहज! इतकी घाबरतेस काय उषाराणी?''

''इथे मला नावानं हाक मारू नकोस प्लीज!''

''बरं बुवा, राहिलं. पण चहा तर करशील की नाही?''

ती आत जाऊ लागली, तो सासूबाई चहा घेऊन आल्या. क्षणभरच त्या थांबल्या. त्यांना वाटलं उषा त्यांची ओळख करून देईल, पण ती गोंधळली होती. एका विचित्र ताणात अडकली होती.

तो म्हणाला, ''माझं थोडं तुझ्याशीच काम आहे.'' सासूबाई त्याच्याकडे बघत आत निघून गेल्या.

त्या गेल्यावर तो बोलू लागला, ''मी खूप विचार केला. उषा... मी करतो हे काही योग्य नाही. मी तुला मुक्त करायचं ठरवलं आहे. काहीतरी उद्योग करीन म्हणतो. त्या दिवशीच्या तुझ्या बोलण्याचा माझ्या मनावर पगडा बसला आहे.''

''कसला उद्योग?''

''केमिस्टचं दुकान किंवा काहीतरी.''

''चांगलं आहे आणि तुझं हेही कमी कर.'' ती साधेपणानं म्हणाली.

''मी तुझी पत्रं परत करायचं ठरवलं आहे. फक्त तू मला बिझनेससाठी थोडी मदत केलीस तर बरं होईल.''

''म्हणजे?''

''तू मला जर... फार नाही... एक पंधरा हजार रुपये दिलेस तर...''

''काय?'' ती जवळ जवळ ओरडलीच. ''मला जमणार नाही.'' ती त्राग्यानं म्हणाली. त्याच्या साळसूद चेहऱ्यामागचं मन तिला कळलं होतं. तिच्या पत्रांच्या व फोटोच्या मोबदल्यात त्याला पंधरा हजार रुपये हवे होते. तो तिला चक्क

'ब्लॅकमेल' करत होता.

''हे बघ उषाराणी...''

''शटअप्! चालता हो इथून.''

तरी तो लोचटासारखा तसाच बसला. तिला तो असह्य झाला होता. पुढे झुकत तो म्हणाला, ''विचार कर थोडा, मी निघतो. आत्ताच तू निर्णय घे असं सांगत नाही, पण तुझा झकास चाललेला संसार, नवरा यापुढे पंधरा हजार जास्त आहेत का? मी तुझे पैसे परत करीन. सध्या मला उभं राहण्यासाठी कुणाची तरी मदत हवी आणि... आणि तुझ्याशिवाय मला कुणीही मदत करू शकणार नाही.''

तो उठला. चटकन् दाराकडे जात म्हणाला, ''अच्छा, निघतो मी. विचार कर तू.''

तो निघून गेला.

दोन दिवसांनी त्याचा फोन आला.

''हॅलो...''

''कोण बोलतंय?''

''उषाराणी...''

तिला वाटलं फोन खाली ठेवावा. तरी फोन तिनं तसाच धरून ठेवला. जणू फोन तिच्या कानाला चिकटला होता.

''काय ठरवलंस तू?'' तो फोनवरून विचारत होता.

''मी इतके पैसे कुठून देऊ?''

''ठीक आहे. मी तुझ्या नवऱ्यालाच विचारून बघतो.''

''अरे दिलीप... दिलीप...''

तिकडून फोन ठेवला होता.

ती वेड्यासारखी फोनकडे बघत राहिली. क्षणभर तिला वाटलं आपल्या हृदयाचे ठोकेच बंद पडले आहेत, पण दुसऱ्याच क्षणी तिचा मेंदू वेगानं विचार करू लागला. प्रशांतला आपली पत्रं व फोटो दाखवून दिलीपला काय मिळणार? कदाचित तिच्या संसारावर सावट येईल. तो उधळला जाईल. पण त्यापासून दिलीपचा काहीच फायदा नाही. त्यापेक्षा दिलीप न सांगणंच जास्त पसंत करेल. कारण न सांगण्यामुळे वेळोवेळी तो तिच्याकडून पैसे उकळू शकेल. एकदा त्यानं सांगितलं की संपलं! सोन्याची अंडी देणारी कोंबडी कुणी एकदम कापणार नाही.

संध्याकाळ झाली.

प्रशांत आला आणि ती चकित झाली. त्याच्याबरोबर दिलीप होता. दिलीप

तिच्याकडे बघून हसला. तिनं चटकन मान फिरवली.

पण प्रशांतच बूट काढत म्हणाला, ''उषा, कोण आलंय बघ. ओळखतेस का तू यांना?''

तिचं हृदय धडधडलं. ती माननंच 'हो' म्हणाली आणि चटकन आत निघून गेली.

''नाही... पण माझं काम मात्र तुमच्याशीच आहे हं.'' तो प्रशांतला म्हणत होता.

ती बेडरूमच्या दाराआड उभी होती. त्यांचं बोलणं ऐकत होती. तिचं मन बधिर झालं होतं, सुन्न झालं होतं. दाराच्या तिथून तिला सगळं दिसत होतं.

त्यानं ब्रीफकेस उघडली. त्यातून पत्रांचं पुडकं काढलं आणि प्रशांतच्या हातात दिलं.

''...म्हणजे मी जे सांगितलं त्याचा हा पुरावा. ही तिची लव्हलेटर्स. लग्नाअगोदरची आणि हे फोटो...'' तो म्हणाला.

तिला वाटलं संपलं सारं! प्रशांत आता हाक मारून विचारणार. ती तशीच स्तब्ध उभी राहिली. प्रशांतची हाक केव्हा येते याची वाट बघत. तशीच. पुतळ्यासारखी.

प्रशांतचे शब्द तिच्या कानांवर आले. तो त्याला विचारत होता, ''मी याचं काय करावं असं तुमचं म्हणणं आहे?''

''तो तुमचा प्रश्न आहे. तुम्हाला ही पत्रं हवी असतील, तर विकत घ्यावी लागतील.''

''हवी असली तर...'' प्रशांत हसला. किंचित मागे रेलून विचारमग्न झाला आणि म्हणाला, ''नकोत आम्हाला ती.''

''काय?'' तो ओरडला.

''मला माहीत आहे हे सगळं. मला वाटलं, तुम्ही नवीन काही सांगताय!''

''म्हणजे उषानं सगळं...''

''नो... नो... उषानं नाही सांगितलं. राजानं सांगितलं.''

''तरी तुम्ही लग्न केलं?''

''हो.''

एक क्षण तो बघतच राहिला.

''अहो, अमेरिकेत अशी पत्रं एकेक मुलगी पाच-पाच मुलांना लिहिते. इट्स ए काफ लव्ह...''

त्यानं त्याची पत्रं गोळा केली.

''ही घ्या. ही दोन खाली पडली होती.''

प्रशांत त्याच्या हातात राहिलेली पत्रं देत म्हणाला.

''अच्छा...!''

त्यानं पुडकं उचललं व तो चालू लागला. दार बंद केल्याचा आवाज आला.

प्रशांत आत आला, पण शब्दही बोलला नाही. दोन दिवस उषाच त्याच्याशी बोलत नव्हती. तिला कमालीचं संकोचल्यासारखं झालं होतं. प्रशांत मात्र नेहमीसारखं बोलत होता. जणू काही मधे हे घडलंच नाही.

प्रशांतला सगळं माहीत होतं? मग तो दोन-तीन वर्षांत कधीच कसं काही बोलला नाही? त्यानं याचा ओझरता उल्लेखसुद्धा केला नाही. तिला काही कळेना. राजानं खरंच प्रशांतला सगळं अगोदरच सांगितलं होतं?

एका रात्री तिनं त्याला हळूच विचारलं, ''प्रशांत, खरंच तुला माहीत होतं सगळं?''

तो हसला आणि म्हणाला, ''मुळीच नाही उषा, तो सांगेपर्यंत मला काहीच कल्पना नव्हती.''

''पण... मग...'' उषा अवाक् झाली.

''त्या वेळी फक्त एक क्षण मी विचार केला. तू मला हवीस की नकोस?... आणि एकदा निर्णय घेतल्यावर त्याला असं सांगण्याशिवाय दुसरा कोणता पर्याय होता?''

(पूर्वप्रसिद्धी : मेनका, जून १९८६)

पॉलीग्रॅमॉक्रॅसिस्

डॉ. बाळ फोंडके

किशोर तिथे पोचला, तेव्हा लंचटाईमची गर्दी व्हायला सुरुवात झाली होती. हातातल्या घड्याळात पाहिल्याबरोबर तिथे पोचायला वेळ झाल्याची त्याला जाणीव झाली. त्याबरोबरच तो स्वतःवर चिडला. परत जाण्यासाठी तो वळणार तोच कोपऱ्यातली ती जागा अजून रिकामीच असल्याचं त्याच्या लक्षात आलं. मग मात्र जवळ जवळ धावतच जाऊन त्यानं ती अडवली. सीटवरच्या फोम रबरच्या गादीनं त्याच्या या धसमुसळेपणाबद्दल तक्रारही केली, पण तिकडे लक्ष देण्याइतकं आज त्याचं मन थाऱ्यावर नव्हतं.

जाणीवपूर्वक केलेल्या तिथल्या काळोखाला त्याचे डोळे सरावताच त्यानं आजूबाजूला पाहिलं. बरेचसे ओळखीचे चेहरे नेहमीच्या जागांवर होते; पण ओळखीचेच, सलगीचे नव्हते. दुसरं कुणी येऊन समोरच्या सीटवर बसण्याची तशी धास्ती नव्हती. तरी अस्वस्थ होऊन त्यानं परत एकदा मनगटावरच्या घड्याळात वेळ पाहिली. अजून वेळ होता.

वेटरनं न विचारताच नेहमीप्रमाणे गोल्डन ईगलची त्याला हवी तशी चिल्ड केलेली थंडगार बाटली त्याच्यासमोर आणून ठेवली. ग्लास भरला. एरवी त्यानं त्या वेटरशी दोन-चार शिळोप्याच्या गप्पा मारल्या असत्या, पण आज त्याचा मूडच नव्हता. जिभेला चाळवत घसा थंड करत जाणारा बिअरचा घोटही आज त्याला कॅमॉक्विनइतका कडवट लागला. मनाशीच एक इरसाल शिवी हासडत त्यानं बाटलीवरचं लेबल वाचलं. गोल्डन ईगलचं परिचित लेबल पाहताच त्याचं डोकं जरा उतरलं.

एव्हाना बाजूच्या सगळ्या जागा भरून गेल्या होत्या. त्या वातावरणाला

साजेसा हलका, घोगरा आवाज काढतच सगळ्यांची संभाषणं चालली होती. ती कशाबद्दल असणार याचीही त्याला पूर्ण जाणीव होती. एरवी एखाददुसरा शब्द कानांवर पडावा म्हणून त्यानं प्रयत्नही केला असता. अशाच तुटक तुटक ऐकलेल्या धाग्यांवरून बऱ्याच वेळा मोठ्या ऑर्डर्स त्यानं मिळवलेल्या होत्या. टूरवर असतानाही, आपल्याचसारखे सेल्स ऑफिसर्स आजूबाजूच्या टेबलांवर आहेत याची जाणीव असल्यामुळे, कितीही घाई असली तरी लंच, डिनर रेंगाळत सावकाश घ्यायची सवयच त्यानं स्वत:ला जडवून घेतली होती. आज मात्र तो विचारही त्याच्या मनात आला नाही. कोणताच विचार आला नाही.

ठीक एक वाजता महेश हजर झाला. क्षणभरच किशोरचा चेहरा उजळल्यासारखा झाला. कदाचित झुरका घेताना उजळलेल्या सिगारेटच्या टोकाचं प्रतिबिंब असेल ते! कारण पुढच्याच क्षणी चिंतेच्या जाळ्यानं आपलं साम्राज्य परत प्रस्थापित केलं.

त्याला पाहताच दारातूनच मोठ्यानं 'हल्लो, हल्लो' असं ओरडत महेश त्याच्या समोरच्या सीटमध्ये पसरला.

''अरे वा! घरके बुद्दू घरको आये तर! बरीच लूट जमा केलीस ना?''

''नेहमीइतकीच.'' समोरचा चमचा उचलून आपल्या ग्लासवर किणकिणून वेटरचं लक्ष वेधून घेत किशोरनं विचारलं, ''बिअर घेणार ना?''

''च्यायला! हे काय विचारणं झालं? समोर असलेल्या भरलेल्या पेल्याला आपण कधीच ना म्हणत नाही. क्यूँ, कैसी रही?''

किशोरनं वेटरला आणखी एक बाटली आणण्यासाठी पाठवलं. त्यानं आपल्या नेहमीच्या वाक्याला टाळीची दाद दिली नाही, हे मात्र महेशच्या लक्षात आल्यावाचून राहिलं नाही.

''तू काही म्हण दोस्त! आपल्याला तुझा हेवा वाटतो. सालं आमचं काय लाईफ आहे? आठी दिवस अन् बारा महिने आम्ही आपलं त्या खुर्चीच्या पिंजऱ्यात जखडलेले, तुम्ही मिळवलेल्या ऑर्डरी डिस्पॅच करत. तुमची मजा आहे. रानातल्या आझाद पाखराप्रमाणे भटकत फिरता येतं. आज पुणे, उद्या नाशिक, परवा दिल्ली. रोज नवं थ्रिल, नवा मझा! परत कुणाचा कार नाही महिन्याचा कोटा पुरा केला, की कुणाचा शब्द ऐकायला नको. नाही तरी आपले प्रॉडक्ट्स विकायला तशी फारशी खटपटही नाही करावी लागत. आपण एक्सचेंज करायला तयार आहोत आपला जॉब तुझ्याबरोबर.''

''मलाही फिरती आवडते तशी. आय एंजॉय इट!''

किशोर तसं म्हणाला खरं, पण त्याच्या स्वरातून ते उमटलं नाही. पर्गोलॅक्सची गोळी घेतल्यासारखा त्याचा चेहराही तसाच राहिल्याचं त्या अंधारातूनही महेशला

सहज दिसून आलं.

''अरे, मग हे सांगताना तुझा चेहरा असा सप्लाय केलेली एखादी ऑर्डर कॅन्सल होऊन आल्यासारखा का? तोंड बिअरऐवजी काडेचिराइताचा काढा घेतल्यासारखा का?''

पण किशोर गप्पच राहिला. नाही म्हणायला बिअरचा घुटका घेताना त्याच्या गळ्याच्या घाटीनं जो काही आवाज केला असेल तेवढाच.

''छे यार! काहीतरी भानगड आहे खरी. अरे, आहेस तरी कसल्या काळजीत? काय झालंय काय?''

''काही नाही रे!''

पण किशोरचा स्वर असा होता, की त्याच्या बोलण्यावर त्याचा स्वत:चाही विश्वास नसता बसला.

''काहीतरी भानगड आहे जरूर. कसल्या फिकिरीत आहेस एवढ्या?''

''काय सांगणार बाबा?'' एक मोठा सुस्कारा सोडत महेशची उत्सुकता अधिकच चाळवत किशोरनं शून्यात नजर लावली.

''का रे? गेल्या ट्रिपमध्ये काही घोटाळा तर नाही ना झालेला?''

''छे छे! मुळीच नाही. या गेल्या तीन आठवड्यांएवढा बिझनेस तर गेल्या अख्ख्या वर्षात नाही झालेला. ट्रिप तर मोठी मस्त झाली.''

''मग दुसरी कसली काळजी? कामाच्या बाबतीत–''

''कामाचं नाही रे एवढं. त्याची काळजी मी कधीच नाही केली. जरा तब्येत...''

''तब्येत?'' आश्चर्यानं महेश जवळ जवळ ओरडलाच. आजूबाजूची मंडळीही क्षणभर खाणंपिणं विसरून त्यांच्याकडे पाहू लागली.

''तब्येतीला काय झालंय तुझ्या? आपल्या मल्टिव्हिटामिन टॅब्लेटपेक्षाही खणखणीत दिसतोहेस तू मला.''

''आहेच मुळी! मला काय धाड भरलीय. पण कालिंदी...''

''कालिंदी?''

''हो, कालिंदी.''

किशोरनं पुढ्यातल्या पेल्यात आपलं तोंड खुपसलं. त्यातून दिसणाऱ्या त्याच्या चेहऱ्यावरील चिंतेचं शिल्प भलतंच भेसूर वाटत होतं.

''म्हणजे वहिनी!''

''हो, तुझी वहिनी.''

शब्दांवर जोर न देण्याचा किशोरचा प्रयत्न फसला अन् प्रथमच महेशला थोडीफार काळजी वाटू लागली.

''काय, झालंय काय कालिंदी– आय मीन वहिनींना?''

''हूं! तो एक मोठाच किस्सा आहे.'' निश्वास सोडत किशोर म्हणाला, ''तशी आता काही फारशी चिंता राहिली नाही म्हणा! डॉक्टरही म्हणाले, द वर्स इज ओव्हर. काही काळ माझ्या अंगमाळा उठून कपाळात जाऊन बसल्या होत्या. गेले तीन रात्री डोळ्याला डोळा नाही माझ्या. नुसती आठवण झाली तरी काटा उठतो अंगावर!''

''अरे, पण असं झालंय तरी काय? नीट सांग. आणखी ताणू नकोस आता.''

''साधारण पंधरवडा झाला असेल. मी कुठेही टूरवर असलो तरी मधून मधून घरी फोन करतो, माहीतच आहे तुला, काय?''

''हो रे बाबा, तू पुढे बोल.''

''तर दिल्लीला होतो मी. तिथून ट्रंक केला. फोनवरच कालिंदीचा आवाज काहीसा विचित्र वाटला मला. सुरुवातीला वाटलं बॅड कनेक्शन असेल, पण तरीही काहीसा वेगळाच भासला. मग राहवेना म्हणून विचारलं, काय झालंय? तर म्हणाली...''

बिअरचा घोट घेण्यासाठी किशोरनं नेमका हाच क्षण निवडला.

''काय, काय म्हणाली?'' महेशनं त्याच्या तोंडचा ग्लास जवळ जवळ हिसकावून घेत विचारलं.

''असंच... थोडंसं डोकं दुखतंय, अंग मोडून आलंय आणि... आणि हो जराशी चक्कर येतेय म्हणाली. तशी काही खास सीरियस बात नव्हती म्हणून तर मीही लक्ष दिलं नाही फारसं. तिला तर काहीच पत्ता नव्हता.''

''साल्या खिल्ली नको उडवूस. डोकेदुखी आणि चक्कर! हा काय साला आजार आहे!''

''अरे, हीच तर गोम आहे. बडा खतरनाक प्रकार! सिम्प्टम्स अशी काही नाहीतच. म्हणून तर माणूस गाफील राहतो. त्याच्या लक्षातच येत नाही.''

''पण काय लक्षात यायचंय?''

''भयानक, भयानक!'' शहारे आल्यासारखं अंग आकसत किशोर उद्गारला.

''काय भयानक?''

''हा रोग रे! टेरिबल, फ्रायटनिंग. नावही काहीतरी विचित्र आहे लांबलचक. डॉक्टरनं सांगितलं परवा, पण माझ्या लक्षात नाही राहिलं नीटसं. मन होतंच कुठे थाऱ्यावर! पॉली-पॉली– छे– नाहीच आठवत. पॉलीग्रॅमॉक्रॅसिस– असंच कायसंसं आहे बघ नाव. भलताच विचित्र आहे हा रोग. अक्काबाईचा फेरा

आल्यासारखी अशीच कधीमधी साथ उपटते याची! आली की भराभर पसरते आणि काय होतंय हे डॉक्टरांना कळायच्या आधीच नाहीशीही होते. त्यामुळेच तर डॉक्टरही चक्रावून जातात. सिम्प्टम्स म्हणशील तर जवळ जवळ नाहीतच. आता सांगितलं त्यातलाच प्रकार. त्यामुळे पेशंटलाच काय, पण डॉक्टरलाही पत्ता लागत नाही. अन् लागतो तोवर उशीर झालेला असतो.''

महेशचा चेहरा खर्रकन उतरला. त्यानं वासलेला 'आ' तसाच राहिला. त्या उघड्या तोंडातून कसेबसे शब्द बाहेर पडण्यासाठीच धडपडू लागले.

''उशीर? उशीर म्हणजे? म्हणजे- म्हणजे- इज धिस फेटल?''

सैरभैर झालेल्या मनाला आवरण्यासाठी त्याला इंग्रजीची कुबडी घ्यावी लागली. कदाचित चुकून मराठीत बोललो, तर ते खरंच होईल अशीच धास्ती महेशला वाटली असावी.

''तर रे! वेळेवर उपचार झाले नाहीत तर मरण अटळ. अगदी हंड्रेड पर्सेंट सर्टन! काय होतंय ते कळायच्या आत एकदम थेट तिथे रवानगी.''

कुठे ते दाखवण्यासाठी किशोरनं वाजवलेली चुटकी महेशच्या कानठळ्या बसवून गेली.

''पण- मग- कालिंदी- आय मीन वहिनी- म्हणजे- त्या त्या वेळेवर...''

त्याच्या कडकडणाऱ्या दातांशी आट्यापाट्या खेळत काही शब्द बाहेर सटकले.

''हो रे बाबा, आयुष्याची दोरी सबळ म्हणून! नशीब आमचं. अगदी योगायोग! काळ आला होता, पण वेळ आली नव्हती. म्हणून तर अगदी बोलावून आणल्यासारखा आमचा डॉक्टर बऱ्याच दिवसांनी गेल्या गुरुवारी- मी परतलो त्याच दिवशी- रमीचा डाव टाकायला टपकला. मी आपला सहज त्याच्याकडे कालिंदीच्या डोकेदुखीबद्दल बोललो. पहिल्याच फटक्याला माझी हँड रमी झाल्याचं पाहून तोही डाव टाकून तिला तपासायला उठला. त्याला काहीतरी खटकलं म्हणून म्हण किंवा त्यानंतरचे सरळ पाच डाव त्याच्या ऑल सिक्वेन्स रम्या झाल्या म्हणून म्हण, पण त्यानं दुसऱ्या दिवशीच तिची ब्लड टेस्ट घ्यायचं ठरवलं आणि ती घेतली म्हणून तर त्या क्रेझी जर्मचा पत्ता लागला. नसती घेतली तर काय झालं असतं कोण जाणे! तिचं- आणि नंतर माझं-''

''तुझं? तुझं- म्हणजे?''

''भलताच इन्फेक्शियस आहे हा पॉलीग्रॅमॉक्रॅसिस! आणखी एक-दोन रात्री जात्या तर... तर माझ्या रक्तातही धुमाकूळ मांडला असता स्वारीनं! मग आमचाही नंबर लागला असता वरच्या वारीत.''

वेटरनं आणून ठेवलेली बाटली ग्लासात ओतायचं विसरून महेशनं तशीच

तोंडाला लावली आणि पाणी प्यायल्यासारखी तो ती बिअर घटाघटा पिऊ लागला.

''पण मग केलंस काय तू?'' लागलेला जबरदस्त ठसका आवरत धुमसत्या आवाजात महेशनं विचारलं, ''यावर उपाय काय?''

''अगदी माझ्या मनचं बोललास. डॉक्टरला पहिल्यांदा मी हेच विचारलं. डायॉग्नॅसिस कन्फर्म झाल्यावर लकीली त्याला एकदम आठवण झाली एका कन्सल्टंटची. त्यानं याच डिसीजचा फार खोलवर अभ्यास केलाय. डॉ. ठाणावाला! रेश्मी टेरेस आहे ना चौपाटीवर, त्याच्या तिसऱ्या मजल्यावर आहेत त्याच्या रूम्स. तसाच त्याच्याकडे घेऊन गेलो तिला. तो डॉक्टरही दिवसभर असतो तिथे. त्यानं तपासलं नि म्हणाला, 'वेळेवर आलात. एक दिवस उशीर झाला असता, तर खेळ खलास होता. दहा वर्षं अगोदर आला असतात, तर काहीच उपयोग नव्हता. त्या वेळी त्याच्यावरचं औषधच सापडलं नव्हतं. पण आता आहे.' भलतंच महागडं रे! पण म्हटलं जिवापुढे पैसा काय बघायचाय? खरं म्हणजे त्यानं औषध आहे म्हटल्यावर मला तर रडूच फुटलं होतं बघ.''

''रडू?''

''हो रे! एकदम हायसं वाटलं ना. माणसाचं मन मोठं विचित्र बघ. आनंदानं नाचायचं तर रडूच फुटलं.''

महेश काही बोलणार तोच वेटरनं डिशेस आणून ठेवल्या. मग मुकाट्यानं दोघंही जेवू लागले. जेवण संपवून बाहेर पडेतो दोन वाजले होते. महेशला दारातच कसल्या तरी कामाची आठवण झाली. किशोरला धीराचे दोन शब्द कसेबसे सांगून तो सटकला.

कोपऱ्यावर वळून महेश दिसेनासा होईपर्यंत किशोर तिथेच उभा होता, शांतपणे सिगारेटचे झुरके घेत. त्यानंतर मात्र झटक्यात सिगारेट फेकून देत त्यानं समोरच्या टॅक्सीला हात केला आणि घाईघाईनं चौपाटीवर चलण्यास सांगितलं.

रेश्मी टेरेससमोर किशोर उतरला. हाताला लागली ती नोट त्यानं ड्रायव्हरच्या हातात कोंबली. सुटे पैसे परत घ्यायलाही तो थांबला नाही. लिफ्ट येण्याची वाट न पाहता उड्या टाकतच तो तिसऱ्या मजल्यावर पोचला. समोरच्या कॉरिडॉरमध्ये कुणीच नव्हतं.

कपाळावरचा घाम पुसत आणि लागलेली धाप आवरण्यासाठी खोल श्वास घेत किशोर समोरच जराशा अडोशाला थांबला.

त्याला फार वेळ वाट पाहावी लागलीच नाही.

बरोबर अडीचच्या ठोक्याला महेश लिफ्टमधून बाहेर पडला. त्यानं क्षणभर इकडे तिकडे पाहिलं आणि डाव्या बाजूला मोर्चा वळवला.

नेमक्या त्याच क्षणी किशोरनं त्याला हाक मारली.

''महेश!''

पुढे टाकण्यासाठी उचललेलं डावं पाऊल अधांतरीच ठेवत महेश थांबला, वळला. किशोरला पाहताच गोंधळला. त्याच्याकडे येण्यासाठी निघणार तोच किशोरच त्याच्याजवळ पोचला.

''मला संशय होताच, खात्री नव्हती. आता डायग्नॉसिस कन्फर्म झालं.'' किशोर आवाज चढवत बोलला, ''हरामखोर, भडव्या, मादर...''

आश्चर्य व भीती या संमिश्र भावनेनं ग्रासलेल्या महेशच्या थोबाडावर घट्ट आवळलेली आपल्या उजव्या हाताची मूठ किशोरनं आदळली.

एखाद्या कार्टून चित्रपटात स्लो मोशनमध्ये दाखवावा तसा जमिनीशी निरनिराळे कोन करत महेश खाली आपटला. लाथेनंच त्याला डिवचत, तो निपचित पडल्याची खात्री करून घेत किशोरनं समाधानानं आपले हात चोळले आणि लिफ्टजवळ जात, शीळ घालत तो खाली जाण्यासाठी लिफ्टचं बटन दाबू लागला.

(पूर्वप्रसिद्धी : मेनका, ऑक्टोबर १९८०)

ओळख

मनोहर भागवत

''गेले तीन दिवस तुला घेऊन बाहेर फिरायला जायचं म्हणतोय ते आज जमतंय. सुटलो बुवा या वऱ्हाडी मंडळींच्या गर्दीतून. आता तीन-चार तास तरी घरी जायचंच नाही.''

''तीन-चार तास?''

''काय झालं मग? रोजचा किमान एक तास धर, तरी तीन दिवसांचे तीन तास होतातच ना? की माझंच काही चुकतंय?''

''हिशेब बरोबर. पण नुसता आकड्यांचा. तीन दिवसांचा उपाशी माणूस तिप्पट जेवतो का?''

''खरंय तुझं, परवा मला एक छानच कल्पना सुचली. सांगू?''

''हं.''

''आपल्या पत्रिकेवर आपण छापतो ना, 'सहकुटुंब सहपरिवारे येऊन' वगैरे वगैरे त्याखाली वऱ्हाडी मंडळींसाठी एक नम्र सूचना पण द्यायची. 'आम्हाला सुखाचा संसार चिंतणाऱ्या वऱ्हाडी मंडळींनी आपला मुक्काम लवकर हलवावा... कृपया गैरसमज करून घेऊ नये.' ''

''म्हणजे काय होईल?''

''सुज्ञ मंडळी त्यातला आशय ओळखून आम्हाला उपकृत करतील. याने सं-पू-र्ण मोकळीक देतील. आपण फक्त दोघं. दोघंच...''

''वऱ्हाडी मंडळी म्हणता तर अशी कोण बाहेरची येऊन घुसली आहेत आगंतुकपणे? दोन्ही बहिणी तुमच्याच. एक मेहुणा, काका-काकू, त्यांची मुलं, तुमची आई, ही परकी का वाटतात तुम्हाला? लग्न म्हटलं की अगदी हक्कानं

येऊन राहणारच ती. त्यांच्याबद्दल अशी भावना?''

''आता कसं सांगू तुला? ही सगळी माणसं माझीच आहेत. त्यांनी माझ्याकडे येऊ नये असं मला कसं वाटेल? पण खरं सांगू, निदान आत्ता तरी त्यांची अडचण वाटतेय. आणखी दोन महिन्यांनी या नि खुशाल पंधरा दिवस राहा म्हणाव.''

''पण ही वेळ पुन्हा येत नसते नि ती मजा पण...''

''मीदेखील तेच म्हणतोय की... ही वेळ पुन्हा येणार नाही, कधीच येणार नाही. नवलाई ही काही टिकणारी गोष्ट नाही. या दिवसांच्या आठवणींवरच तर पुढचं आयुष्य रेटायचंय आपल्याला. ती सुरुवातच जर अशा वातावरणात उबून गेली तर...''

''ज्याच्या त्याच्या मानण्यावरच आहे ते. आमच्या घरात या वेळी...''

''बरी आठवण झाली. परवापासून तुला विचारीन म्हणतोय... आपल्या लग्नात तो गोरा नि उंचसा मुलगा होता... कोण बरं तो तुझा?''

''कुठला?''

''एवढं आठवत नाही? कमाल आहे तुझी! तो गं... त्यानं शेवटी आपल्याला नाही का आईस्क्रीमच्या डिशेस आणून दिल्या आणि एका चमच्यानंच खायचा आग्रह करत होता तो– त्याचवेळी फोटोग्राफरला देखील खूण केली त्यानं. मला फारच आवडला होता. कोण गं?''

''तो रमेश... माझ्या बाबांच्या मित्राचा मुलगा. आगाऊच आहे जरा.''

''त्यानं काय आगाऊपणा केला? आपल्याला तर आवडलं बुवा त्याचं मनमोकळं वागणं. शिवाय लग्नात किती मदत करत होता, सारखी धावपळ चालली होती बिचाऱ्याची.''

''तुम्हाला तेवढंच दिसलं त्याचं, पण काही खरं नाही. उगाच चारजणांत विनोद म्हणून करील नि आपणच हसेल. लहानपणापासूनच आमच्याकडे येतोय ना तो. लग्नाला येईल की नाही काही सांगता येत नव्हतं, मात्र– पण आला... त्याच्या मनातून...''

''थांबलीस का, सांग ना.''

''काही नाही. त्याच्या वडलांची आठवण झाली. बिचारे गेली दोन वर्षं अंथरुणाला खिळून राहिलेत. आमचे खूप लाड करायचे लहानपणी. तेव्हा त्याच्या मनातून वडलांना एकटं टाकून यायचं नसेल. असं आपलं आम्हाला वाटलं, दुसरं काही नाही.''

''असं असूनदेखील तो आला. तुमच्यात आनंदानं रमला, सहभागी झाला, याचंच नवल वाटतं मला. असतात काही माणसं अशी.''

''त्याचं काय एवढं? आमच्या वडलांनीदेखील त्याच्या वडलांचं एवढं

केलंय.''

''एऽऽ वेणीवालाऽऽ''

''मला नकोय हं वेणी.''

''का गं? बघ तरी.''

''नको, वासानं डोकं कसं भणभणतं.''

''मला फार हौस होती. मी तुला पाहायला आलो होतो ना त्या दिवशी वेणी घातलेली तू इतकी मस्त दिसत होतीस!''

''त्याकरता तर असं नटूनथटून बसायला लावलं होतं बाबांनी. तुम्हाला पसंत पडायला हवी होते ना मी.''

''नसती तुझ्या डोक्यात वेणी तरी तू मला पसंतच होतीस.''

''म्हणजे कशी? कधी पाहिलं होतंत तुम्ही मला?''

''एकदा की दोनदा? मोजायचंच झालं तर हातापायाची बोटं पुरणार नाहीत.''

''कमाल आहे! मला कसं कळलं नाही?''

''ते आमचं गुपित आहे, सिक्रेट!''

''असेल काहीतरी. लग्नाआधी पुरुष याच उद्योगात असतात.''

''मला वाटलं होतं की ते 'गुपित' ऐकायला तू उत्सुक असशील. 'सांगा ना... सांगा ना' म्हणून मला सतावशील. मग मी खूप आढेवेढे घेईन, शब्दाशब्दांवर तुला झुलवत ठेवीन आणि मला हवं ते द्यायचं कबूल केल्यावरच मी तुला ते सांगीन. काय मजा आली असती नाही?''

''बरं आता सांगा.''

''खरंतर त्या गुपिताची गंमत गेली आता. मजा गेली. पण तुझा गैरसमज व्हायला नको म्हणून सांगतो. रोज सकाळी आठ वाजता नाक्यावरल्या फुलवाल्याकडे कोण यायचं पुडी न्यायला?''

''मीच! का?''

''त्या वेळी कसा अवतार असायचा तुझा? आठव.''

''हंऽऽऽ''

''धड केस नसत विंचरलेले की पातळही मोठं चापूनचोपून नेसलेलं नसे. स्नो-पावडर आणि इतर प्रसाधनांचं तर बोलूच नकोस!''

''सकाळी अंघोळ केल्यावर बाबा आधी या कामासाठी पिटाळायचे.''

''आणि हे सगळं आमच्या कम्याला माहीत. योगायोगच तो.''

''कम्या कोण?''

''त्याचं नाव कमलाकर. आमच्यापुरता कम्या. तर त्याला मी सहज बोलून

गेलो. अमक्या अमक्याची मुलगी मला सांगून आलीय. तर दुसऱ्या दिवशी सकाळीच त्यानं मला त्या फुलवाल्याच्या दुकानासमोर नेऊन उभं केलं आणि तेवढ्यात तू आलीसच...''

''असेल...''

''तुला पाहिलं आणि अगदी त्या अवतारातदेखील तू मला आवडलीसच.''

''पुढे?''

''मलाही वाटायला लागलं आपणही रोज एक हार दत्ताला घालायलाच हवा. तो त्याच नाक्यावरच्या फुलवाल्याकडे चांगला मिळतो. सकाळी आठ वाजता...''

''काहीतरीच... मी पाहते ना... आपल्या इकडे जवळपास कितीतरी फुलवाले आहेत. एवढं लांब जायचं ते...''

''हूँऽऽ काहीतरी गार घेऊया का? लिंबू सरबत की आईस्क्रीम?''

''काहीही, पण हॉटेल कुणाचं आहे ते पाहा हं.''

''ते काय समोरच दिसतंय ना. 'सदानंद कोल्ड्रिंक्स हाऊस' – चालेल?''

''हं!''

''खुर्ची जरा इकडे सरकून घे ना... घे... हां अश्शी! म्हणजे नीट बोलता येईल. हं, घे ना, कर सुरुवात.''

''आमच्या मीनाला आईस्क्रीम फार आवडतं. कधी हट्टच धरून बसते.''

''आऽऽहा... मस्त... आजचं आईस्क्रीम मोठं टॉप लागतंय. कशामुळे ठाऊक आहे? आणखी घेणार का?''

''नको.''

''मी केव्हाच ठरवून टाकलंय बरं का?''

''काय?''

''आता जूनला कॉलेजं सुरू झाली की तुझ्यासाठी ॲडमिशन घेऊन टाकायचीच.''

''हे काय आणखी?''

''काही नाही. बरोबर आहे. तुझ्यासारखी रूपवती बायको मिळाली म्हणून सगळे मला भाग्यवान समजतात. आता केवळ रूपानंच नाही, तर शिक्षणातसुद्धा तू कमी नाहीस असं दाखवून द्यायचंय मला. अवघी चार वर्षं तर...''

''मला कसं झेपणार बाई?''

''का?''

''घरात सासूबाई आहेत... वन्सं आहेत... शिवाय तुमचं सगळं वेळच्या वेळी करायचं म्हणजे...''

''अगं, ती आहेत म्हणून तर जमणार आहे सगळं. एकटीच असतीस तर याचा विचारही करायला नको होता. आहे काय त्यात, जमेल सगळं...''

''एस.एस.सी.ची परीक्षा झाली नि त्याचवेळी मी ठरवलं होतं... आता अभ्यासाचं पुस्तक म्हणून हातात धरायचं नाही. आता का अभ्यास करायचे दिवस आहेत माझे?''

''राहिलं. तुला प्रथम पाहिली ना, तेव्हा तुझ्या निमुळत्या नाजूक जिवणीनं मला सांगितलं, तुला अजून खूप शिकायचंय. काहीतरी करून दाखवायचंय. कॉलेजला जायचं नसलं तर दुसरा कुठला कोर्स घे. शिवणकाम... भरतकाम, नाहीतर...''

''मला तर अगदीच कंटाळा आहे बाई त्या डोळेफोडीचा... डोकं नुसतं ठणकायला लागतं हातात सुई घेतल्याबरोबर...''

''आपलं लग्न झाल्यापासून तर माझ्या अंगात उत्साहाचं वारं संचारलंय... काय काय करू, असं होऊन गेलंय. तू अन् मी एकत्र आल्यावर काय अशक्य आहे आपल्याला?''

''म्हणूनच त्या उत्साहाच्या भरात परवा घरातून निघताना माझ्या बाबांच्या पाया पडायचं विसरलात होय?''

''खरंच म्हणतेस?''

''मग खोटं का? बाबांच्या मनाला किती लागून राहिली ती गोष्ट आणि चारचौघांत त्यांचा अपमानच नाही का झाला हा?''

''चारचौघांत जाऊदे, पण तुझ्या बाबांना खरंच काय वाटलं?''

''आपला जावई मोठा मानी आणि वडीलधाऱ्यांचा मान ठेवणारा नाही, हे त्यांना नक्कीच उमगलं असणार...''

''कशावरून?''

''मी त्यांचा स्वभाव ओळखत का नाही? दोन दिवस बेचैन होते असं ऐकलं मी.''

''असं व्हायला नको होतं खरं आणि आपल्या नाही बुवा या रीतिभाती लक्षात येत. तू तरी सुचवायचंस.''

''तुमची माझी ओळख तरी त्या वेळी...''

''तुझ्या बाबांनी तरी समजून घ्यायचं. सांगितलं असतं मोठ्या मनानं की केला जावयानं नमस्कार, तर काय बिघडलं असतं?''

''असं खोटंच?''

''मी नाही का?... तुझ्याशी बोलणार नव्हतो, पण तुझ्या बाबांनी वरदक्षिणा म्हणून पाचशे रुपये द्यायचं कबूल केलं होतं ते पुरते दिले का लग्नात?''

''म्हणजेऽ?''

''ते पुरते दिले नाहीत. दोनशे कमीच होते. काही अडचण आली असेल... 'सांभाळून घ्या' म्हणाले. यातलं अक्षर तरी कुणाला कळलं?''

''खरं सांगताय हे?''

''खरंच, पण याची खात्री तुला बाबांना विचारून नाही करून घेता यायची. त्यांच्या भावना दुखावतील. हे कुणाला कळता कामा नये. मी केवळ नमस्कार करायला विसरलो त्याचा तुम्ही एवढा विपर्यास केलात... म्हणून... केवळ म्हणूनच बोललो मी हे. जाऊदे. भलताच विषय निघाला.''

''किती वाजले हो?''

''साडेसहा तर होताहेत... ए, आपण चौपाटीवरून एक फेरी मारूया का?''

''मी... मला...''

''बोल ना.''

''आपण थोडा वेळ बाबांकडे जाऊन यायचं म्हणत होते मी.''

''अगं, परवाच तर आलो ना जाऊन आपण?''

''तरी पण...''

''आज दोघांनीच फिरायचं, खायचं, प्यायचं, मजा करायची असं ठरवलं होतं मी... लग्नानंतरची ही नव्हाळी, ही गंमत पुन्हा येईल का?''

''लग्न म्हणजे पुनर्जन्म तर नव्हे ना, की मागचं सगळं एकदम विसरूनच जाता येईल. अक्षता पडल्या नि अंगाला हळद लागली म्हणजे आई-वडलांनी हयातभर केलेली माया नि जपणूक विसरता येईल कुठल्या मुलीला?''

''त्यांना विसरून जा, असं नाही म्हणत मी. पण मोठ्या प्रयासानं एवढ्या मंडळींतून सवड काढून आपण दोघंच फिरायला बाहेर पडलो, अशावेळी तरी तू बाबांकडे जायचंय... माहेरी जायचंय, असला विषय नसता काढलास, तर मला फार बरं वाटलं असतं... परवापर्यंत तुझे आई-बाबा होते. उद्यादेखील ते तुझेच आहेत, पण हा आजचा दिवस नि ही वेळ केवळ तुझ्या-माझ्यासाठीच आहे.''

''तुम्ही तुमच्या माणसांतच आहात, तिथेच राहणार आहात, म्हणून बोलायला सोपं आहे हे.''

''तुला वाटतंय ते खरंही असेल, पण माझ्या भावना अशा आहेत हेदेखील काही खोटं नि गैर नाही आणि तुझ्यादेखील असाव्यात... असायला पाहिजेत, एवढी रास्त अपेक्षा मी केली तर चुकलं का माझं?''

''चुकलं असं कुठे म्हणतेय मी?''

''तुला ज्या ज्या वेळी मी पाहिलं, त्या फुलवाल्याजवळ आणि तुमच्या घरी

आलो तेव्हासुद्धा... माझ्या मनानं उभारी घेतली. तुझ्यासारखी मुलगी माझी बायको होणार याच आनंदात चूर होतो मी... रीतीप्रमाणे विचारायचे साधे दोन प्रश्नदेखील तुला विचारले नाहीत मी, की देण्याघेण्यावरून कसली घासाघीस नाही... आपलं लग्न ठरवलं केव्हा नि उरकलं केव्हा, मला कळलंच नाही... एक स्वप्न पडल्यासारखंच वाटलं.''

''आम्हाला तसं करून चालणार नव्हतं. तुमची सगळी माहिती मिळवली होती आमच्याकडच्यांनी. तुमची नोकरी, पगार, नातेवाईक... थोडासा घराण्याचा इतिहास...''

''मला या गोष्टींची जरूरच भासली नाही. नव्हे, माझ्या मनातदेखील काही आलं नाही यातलं. तू पसंत होतीस, मला आवडली होतीस यातच सर्व काही आलं.''

''खरं सांगा, किती मुली पाहिल्यात तुम्ही?''

''एक... दोन... तीनच मुली तर पाहिल्या... चौथी तू. पण का?''

''सहजच!''

''किती मुलींतून तुझी निवड झालीय हे अजमावायचं होतं तुला? पहिल्या तीन मुली पाहणं म्हणजे जबरदस्तीचा मामला होता. जावंच लागलं आणि नाइलाजानं नकार द्यावा लागला. पण तुझ्या वेळेला मात्र मीच आलो, कारण आधी पाहिली होती ना तुला. मनाचा कौल ठरून गेला होता. मला वाटतं...''

''काय?''

''कुठल्या तरी कादंबरीत अगदी अशीच सिच्युएशन आहे. काकोडकरांच्या किंवा फडक्यांच्या असेल... बहुधा फडक्यांच्याच.''

''मी कुठे वाचल्यात कादंबऱ्या?''

''मग तू काय वाचतेस? काय आवडतं?''

''खरं सांगू? जे वाचायला घेतलं की हमखास झोप येते ना ते आवडतं... मग काहीही असो... जुनं वर्तमानपत्र, एखादं मासिक... काहीही... खरं काहीही नसलं तरी उत्तमच.''

''हल्लीचे दळवी-नवरे काय छान लिहितात. तुला वाचावंसं वाटेल असंच, एखादं चांगलं पुस्तक असलं हातात तर जेवायची शुद्ध राहत नाही मला. बरं सिनेमाला तरी जातेस की नाही, की नाटकंच आवडतात पाहायला...''

''नाटकानं अगदी बोअर होतं बाई मला. कधीकधी माझ्या बहिणीबरोबर सिनेमाला जाते, पण नाच आणि म्युझिक चांगलं असलं तरच.''

''मराठी सिनेमात कुठले आलेत एवढे नाच.''

''ईऽऽ मराठी कोण बघतंय? हिंदी काय टॉप असतात...''

''कारण बुद्धी नसली बरोबर तरी भागतं.''

''हळूच काय पुटपुटलात?''

''मी म्हणालो हल्ली सगळ्याच मुलींना हिंदी सिनेमा आवडायला लागलेत. खरं ना?''

''होयच मुळी!''

''आपलं लग्न ठरलं ना, म्हणजे अगदी पक्कं ठरायचं होतं, पण तुला पाहिल्यापासून काय एकेक कल्पना लढवत होतो मी मनाशी. मला आवडणारी फुलांची वेणी घालून तू आमच्या घरात अशी बसली आहेस असा भास व्हायचा मला. एक छानशी कादंबरी तुझ्या हातात आहे. मी बाहेरून येतोय, मला पण तेच पुस्तक हवंय, पण तू तर सोडायलाच तयार नाहीस. मग आपलं लुटूपुटूचं भांडण...''

''आणि तुम्ही पटकन ते पुस्तक घेता... खेचून... मला फसवून...''

''राईट! कसं बरोबर ओळखलंस.''

''पुरुष नेहमी स्त्रियांवर अशीच आपली हुकमत चालवतात.''

''तसं नव्हे गं... कसं सांगू? मन तुझ्यात अडकलेलं असायचं. काही म्हणता काही सुचायचं नाही. अशी काय जादू केली होतीस तू कोण जाणे?''

''हं!''

''तेवढ्या काळात एकदा सुधीर फडक्यांच्या गाण्याला गेलो होतो. माझे आवडते गायक. पण बाबूजींचं गाणं काही बरं वाटलं नाही तेव्हा... कंटाळाच आला. सारखं वाटत होतं की तुला आणली असती बरोबर तर किती छान झालं असतं. चुकलंच ते.''

''मला नाही आवड गाण्याची, पण बाबा म्हणाले असते तर मला यावंच लागलं असतं.''

''म्हणजे?''

''जावयाचा शब्द मोडवला असता त्यांना? मुलगी द्यायची होती ना तुमच्या घरात.''

''आणखी खूप खूप वाटायचं. एखाद्या रविवारी तुला घेऊन खूप फिरावं, बोलावं, मनातलं सगळं सगळं सांगून टाकावं. दोघांनी एकमेकांची चांगली ओळख करून घ्यावी...''

''बाबांनी त्यालाही आडकाठी नसती केली.''

''त्यांचं नाही काही एवढं वाटलं, पण कधी असंही मनात यायचं...''

''काय?''

''आता कितीसे दिवस उरले आहेत लग्नाला? नव्या नव्या ओळखीची

लग्नानंतरची हुरहुर गंमत आधीच कशाला घालवून बसा? एकमेकांच्या मनाचा लपंडाव, ओढ, समज, गैरसमज, घोटाळे नि गमतीजमती लग्नानंतरच समजून घ्यायला किती मजा येईल नाही? पण आता वाटतं. छे!''

''काय?''

''आपण त्याच वेळी जायला हवं होतं. ती संधी घ्यायला हवी होती मी... तर कदाचित...''

''असं काय आपल्याशी बोलताय. चला ना...''

''चला... निघायलाच हवंय... उशीरच झाला सगळा!''

(पूर्वप्रसिद्धी : मेनका, जानेवारी १९७२)

एक प्रेमकथा, आणि दुसरी ??

मनोरमा बापट

ऐन बहरात आलेलं गहिरं तारुण्य! केवड्याची अंगकांती, पिंगट पिंगट असं दोनदा म्हणावंसं वाटावं इतके पिंगट, लांबट डोळे. छोटंसं उपरं नाक. सायीचे गाल, ओठ तर गुलाब पाकळ्याच!

असं हे मूर्तिमंत लावण्य रसिक, उमद्या स्वभावाच्या देखण्या, बलदंड, तरुण मुकुंदाच्या दृष्टीस पडलं. एका लग्नाच्या मांडवात. मित्राच्या लग्नाला तो कोकणातल्या या गावी आलाय. मांडवात मंगलाष्टकं सुरू आहेत आणि ही लावण्यलतिका बायकांच्या घोळक्यात उभी आहे. डाव्या हाताच्या तळव्यातल्या अक्षता उजव्या चिमटीनं उधळतेय वधू-वरांच्या दिशेनं! भटजी आपल्या 'खास' सुरात मंगलाष्टकं म्हणताहेत. मधूनच एखादी मंगलाष्टक बायका किनऱ्या आवाजात म्हणताहेत. मुकुंदाच्या हातातसुद्धा अक्षता आहेत, पण जशान् तश्शा त्यानं त्या धरल्या आहेत. त्याचं ध्यान असं काही त्या रूपमतीकडे लागलंय, की बाकी कशाचं भानच नाहीये. 'तदेव लग्नम्...' संपलं, 'शुभ मंगल सावधान'ची ललकारी झाली, वाजंत्री वाजली आणि त्या आवाजानं तो भानावर आला. हातातल्या अक्षदा एकदमच त्यानं उधळून टाकल्या.

इतका वेळ भोवती स्तब्ध उभी असलेली गर्दी एकदम 'हलू' लागली आणि त्या हलत्या गर्दीत ती रूपगर्विता एकदम दृष्टीआड झाली.

मुकुंदाची नजर कावरीबावरी होऊन भिरीभिरी तिचा वेध घेऊ लागली. अस्वस्थपणे तो मांडवात फिरू लागला. हाताच्या मुठी वळू लागल्या, उघडू लागल्या. कुणीतरी त्याच्या हाती दिलेल्या केशरी पेढ्याचा पार चुरा होऊन गेलाय!

अचानक त्याच्या शोधक डोळ्यांनी तिला टिपली. बायकांमध्ये ती अत्तर लावतेय. हिरवी साडी नेसलीय. साऱ्या वनराईचा रंग जणू शोषून घेतलायसं वाटावं इतका रंग हिरवा आहे. सोनचाफ्याचा रंग आणि सुवर्णाची चमक असलेली निमुळती अशी साडीला किनार आहे. तिच्या गळ्यात टपोऱ्या, तांबूस, अस्सल मोत्यांचा सर आहे आणि कानांमध्ये तशाच मोत्यांची चांदणी! अत्तर लावता लावता ती मधूनच खुदकन हसली आणि तिच्या गालात एक खट्याळ खळी उमटली. मुकुंदाचा जीव खळीत अडकलाच. 'ती पाहताच बाला कलिजा खलास झाला!' मोह झाला. धावत सुटावं, त्या बायकांच्या घोळक्यात घुसावं, अत्तरासाठी आपला पालथा पंजा तिच्यापुढे धरावा. तिचा दुरावा सहनच होईना. त्याचा जीव मुळी पाण्यातून काढलेल्या मासोळीचाच झाला!

त्याचं मन ग्वाही देऊ लागलं, 'अरे हेच, हेच ते 'प्रेम' प्रथमदर्शनी जडणारं!'

पंगत मांडली. हा पंगतीत पानावर बसला आणि... आणि जिलबीचं ताट हाती धरून ती वनराणी सरळ पंगतीत वाढायला आली. पंगत ही लांबलचक. मांडवाच्या या टोकापासून ते त्या टोकापर्यंत! याच्या नजरेनं तिचा पाठलाग सुरू.

आणि अकस्मात किमया झाली. त्याच्या प्रेमपूर्ण, ओढाळ दृष्टीनं जादू केली. बघता बघता त्या लावण्यवतीची काया 'आरस्पानी' झाली. त्याची नजर मग मुळी मोरपीसच झाली. तिच्या अवघ्या कायेवर, कायेवरील अणुरेणूंवर अलगदपणे स्पर्शत, हुंगत फिरू लागली. त्या स्पर्श-मोहिनीनं आणि त्या मत्तगंधानं तो पुरता वेडावला. ओणवी होऊन, जिलबी वाढता वाढता ती एकदम त्याच्या पानासमोरच आली. ओणव्यानं जिलबी वाढू लागली. त्याच्या नजरेचं मोरपीस आता तिच्या गळ्याच्या पोकळीतून झर्रकन खाली घसरलं. दोन्ही उरोजांच्या गुबगुबीत कबुतरांवर जाऊन विसावलं. तिथून ते हलेचना... हलेचना... तिचा जिलबी वाढण्यासाठी पुढे झालेला उजवा हात तर त्यानं कल्पनेनं गच्च गच्च दाबून ठेवला.

मुकुंदा ज्या मित्राच्या लग्नाला इथे आलाय त्याला व त्याच्या बहिणीला गळ घालून त्यानं तिची ओळख करून घेतली. लाजून लाजून चूर झालेल्या तिनं फक्त आपलं नाव सांगितलं, 'शारदा...'

चार दिवसांच्या रजेवर आलेला मुकुंदा आणिक चार दिवस राहिला. तिच्या घरावरून चकरा मारू लागला. तिला वेगवेगळ्या कोनातून बघण्यात रंगू लागला. एकदा ती विहिरीतून पाणी काढताना दिसली. डावं पाऊल तिनं विहिरीच्या खोबणीत रोवलंय, पातळ वर खोचलंय, पाठीवर केसांची सैलसर गाठ पुढेमागे

होत रहाट फिरवतेय. तिच्या कमनीय शरीराचे ते हेलकावे बघता बघता तो रस्त्यावर एकाच जागी खिळल्यागत उभा! एकदा झाडांच्या मुळात कळशीनं पाणी ओतताना दिसली. हा तिची ती पोझ बघता बघता, हर्षोल्हासानं चिंब चिंब!

मित्राच्या घरची माणसं म्हणताहेत, 'रजा वाढवली आहेस तर आमच्या कोकणातली काही सृष्टीसौंदर्याची खास ठिकाणं तरी बघून घ्या.' पण कुठलं काय नि कुठलं काय! याची अवस्था 'तेरे चेहरे से नजर नहीं हटती नजारे हम क्या देखें...'

मुकुंदाची ती प्रेमविव्हल स्थिती बघून मित्रानं व त्याच्या बहिणीनं नागमोडी वळणं घेत घेत शारदेला 'मुकुंदाचं तिच्यावर जडलेलं प्रेम' सांगून टाकलं आणि काही लटकंसं कारण सांगून दोघांची एकांतात भेट घडवून आणली आणि एक गुपित कळलं, एकांतात भेटली तशी खालमानेनं सारवलेल्या भुईवर पायाच्या अंगठ्यानं वर्तुळ रेखत तिनं अस्फुटपणे सांगितलं, की 'त्याच' लग्नाच्या मांडवात याच मदनावर प्रथमदर्शनीच तिचाही जीव जडलाय! हळुवारपणे तिची हनुवटी त्यानं वर उचलली. तिच्या पिंगट डोळ्यांमध्ये त्याची नजर रुतलीच आणि गुलाबपाकळ्यांमधला गुलकंद... तिची काया अशी थरथरली, अशी थरथरली, की त्याला वाटलं हिला अलगद पिसासारखी उचलावी आणि आपल्या बलदंड बाहुपाशात...

मग चोरून भेटीची चटक लागली. मुकुंदा आणिक आठ-दहा दिवस तिथे राहिला आणि मग धैर्य करून त्यानं तिच्या घरी प्रेमाचं रहस्य सांगून टाकलं.

व्हायचं तेच झालं. भडका उडाला! मुलीनं आपलं आपण लग्न ठरवलंय कळलं, की बापाची तळपायाची आग मस्तकाला पोचते. 'आम्ही काय मेलो होतो काय...' इथून बंदुकीच्या गोळ्यांची फैर सुरू होते.

खूप गदारोळ झाला. तिच्या वडलांना कोकणातलाच घरदार, शेतजमीनवाला जावई हवा होता. मुंबईमधला दोन खोल्यांच्या काडेपेटीसारख्या घरात राहणारा, कामावर जाण्यासाठी डबा घेऊन गाडी-बससाठी धावणारा, गर्दीत चेंगरत चेंगरत जगणारा जावई नको होता. त्यांची लाडकी लेक इथे मोकळ्या हवेवर, सात्त्विक अन्नावर वाढलेल्या, मोठ्या घरात-अंगणात वावरलेल्या तिला त्यांना त्या मुंबईत रेशनचं कदान्न खायला आणि टीचभर जागेत दहा माणसांमध्ये गुदमरून जाण्यासाठी पाठवायचं नव्हतं. त्यांचा ठाम नकार होता. वज्रलेप मत होतं.

मुकुंदाची रजा वाढवण्याची मर्यादा संपली. दोघांच्या आणाभाका झाल्या. तिच्या वडलांचा ठाम नकार, तर या दोघांनी एकमेकांचे हात हाती घेऊन भीष्मप्रतिज्ञा(!) केली, 'लग्न करू तर एकमेकांशीच!'

उरात तगमग घेऊन मुकुंदा घरी परतला. विरहाग्नीत जळत जळत जगू लागला. ध्यानी, मनी, स्वप्नी शारदा– शारदा– शारदा...

आणि तिकडे शारदा 'जपत' होती एकच नाव. तिनं घेतला होता एकाच नावाचा ध्यास, मुकुंदा–मुकुंदा– मुकुंदा...

सहा महिन्यांपर्यंत शारदेच्या वडलांनी तिचं मन वळवण्याचे शतप्रयत्न केले. समजुतीनं सांगून पाहिलं, धाकदपटशा दाखवून झाला, आईने टिपं गाळली; पण हिचा एकच मंत्र– 'मी त्याला मनानं वरलंय, त्याच्याखेरीज मी कुणाशी लग्न करणार नाही.' लाजऱ्या, बुजऱ्या, भित्र्या या पोरीला प्रीतीनं भलतंच साहसी केलं होतं, 'प्यार किया तो डरना क्या?' अशी तिच्या कणखर झालेल्या मनानं तिला साथ दिली.

तिच्या वडलांचा वज्रलेप निश्चय लेकीवरल्या मायेनं मेणागत वितळून गेला. तिच्या वडलांनी मुकुंदाच्या वडलांशी पत्रव्यवहार केला. मुकुंदाचा आनंद गगनात मावेना. शारदेच्या अंगणात मांडव घातला गेला.

लग्न झालं आणि शारदेची पावलं मुकुंदाच्या मुंबईतल्या चाळीतल्या त्या दोन खोल्यांना लागली. मुकुंदाचे आई–वडील, त्याच्या पाठची चार भावंडं, घरकामात तिचा पुरा दिवस जाऊ लागला. पण ती त्रासत नव्हती, वैतागत नव्हती. नर्म, लाघवी स्वभाव. तिनं घर सहज लीलया जिंकलं. सर्वांची आवडती झाली!

दिवसभर कामानं शिणलेली काया, रात्री उशिरा स्वयंपाकघरातल्या पातळ गादीवर ती मुकुंदाच्या मिठीत मोठ्या अधीरतेनं लोटून मिटून जायची.

मुकुंदा–शारदानं संसाराच्या जंजाळात आपलं जीवन अळणी, बेचव होऊ दिलं नाही. जमेल, परवडेल तेव्हा हिंडणं–फिरणं, नाटक–सिनेमा बघणं त्यांनी सुरू ठेवलं. दिवस तर भराभर पळतच होते. मुकुंदाच्या पाठची भावंडं मोठी झाली. त्यांची शिक्षणं संपली. बहिणींची लग्नं झाली. भाऊ नोकरीला लागले. वेगळी बिऱ्हाडं करून राहू लागले. त्याच्या आई–वडलांनी जगाचा निरोप घेतला. त्याची मुलं मोठी झाली. मुलीचं लग्न झालं. मुलगा चांगल्या बड्या कंपनीत ऑफिसर झाला. एवढे सगळे संसाराचे टप्पे ओलांडता ओलांडता मुकुंदा–शारदामध्ये भांडण–तंटे झालेच नाहीत असं नाही. उलट कडाडून भांडणंसुद्धा व्हायची, अबोला व्हायचा. पण हे सगळं औटघटकेचं. करमणूक, छोट्यामोठ्या गोष्टींची खरेदी, जुन्या आठवणींची उजळणी अशा गुलाबपाण्याच्या शिडकाव्यानं त्यांचा संसार ताजा टवटवीत राहायचा आणि भांडणानंतरच्या अबोल्यानंतरच्या मिलनाची चव तर न्यारीच! मुकुंदा मग शारदेच्या कानी गुणगुणायचा, 'तुझे मालूम नहीं, तू अभितक है हँसी और मै जवान!' यावरलं शारदाचं 'इश्श' तर बेमालूम!

आज एकाहत्तर वर्षांचे मुकुंदआजोबा आणि पासष्टीपुढल्या शारदाआजी चार रूमच्या प्रशस्त फ्लॅटमध्ये राहतात. रस्त्याच्या बाजूला गॅलरी असलेली ही खोली त्या दोघांची आहे. ही गॅलरी आजोबांची आवडती. खालचा रस्ता अखंड वाहता. मुंबईच्या टोकाकडलं हे एक उपनगर आहे. जवळ इंडस्ट्रीज नाहीत, त्यामुळे रस्त्यावर ट्रक्स, जीप्स, व्हॅन्स, मोटारी या वाहनांची मुळीच ये-जा नाही. रिक्षा मात्र च्यू च्यू करून माणसांच्या गर्दीतून वाट काढून पळत असतात. अधूनमधून स्कूटर्स पळतात. रस्त्यावरून जाणाऱ्या म्हाताऱ्या, तरण्या लोकांची धावपळ, काहींचं रेंगाळत चालणं, तरुण जोडप्यांचं गुलुगुलु बोलत जाणं, काही लोकांचं हातवारे करत तावातावानं बोलत चालणं, दप्तरांचं ओझं पाठीवर लादून चालणारे विद्यार्थी– हे सगळं बघता बघता आजोबा रंगून जातात. त्यांत काही विशेष दृश्य दिसलं, की 'अगं ए, लवकर ये गॅलरीत. बघ तर खरी' असं म्हणून शारदेला बोलावण्याचा सपाटा लावतात. मारवाडी, पंजाबी लग्नाची 'बरात' बघणं त्यांच्या खास आवडीचं! सजवलेला उमदा घोडा, त्यावर चेहराभर फुलांच्या मुंडावळ्या सोडलेला, अंगात अगदी दिमाखदार, सळसळता चमकदार कुडता, तुंग तुमान, डोईला ऐटदार फेटा असा नवरदेव. ऐट अशी की जग जिंकून जणू आपल्या प्रियतमेला आणायला निघालाय! घोड्यासमोर तरुण मुलं बेबंद होऊन हर्षानं फुलून नाचतात. मोठी माणसं नाचणाऱ्या तरुणांवरून नोटा ओवाळून उधळतात. पुढे तर लोकप्रिय गाण्यांचा बँड. बँडचा आवाज दूरवरून ऐकू येऊ लागला, की मुकुंदआजोबा शारदेला हाक मारू लागतात, 'अगं ए, लवकर ये, बरात येतेय बरात.'

मुकुंदआजोबांची धारणा आहे– आपण ज्या ज्या गोष्टी एन्जॉय करतो त्यात शारदेचा सहभाग हवाच. किंबहुना, तिचा सहभागच त्या उपभोगातला आनंद द्विगुणित करतो. ही धारणा म्हणजेच तर खरं प्रेम! हे त्यांचं मत.

आपल्या अठरा वर्षांच्या नातीनं आपलं आपण लग्न ठरवलेलं त्यांना कळलं आणि ते खूष झाले. मोठ्या उत्सुकतेनं त्यांनी नातीला विचारलं, ''कोण गं तुझा प्रियकर? कुठे भेटला? कसं जमलं?'' आपल्या मानेपर्यंत कापलेल्या पिंगट मऊ सिल्की केसांवर कंगवा फिरवत फिरवत तिनं म्हटलं, ''तो प्रेमात पडण्याचा जुना जमाना उरलेला नाहीये आजोबा आता!''

''म्हणजे?'' असं म्हणत आजोबा तिच्याकडे नवलानं पाहतच राहिले. त्यांची नात मग त्यांच्याजवळ बसत सांगू लागली, ''आजोबा, हल्ली मुलगा-मुलगी एकमेकांना भेटणं दुर्मीळ कुठेय? मुला-मुलींचा मिळूनच ग्रुप असतो. संगती-सोबतीनंच आम्ही नाटक-सिनेमा बघतो, भटकतो, सहलींना जातो, स्पोर्ट्स क्लबमध्ये बॅडमिंटन खेळतो, टेबल टेनिस खेळतो. एखाद्या

विषयावर चर्चा करतो. आपापली स्पष्ट मतं मांडतो. यात 'प्रेमबीम' कुछ नहीं!''

'खरंय बाई, खरंय.' अशा अर्थी आजोबांनी मान डोलावली. दोघांनी लग्न करण्याचा निश्चय केलाय असं म्हटल्यावर म्हणे दोघांच्या आई-वडलांनी माना डोलावल्या. कुठे विरोधच नाही. मग थ्रिल कुठलं? सगळा सरळसोट व्यवहार! शारदाला ते म्हणाले, ''हे गं कसलं प्रेमलग्न?'' यावर शारदा म्हणाली, ''अहो, मागेच सोनिया म्हणत होती, आम्ही दोन-तीन वर्षं एकमेकांच्या सहवासात आहोत. स्वभाव, सवयी, आवडीनिवडी एकमेकांच्या एकमेकांना ठाऊक झाल्या. वाटलं, आम्ही लाईफ पार्टनर म्हणून एकत्र राहू शकू. म्हणून मग दोघांनी ठरवलं की...''

मुकुंदा मग शारदाला म्हणतो, ''काही म्हण, या आजकालच्या तरुणांनी प्रेमातली गोडीच घालवली आहे. तो विरोध नाही, चोरून भेट नाही, सगळं रुक्ष...''

मुकुंदाआजोबा आणि शारदाआजीची एकमेकांच्या संगतीनं जीवन जगण्यातली गोडी मात्र वाढतच राहिलीय. शारदाच्या प्रथमदर्शनाची ती 'लज्ज़त' अजूनही त्याच्या काळजात ताजी आहे. कधीकधी ते त्या प्रसंगाचा अगदी 'आँखो देखा हाल' सुनावतात. त्यांचा स्वर तरुण होतो. मग पासष्टीच्या शारदाआजी मनोवेगानं पन्नास वर्षं मागे पोचतात. त्या मुकुंदाच्या मित्राच्या लग्नाच्या मांडवात हिरवी साडी नेसून बायकांमध्ये अत्तर लावू लागतात!

मुकुंदाआजोबांची नात सोनिया आज तिच्या ग्रुपमधल्या कुणा मुलीच्या वाढदिवसाच्या समारंभाला गेलीय. त्यांची लेक, सून, कुटुंबीय मित्राकडे जेवायला गेलीत. घरात आजोबा-आजी दोघंच! रात्रीचे नऊ वाजून गेलेत. दोघंजण गॅलरीत बसलेत. चांदणी रात्र आहे. दोघंजण कुठल्या कुठल्या जुन्या आंबटगोड आठवणींची मजा चाखताहेत. गार वारं सुटलं तशी आजी उठल्या. शाल आणून त्यांनी ती आजोबांच्या खांद्यावर घातली आणि आपण पदर लपेटून बसल्या. आजोबा म्हणाले, ''पदर डोक्यावरून घेऊन कानांवरून घट्ट आवळून घे बघू, नाहीतर लागशील शिंकायला.'' त्यांचं वाक्य पुरं होतंय की नाही तोच एक स्कूटर वेगानं येऊन त्यांच्या बिल्डिंगशीच थांबली! स्कूटर चालवणारा होता कुणा दाढीसकट पगडी बांधलेला तरणा सरदारजी. पाठीशी सोनिया! आजोबांनी उठून दार उघडून ठेवलं. नात त्या सरदारजीला- 'बाय, सी... यू...' म्हणून जिना चढून वर आली. आजोबांनी भुवया उंचावून तिला पहिला प्रश्न विचारला, ''हे काय सोनिया, तुला इथवर सोडायला तुझा 'मोहनीश' का नाही आला?'' सोनिया आत जाता जाता बेफिकिरीनं म्हणाली, ''हा बलबिर सिंग तर समोरच्या बिल्डिंगमध्ये राहतो. मग त्याच्याबरोबर येणंच सोईस्कर नाही का? मुद्दाम

मोहनीशनं कशाला यायला हवंय?''

पाठमोऱ्या नातीला आजोबांनी कोपरापासून हात जोडले. आजी आपल्या खुदूखुदू हसत होत्या. त्यांच्यापाशी जाऊन बसत आजोबा म्हणाले, ''काय गं ही तरुण पिढी? प्रियकराच्या पाठीशी बिलगून बसायचं? या चांदण्याची, गारव्याची, वेगाची मजा भरभरून लुटण्याचा सुयोग हिनं आपला हुकवला!''

आजोबांना आजी पुष्कळ वेळा म्हणतात, ''अहो, हे प्रेम नाहीच. इथे सगळं सोय बघून, विचार करून एकत्र येण्याचं ठरवतात.''

आजोबा आपले सारखे हळहळतात. या मुलींच्या कोषात लाजणं हा अमोल दागिनाच नाही. खुदकन् हसणं नाही. कारण ग्रुपमध्ये विनोदी किस्से कुणी सांगितले की सर्वजण खो खो हसतात. साडी नेसतच नाहीत, मग पदर सावरण्यातलं काव्य कसं उमगणार? केस मानेपर्यंत कातरलेले, बॉबकट किंवा बॉयकट. मग पाठीवर ती काळीभोर केसांची नागीण कशी सळसळणार? मनगटांत बांगड्याच नसतात. मग त्या नादमधुर किणकिणीनं कुणी पागल कसं नि का व्हायचं? आजोबांचं असलं लेक्चर ऐकून घेता घेता आजी 'इश्श!' असं म्हणतात, हसतात, तेव्हा आजींच्या सुरकुतल्या गालातली ती उमटलेली खळी आजही आजोबांना मोठी लोभस वाटते.

आणि एक दिवस अकल्पितपणे आजोबा-आजींच्या कानांवर आलं, 'सोनियाचं लग्न मोडलं!' या एवढ्या मोठ्या आघातानं घरात कुणाच्याच मनी काही चलबिचल झालेली दिसली नाही. खुद्द सोनियाच्या वागण्यात, बोलण्यात काही फरक दिसला नाही! एवढंच नाही तर तो मित्र-मैत्रिणींचा ग्रुपसुद्धा तसाच भेटत राहिलाय.

आजोबांचं अंत:करण उगाच तळमळतंय. मनात हुरहुर दाटली आहे. 'काय बिनसलं असणार?' हा विचार त्यांना सतावतोय.

शेवटी न राहवून एक दिवस आजोबांनी नातीला अगदी सद्‌गदित स्वरात विचारलं, ''तुमचं तुम्ही ठरवलेलं हे लग्न का मोडलं बेटा? कुठली समस्या उद्‌भवली? का झाला प्रेमभंग?''

आजोबा एवढं कळवळून हे असं विपरीत काय विचारताहेत अशा प्रचंड आश्चर्यानं डोळे विस्फारून त्यांच्याकडे बघत सोनिया म्हणाली, ''प्रेमभंग? हा कुठला जुना बुरसटलेला, निरर्थक शब्द शोधून काढलात आजोबा? मोहनीशचं व माझं जमेलसं वाटलं म्हणून लग्न करण्याचं ठरवत होतो. पण आता वाटू लागलं, हे असं चोवीस तास एकमेकांच्या सान्निध्यात राहण्यानं आम्ही दोघंही 'कम्फर्टेबल लाईफ' जगू शकणार नाही, तेव्हा लाईफ पार्टनर होण्याचा बेत कॅन्सल केला दोघांनी. आम्ही ठरवलं- मित्र तर आहोतच आपण, तेव्हा ही

मैत्रीच सुरू ठेवू. बस्स!''

सांगून, बोलून सोनिया निघून गेली. आजोबा मात्र 'अवाक्'. बसलेल्या आश्चर्याच्या धक्क्यानं त्यांचं तोंड किंचित उघडं, पावलं तर भुईला खिळल्यागतच!

आजी समोर आल्या. आजोबांच्या चेहर्‍यासमोर त्यांनी उजव्या हातानं चुटक्या वाजवल्या आणि मग पदर तोंडाशी धरत आजोबांकडे बघत हसताहेत... हसताहेत...

(पूर्वप्रसिद्धी : मेनका, जुलै १९९१)

जगावेगळा

रमेश ललगूणकर

शंकर माझा मित्र आणि सदानंद शंकरचा मित्र. म्हणजे माझ्या मित्राचा मित्र. त्यामुळे सदानंदाची आणि माझी तशी ओळख होती. आणि म्हटलं तर तशी नव्हतीही. तो माझ्या घरी कधी आला नव्हता आणि त्यानंही कधी त्याच्या घरी बोलावलं नव्हतं. कधीतरी रस्त्यावर भेट झाली, तर तात्पुरतं बोलणं उरकूनच त्या भेटीची सांगता व्हायची. त्याच्याबद्दल उत्सुकता वाटावी असं त्याच्यात काही आहे, असं मला कधी वाटत नाही. त्याचं शिक्षण प्राथमिक अवस्थेतच संपलं होतं, हेही मला शंकरकडून कळलं होतं. त्याला आई-वडील कुणी नव्हतं आणि एका दूरच्या मामीच्या घरी त्यानं सध्या तळ ठोकला होता. बस्स! जेमतेम इतकीच माहिती शंकरनं मला दिली होती. सदानंदबद्दल एखाददुसरं वाक्य तो कधीतरी बोलायचा. त्याचं रूपही चारचौघांसारखं सामान्यच होतं, नाही म्हणायला त्याचे डोळे विलक्षण बोलके होते. भरल्या मेघासारखे ते दिसायचे. तो हसला, की त्यातून भावधारा वाहू लागतील की काय असं वाटायचं, पण ते तेवढ्यापुरतंच. मग मी त्याला विसरून जायचो ते त्याची माझी पुन्हा भेट होईपर्यंत.

पण दैवगती वेगळी होती. माझा त्याच्याशी नेहमीसाठी संबंध जोडावा असं दैवाच्या मनात आलं असावं. म्हणूनच तो एका दुपारी माझ्या घरी आला.

मी आरामखुर्चीत बसून दुकानाचे हिशेब मनात जुळवत होतो. बाहेर ऊन रणरणत होतं. सावल्या पेंगुळल्या होत्या. माझ्या डोळ्यांवरही हिशेबाचे आकडे जुळून येऊन पापण्या जड करू लागले होते.

एवढ्यात फाटक वाजलं आणि शंकर व सदानंद माझ्यापुढे येऊन उभे राहिले. माझी झोप खाडकन् उतरली. क्षणभर सदानंद माझ्याकडे आला आहे याचं भानच आलं नाही.

''काय झोपला आहेस का?'' शंकरनं शेजारची खुर्ची ओढून त्यावर बसत म्हटलं. तेवढ्यात दुसऱ्या खुर्चीवर सदानंद बसला आणि आढ्याकडे पाहत राहिला.

मी सरळ होत म्हटलं, ''झोपतोय कुठला? हिशेबाचं चक्र चाललं होतं डोक्यात. उगीच आपला झोपेचा चाळा झालं!''

मग आम्ही तिघंही दोन-तीन मिनिटं गप्प राहिलो. माझ्याजवळ विषय काही नव्हताच. तेव्हा बोलावं तरी काय, असं मी समजत होतो. मग मी उठलो आणि आत जाऊन सरबत करायला सांगून पुन्हा बाहेर आलो.

''हं! काय काम काढलं आहेस शंकर? आणि सदानंद कसा काय तुझ्याबरोबर? काही विशेष?'' मीच सुरुवात केली.

सदानंद नुसता हसला. बोलला काहीच नाही. नुसते डोळेच वाहू लागले.

शंकर पुढे वाकून उभा राहिला आणि म्हणाला, ''हे बघ, काम आहे थोडंसं पण महत्त्वाचं. म्हणजे आमच्या दृष्टीनं महत्त्वाचं.''

''अरे, बैस तरी नीट.'' मी त्याला बसवत म्हटलं, ''महत्त्वाचं काम आणि ते कसलं?''

''हो, तसं म्हटलं तर महत्त्वाचं. तुला त्याचं महत्त्व किती वाटेल हे कसं सांगू?''

''अरे, काम काय ते तर सांग, मग बघू काय ते.''

पण तो काही बोलला नाही. नुसताच इकडे तिकडे पाहत राहिला. कपाळावरचा घाम पुसत त्यानं माझ्याकडे टक लावून पाहिलं. मला वाटलं, की कामाचं बोलावं की नाही आणि ते असं उघड्यावर याची जुळवाजुळव करत असावा.

मी म्हटलं, ''अगदी बेलाशक सांग. इथे कुणी नाही. मुलं खेळायला गेलीत, पण थांब. पहिल्यांदा सरबत घेऊ. मग बोलू.''

तेवढ्यात सरबत तयार झाल्याचं बायकोनं सांगितलं. मी सरबताचे पेले घेऊन आलो. सदानंदनं तो पेला दोन घोटांतच रिकामा केला आणि खुर्चीच्या पायाजवळ ठेवला आणि पुन्हा तो छपराकडे पाहू लागला.

''हं, बोला आता...'' मी सरबत संपवून सुपारी कातरत म्हटलं.

''बोलतोच, पण थांब. सद्या, तूच सांग तुला काय सांगायचंय ते. मी

आपला नुसता बसतो आणि ऐकतो.'' शंकरनं म्हटलं.

पण सदानंद काहीच बोलला नाही. अंगठ्याची खूण करून त्यानं शंकरला बोलण्यासंबंधी सुचवलं. शंकरला तेवढाच इशारा हवा होता. त्यानं त्याची खुर्ची अगदी माझ्या खुर्चीजवळ ओढली आणि इकडे तिकडे पाहत कुजबुजल्यासारखं म्हणाला, ''बाईची भानगड झाली आहे एक...''

''बाईची...'' मी त्याच्या आणखी जवळ सरकून म्हटलं, ''मग माझा काय संबंध आलाय त्या भानगडीशी.''

''असा एकदम उसळू नकोस.'' शंकर म्हणाला. खरंच मी थोडा उसळल्यासारखा झालो होतो.

''मी काय सांगतोय ते ऐक.'' शंकरनं पुढे सुरू केलं, ''उगीच बाई न बघितल्यासारखं करू नकोस.''

''पण मी कधी भानगड केली नाही. तुला ठाऊक आहेच.''

''ते खरंच, पण आता ऐक...'' त्यानं पुन्हा एकदा इकडे तिकडे पाहिलं आणि बोलणं पुढे सुरू केलं, ''या सद्यानं एक भानगड केलीय आणि तीही साधी नाही. तुझ्यापर्यंत पोचेल अशी.''

''म्हणजे...'' मी अगदी चक्रावून गेलो.

बाई, तिची भानगड आणि तीही माझ्यापर्यंत येऊन पोचणारी. त्यातल्या त्यात माझ्या मित्राच्या मित्रानं केलेली. मला धास्तावल्यासारखं झालं. काय बोलावं हे सुचेना. उगाच गप्प बसलो. नाही म्हणायला सदानंदकडे एकदा पाहिलं. त्यानं माझ्याकडे पाहिलं आणि पुन्हा वर पाहत बसला.

मला त्याचा अगदी संताप येऊन गेला, पण बोलावं तरी काय? अजून काहीच स्पष्ट झालं नव्हतं. थोडा धीर करून मी शंकरला म्हटलं, ''हे बघ शंकर, काय ते स्पष्ट आणि चटकन सांग. उगीच टांगून ठेवल्यासारखं करू नकोस.''

''सांगतो धीर धर, पण आपण दुकानात गेलो तर बरं होईल. चल, तुझ्या दुकानातच जाऊ.''

मी क्षणाचाही विलंब लावला नाही. उठलो. तेवढ्यात सदानंद उठून अंगणात जाऊन उन्हात उभा राहिलासुद्धा.

मी कपडे केले आणि आम्ही तिघं दुकानात गेलो. दुकानाची एकच फळी उघडी ठेवून जरा आतल्या बाजूला बसलो. सदानंद एका कापडाच्या ठाणावर उकिडवा बसला.

''हं, बोल आता. कसली भानगड आहे हे सगळं आणि स्पष्ट सांगून टाक.'' मी म्हणालो.

''तुझी ती लांबची सासू नाही का राहत कसब्यात.'' शंकर म्हणाला.

''हो, मग तिचं काय?''

''तिचं नाही. तिच्या पोरीचं.''

''म्हणजे?''

''आता कसं सांगावं? पण तिला दिवस गेलेत आणि...'' तो पुन्हा गप्प बसला.

''आता आणि काय?'' मी ओरडून म्हणालो, ''माझ्या सगळं लक्षात आलं. म्हणजे याला जबाबदार हा तुझा मित्र...'' मी शिवी हासडून म्हटलं.

''पण पुढे ऐक की...'' शंकर मला शांत करत म्हणाला.

पण मी ताडकन उभा राहिलो आणि त्याला म्हटलं, ''चालते व्हा दोघंही इथून. पुन्हा इथे आलात तर लक्षात ठेवा. तुझा मित्र नसता तर त्याला आत्ताच जोड्यानं मारला असता. उठा, चला चालते व्हा.''

माझ्या संतापानं ते दोघं थोडा वेळ गांगरले, पण शंकरनं सदानंदला खूण करून बाहेर काढलं आणि भर उन्हात लांब टांगा टाकत ते दोघं निघून गेले.

संतापानं जळत पाच-दहा मिनिटं मी बाहेर रस्त्याकडे पाहत बसून राहिलो. आता दुकान उघडण्यात काही अर्थ नव्हता. पायात चपला अडकवल्या आणि तसाच कसब्याकडे निघालो.

मावशींच्या घरी जाणं भागच होतं. या मावशी म्हणजे माझ्या बायकोच्या दूरच्या नातेवाईक होत्या. म्हणून मी त्यांना सासूबाई मानत होतो. विधवा झाल्यावर शांताला म्हणजे आपल्या मुलीला घेऊन त्या इथे येऊन राहिल्या होत्या. कुठे स्वयंपाक कर, तर कुठे सांडगे-पापड करून दे, असं करून त्यांचं चाललं होतं. शांता त्यांना मदत करत होती. तिला माझ्या मुलीबरोबरच शाळेत घातलं होतं, पण शिक्षण पुरं होतं नाही हे पाहून मावशींनीच तिची शाळा बंद केली होती आणि आपल्या हाताखाली कामाला घेतलं होतं.

मला आणि माझ्या बायकोला विचारूनच त्यांनी हे केलं होतं. अडल्यानडल्याला, कार्यात, आजारपणात खरं म्हणजे मावशींचा आम्हाला आधार होता आणि आम्हीही नवरा-बायको त्यांची नड भागवत होतो. चढत्या महागाईच्या काळात या ना त्या हातानं आम्ही मदत करत होतो. आणि मावशींनाही त्याची जाण होती. इतकंच नाही, तर शांताच्या लग्नाला आम्ही आता उभे राहिलो होतो. बरंसं स्थळ पाहून कार्य उरकावं असा मावशींचा आग्रह सुरू होता आणि एक-दोन वर्षांत तिचं लग्न उरकण्याचा बेतही आम्ही केला होता.

पण आता हे लफडं येऊन उभं राहिलं. संतापानं माझ्या तोंडून काही भलतंच जाऊ नये म्हणून मी एका रसाच्या दुकानात शिरलो आणि थोडा शांत होईपर्यंत दोन-तीन ग्लास रस रिचवला. पाण्यातला गाळ हळूहळू खाली बसावा तसा माझा क्षोभ पोटाच्या तळाशी जाऊ लागला. मग उठलो आणि तडक मावशींचं घर गाठलं.

मावशी घरात नव्हत्या. एकटी शांताच होती. तिनं दार उघडलं, तेव्हा तिला पाहिल्यावर खाडकन तिच्या मुस्कटात द्यावी असं मला वाटलं, पण थांबलो. तिच्याकडे पाहिलं.

खरोखरच शांता आता थोराड दिसत होती. कालपर्यंत तिच्यात मला जे दिसलं नाही ते आता आज दिसलं. तिच्या सगळ्या शरीरावर आता यौवनाची कांती पसरली होती. रंग गहिरा दिसत होता. डोळे बोलायला लागले होते. छातीला हवा तसा आकार आला होता. ओठांची अस्पष्ट उघडझाप होईल की काय, असं पाहणाऱ्याला वाटलं असतं. कातीव अंगरेखा पुढे झेप घेत होती.

शांता माझ्या मुलीएवढीच, पण इतकी थोराड कशी दिसू लागली, याचं मला आश्चर्य वाटलं. पण भराभर वाढणाऱ्या कर्दळीसारखं तिचं यौवन वाढलं होतं हे खरं. आता त्या यौवनाला तृप्त करणारी योग्य तशी साथ तिला हवी होती.

तिनं आत जाऊन मला बसायला पाट आणून मांडला, धोतराच्या सोग्यानं तोंडावरचा घाम पुसत मी विचारलं, ''मावशी कुठे गेल्यात?''

''आत्ता येईल ती. भाजणी आणायला गेलीय साळवेसाहेबांकडे.'' ती म्हणाली आणि चहा करायला आत गेली.

तेवढ्यात मावशी आल्याच. मी असा अचानक आलेला पाहून त्यांना थोडंसं आश्चर्य वाटलं, पण त्याहीपेक्षा माझं मलाच थोडं अवघडल्यासारखं वाटू लागलं. काय बोलून विषयाला सुरुवात करावी, या विचारानं गोंधळल्यासारखं झालं.

''अगंबाई, आता इकडे कुठे गजाननराव? सुमनची तब्येत बरी आहे ना?'' मावशींनी विचारलं.

मी नुसतीच मान हलवली. तेवढ्यात मावशी आत जाऊन परत बाहेर आल्या. शांताही चहा घेऊन आली. तिनं चहा दिला आणि सरळ बाहेर गेली. मला बरं वाटलं. थोडा धीर आला. कदाचित शांताला काही अंदाज आला असावा, अशी शंका मला आली.

चहा घेताना मी म्हटलं, ''कसं चाललंय मावशी? ठीक ना?''

खरं म्हणजे हा प्रश्न अगदी अकारण होता. त्याला काही उत्तरच नव्हतं.

आणि मावशींनीही काही उत्तर दिलं नाही.

मग पुन्हा मीच विचारलं, ''शांताचं कसं चाललंय?''

''ते तुमच्याच हातात आहे.''

''म्हणजे?''

''सुमन काही म्हणाली का?''

''काही नाही बुवा! पण विशेष?''

आणि मावशींना एकदम हुंदका फुटला. त्यांना जितकं ठाऊक होतं तितकं त्यांनी सांगितलं आणि म्हणाल्या, ''आता तुम्हीच काही कराल ते खरं! होऊ नये ते होऊन तर बसलंय, पण आता करायचं तरी काय? मरेपर्यंत मारलं तिला, तेव्हा तिनं खरं सांगितलं.''

''कोण म्हणाली?''

''तुमच्या शंकरचा मित्र आहे म्हणाली.''

''कोण सदानंद?''

''हो.''

''बरं, तुम्ही आज संध्याकाळी या मग पाहू. पण सुमनला काही बोललाहेत वाटतं?'' मी उठून उभा राहत विचारलं.

''मला कळलं तेव्हा लगेच सांगितलं, पण इतक्यात तुम्हाला सांगू नकोस म्हणून शप्पथ घातली.'' त्या म्हणाल्या.

''बरं, किती दिवस झालेत?''

''दोन महिने तरी... मला वाटतंय.''

''मग मी निघतो.'' असं म्हणून मी बाहेर पडलो आणि दुकानात आलो.

बोलावणं पाठवून शंकरला बोलावून घेतलं. नोकराबरोबर शंकर आला. तो येईपर्यंत मी अगदी चक्रावून गेलो होतो. शांताला स्थळ बघावं असा प्रश्नच आता संपला होता, पण अशा तऱ्हेनं की या एका प्रश्नाचं उत्तर म्हणजे अनेक प्रश्नांचा गुंतावळा झाला होता. कार्यकारणांची मीमांसा इथे तोकडी पडली होती. अपराधी स्वत: दारात आला होता आणि त्याला सारं मान्यही होतं, पण या अपराधाला शिक्षा नव्हती. कारण मीच त्यात गुंतलो होतो.

आता फक्त गळ्याशी आलेलं सहीसलामतपणे कसं निस्तरून टाकावं एवढाच प्रश्न होता. अनेक उत्तरं एकदम मनात उतरत होती, पण कोणतं

लागू पडेल हे नेमकं समजत नव्हतं. प्रत्येक उत्तराला सायाळीसारखे काटे होते.

शंकरनं आपल्याला फसवलं असंही वाटलं; पण त्याचं मी नीटपणे ऐकूनही घेतलं नव्हतं. तरी तो येणार नाही, असं मनातून वाटत होतं.

म्हणूनच तो दुकानात आल्याबरोबर त्याला म्हटलं, ''चांगलं केलंस. दोस्त म्हणून केसानं चांगला गळा कापलास. पण हे चांगलं नाही केलंस.''

''का? मघाशी हाकलून दिलंस आणि आता बोलावणं पाठवलंस. कशासाठी?'' तो हसत म्हणाला.

''सांगतो माझे आई, पण इथे नको. घरी चल.''

''घरी?''

''चल म्हणतोय ना... चल...'' त्याला बखोटीला धरून उचलत म्हटलं. दुकान बंद केलं आणि घरी आलो.

अंगणात खुर्च्या टाकल्या आणि ऐकू येईल एवढ्याच मोठ्या आवाजात त्याला म्हणालो, ''अरे, काय तमाशा मांडलाय तुम्ही सगळ्यांनी?''

''हे बघ, तुला आता सगळं कळलंय. यातून बाहेर पडायचं कसं ते पाहा.''

''तुला ते ठाऊक असेलच.''

''उगीच गैरसमज करून घेऊ नकोस. मला हे कळून चोवीस ताससुद्धा झाले नाहीत. माझं त्या अभिमन्यूसारखं झालंय. नुसता आत शिरलोय.'' तो म्हणाला.

''थांब, हिला बोलावतो'', असं म्हणून मी बायकोला हाक मारली. ती बाहेर व्हरांड्यात येऊन उभी राहिली. मी तिला सरळच विचारलं, ''का गं, मावशींनी तुला काही सांगितलं का?''

''मला? मला तर काहीच नाही बाई?'' ती घाबरल्यासारखी झाली आणि शंकरदेखत कसं बोलावं असं तिला वाटलं.

''मला आणि शंकरला, तुला आणि मावशींना साऱ्यांनाच हे कळलंय, आता काही मार्ग सुचतोय का पाहा.'' मी म्हटलं.

''छे बाई!'' असं म्हणत ती पटकन आत गेली. तिचा लालबुंद झालेला चेहरा मला दिसला.

''मग काय शंकर, काय करायचं?''

''अरे, लग्न लावून देऊ दोघांचं.'' तो ठरवल्याप्रमाणे म्हणाला.

''तू बरळतोयस की काय?'' मी उसळलो.

''बरं, तुझं सांग.''

मी थोडावेळ चमकलो. सदानंदशी शांताचं लग्न ठरवलं तर...

''काय रे, हा आमच्या जातीचा तरी आहे का?''

''तुझ्यापैकीच आहे.''

''काही घरदार, जमीनजुमला...''

''अं हं!''

तेवढ्यात मावशी आल्या. आमच्या पुढून आत गेल्या. मी शंकरशी अर्धा तास बोलत होतो. मग तो गेला. 'सदानंदला उद्या सकाळी घेऊन ये' म्हणून त्याला सांगितलं आणि मी आत गेलो.

माझ्या पाठोपाठच शांताही आली.

''मग मावशी, काय करायचं?'' मी विचारलं.

''मी काय सांगू? माझं कर्मच फुटकं झालं. कुणाला बोल लावू? तुमच्या बाहेर आहे का मी?''

मग मी प्रस्ताव मांडला, पण स्पष्ट सांगितलं. त्याला आई, बाप, घरदार काही नाही. घर जप्तीत गेलं. जमिनी कुळकायद्यात गेल्या. मग कुठे भजी तळ, कुठे हमाली कर, असं चाललंय. पाहा!

तशी मावशी रडू लागली. माझ्या बायकोनं डोळे टिपत म्हटलं, ''हा काय नवरा मुलगा आहे? शांते, कसं केलंस हे?''

''मग काय गव्हर्नर आणून देऊ का?'' मी वैतागलो.

''असं बोलू नका हो गजाननराव. मला जीव द्यायची पाळी आली नाही म्हणजे मिळवलं.'' मावशी काकुळतीनं म्हणाल्या.

मी गप्प बसलो. थोड्या वेळानं शांताला म्हटलं, ''शांते, तुला पसंत आहे का?''

''तिला कशाला विचारताय. तिनंच तर काळं फासलंय सगळ्यांच्या तोंडाला.'' मावशी ओरडल्या.

''आई, अशी ओरडू नकोस. मी त्याच्याशी लग्न करीन. काय वाटेल ते करीन.'' शांता अगदी शांतपणानं म्हणाली.

आम्ही सगळे अवाक् झालो. तिचं हे धाडस तिच्या तारुण्यामुळे ती करत होती हे उघड होतं आणि जे घडलं त्यात काही गैर नाही, अशी तिची खात्री होती.

''बरं, आपण काढू काहीतरी मार्ग...'' मी म्हणालो.

दुसऱ्या दिवशी शंकर आणि सदानंद दोघंही आले. मी सदानंदला म्हटलं, ''आता काय बोलायचंय ते तू बोल.''

''मी काय बोलणार साहेब? होऊ नये ते झालं, पण मी ते नाकारत

नाही. म्हणाल तर लग्न करतो तिच्याशी.''

''पण असं केलंस कसं... काही...'' पण पुढले शब्द मी उच्चारले नाहीत.

''त्याचं काय आता? झालं ते झालं. झालेलं निस्तरायचं.''

''पण तिला खायला काय घालशील? राहशील कुठे? करशील काय?''

''तेही तुमच्या हाती आहे साहेब.''

''मला नाही कळलं.''

''मला ठेवा दुकानात. पडेल ते काम करीन. द्यायचंय ते द्या.''

माझा चेहरा प्रश्नार्थक झाला. मला हे सुचलं नव्हतं. ते याला कसं सुचलं? की आधीच ठरलंय?

''तुझं ते आधीच ठरलंय की काय?''

''कसंही म्हणा.'' तो कळवळून म्हणाला आणि त्याचवेळी त्याचे ते विलक्षण डोळे गळू लागले.

माझ्या सगळ्या प्रश्नांचं उत्तर एकच होतं. सदानंद आणि शांता यांचं लग्न. एक प्रयोग. जमला तर चांगलंच. हे लग्न, नाहीतर बेअब्रू... मावशींची... पर्यायानं माझी... मग माझ्या मुलीचं लग्न...

मावशींना मी सांगितलं. हो ना करत एक महिना उलटला. सगळं टांगल्यासारखं झालं होतं, पण मावशी तयार झाल्या. मी सुटकेचा निःश्वास टाकला. एक मुहूर्त काढून सगळे औदुंबरला गेलो आणि लग्न उरकून टाकलं.

सदानंद दुकानात आला आणि आश्चर्य असं, की दुकानाची विक्री अशी काय वाढू लागली की सांगून खरं वाटू नये. माझं भाग्य त्याच्याशी निगडित झालं होतं की काय, दैव जाणे!

माझा सदानंदवरचा राग तर केव्हाच मावळला होता. मावशींनी दोन खोल्यांत त्यांचा संसार थाटला होता. इतक्या लांबून त्या रात्री झोपायला माझ्या घरी येऊ लागल्या. मला कुठे ठेवू आणि कुठे नको असं त्यांना झालं होतं. सदानंद माझ्या मुलाचा मामा झाला होता. परकेपण दूर पळालं.

मलाही बरं वाटलं. एका जिवाबरोबर दुसराही जीव मार्गाला लागला यातच मला समाधान होतं. एक संसार उभा राहिला.

तेवढ्यात शांता अपुऱ्या दिवसांची बाळंत झाली आणि ते मूल गेलं. मूल नव्हतंच म्हणा ते!

दोन दिवस धावपळीत गेल्यावर सदानंद दुकानावर आला. त्याला पाहून

मी म्हटलं, ''वाईट झालं, पण शांताची तब्येत बरी आहे ना? त्रासबिस काही?''

''त्रासबिस काही नाही. सगळं ठीक आहे. पण झालं ते बरंच.''

''म्हणजे?''

त्यानं मान खाली घालून म्हटलं, ''ते मूल माझं नव्हतंच!''

''म्हणजे...'' मी किंचाळलोच.

''मला तिच्याशी लग्न करायचं होतं, पण तिचा पाय आधीच घसरला होता. तरीही मी सांभाळून घेईन म्हटलं होतं. नव्हे, वचन दिलं होतं. आता ते पूर्ण झालं आहे साहेब. अजून शिवलो नाही तिच्या अंगाला.''

कुठेतरी दूरवर मनाच्या अज्ञात प्रदेशात मी उडून जाऊन माझा पाचोळा होतो आहे, असं मला वाटलं आणि मी मटकन खाली बसलो.

(पूर्वप्रसिद्धी : मेनका, ऑगस्ट १९७१)

प्रीत किये दुख होय

स्मिता प्रकाश मेढी

कीर्तिकरांच्या बंगल्याजवळ सुजातानं रिक्षा उभी केली. बंगल्याच्या फाटकाशी जाईपर्यंत तिच्या नजरेनं अनेक गोष्टी टिपल्या. फाटकावर मधुमालतीचे वेल चढले होते. फांदी-फांदी फुलांच्या गुच्छांनी बहरली होती. आत बंगल्यापर्यंत जाणाऱ्या पायवाटेच्या दोन्ही बाजूंना गुलाबाचे ताटवे फुलले होते. कंपाऊंडला लागून अशोकाचे चार वृक्ष हिरवीगार पानं लेवून उभे होते. मनमोहक निळ्या टाइल्सनं बांधलेलं छोटंसं कारंजं डाव्या बाजूला दिसत होतं. बंगल्याभोवतीची दाट हिरवळ डोळ्यांना सुखावत होती.

बंगल्याच्या दारापर्यंत पोचल्यावर सुजाताच्या हृदयाची धडधड वाढली. अपार आतुरता आणि किंचित भय अशा संमिश्र भावनेनं तिनं बेल वाजवली. पक्ष्यानं साद घालावी तसा मंजुळ नाद आतून ऐकू आला. काही सेकंदांतच दार उघडलं गेलं.

''सुजाता तोरणे?'' दार उघडणाऱ्या तरुणीनं विचारलं.

''हो. मी काल फोनवर...''

''या ना. काका तुमचीच वाट बघताहेत.''

सुजाता त्या तरुणीच्या मागून आत शिरली.

''काका त्यांच्या अभ्यासिकेत आहेत. तिकडेच बोलावलं आहे तुम्हाला.''

''काकाऽऽ'' त्या तरुणीनं हाक मारली.

''ये ये.'' आरामखुर्चीत बसलेल्या व्यक्तीनं तिला बोलावलं.

कीर्तिकर!

सुजाताच्या हृदयाचा एक ठोका चुकला.

कित्येक दिवस मनोमन ज्यांना ती पाहत होती, त्या कीर्तिकरांना आज ती प्रत्यक्ष पाहत होती. त्यांच्यापासून काही फुटांच्या अंतरावर ती उभी होती. तिची नजर त्यांच्यावर क्षणभर खिळून राहिली.

''बस.'' त्यांचा स्वर ऐकू आला, तेव्हा ओशाळून तिची नजर खाली वळली.

''थँक्यू!'' ती ओठातल्या ओठांत पुटपुटली.

''संध्या, बाईंना कॉफी करायला सांग. एक मिनिट. ही संध्या. माझी पुतणी आणि माझी लेखनिकसुद्धा. माझी सगळी कामं जबाबदारीनं पार पाडते. काही चुकलं तर रागावतेदेखील बरं का.'' कीर्तिकर सांगत होते.

''काका!'' संध्यानं रागाचा असा काही आविर्भाव केला, की कीर्तिकरांबरोबर सुजाताही मनापासून हसली. त्या हसण्यानं तिचं दडपण कमी झालं.

''हं बोल. सुजाता ना तुझं नाव? काय शिकतेस?''

''शेवटच्या वर्षाला आहे बी.ए.च्या.''

''काय काम काढलं होतंस? फोनवर विचारणं योग्य वाटलं नाही.''

''आमच्या कॉलेजच्या मराठी साहित्यप्रेमी मंडळातर्फे आम्ही एक कार्यक्रम आयोजित केलाय. अगदी अनौपचारिक असा हा कार्यक्रम आहे. उद्‌घाटक, प्रमुख पाहुणे, वक्ते, अध्यक्ष वगैरे काही सोपस्कार नाहीत. एका साहित्यिकाला बोलवायचं आणि गप्पा मारायच्या. अर्थात लेखकानं जास्त बोलायचं. त्यांच्या आवडलेल्या पुस्तकांवर चर्चा करायची.''

''अच्छा! कुणाची कल्पना ही?''

''अं?– माझीच.'' सुजाता थोडी बावरली. ''तुम्हाला आवडली नाही का? हवं तर कार्यक्रमाचं स्वरूप बदलू आम्ही. तुम्ही एखादा विषय निवडून त्यावर बोलतात तरी चालेल. तुमच्याकडून कोणत्याही विषयावर ऐकायला आवडेल आम्हाला.'' ती घाईघाईनं म्हणाली.

''तसं नाही. मला आवडली कल्पना. किती विद्यार्थी आहात तुम्ही?''

''तसे तर खूपजण आहेत, पण ज्यांना साहित्याची आवड आहे अशा चाळीस जणांनाच मी सभासद करून घेतलंय.''

''तू? अच्छा. म्हणजे या साहित्यप्रेमी मंडळाची सर्वेसर्वा तूच आहेस तर!''

सुजातानं हसत मान डोलावली.

''कधी स्थापन झालं हे मंडळ?''

''मागच्या वर्षी. तेव्हा आम्ही एका आवडत्या कवीला बोलावलं होतं. त्या वेळी विद्यार्थ्यांनी खूप गर्दी केली होती. कार्यक्रम चांगला झाला. पण थोडा गोंधळच झाला. म्हणून या वेळी मर्यादित सभासद ठेवले आहेत. मग? याल ना

तुम्ही?''

''अवश्य.''

कबूल केल्याप्रमाणे कीर्तिकर कार्यक्रमाला आले. कार्यक्रम कमालीचा यशस्वी झाला. कीर्तिकरांनी सगळ्यांची मनं जिंकली. दोन-तीन दिवस सगळ्यांच्या ओठांवर त्यांचंच नाव होतं. त्यांची उंची, त्यांचं वागणं, बोलणं, स्वत:चा मोठेपणा विसरून समरस होणं, हे सगळं चर्चेचा विषय झालं होतं.

परीक्षा जवळ आल्या. अभ्यासाचं वातावरण तयार झालं. सुजाता कॉलेजच्या लायब्ररीत कीर्तिकरांची कादंबरी मागायला गेली, तेव्हा लायब्ररियन चकित झाले.

''मिस तोरणे, परीक्षा जवळ आल्या आहेत. अजून कादंबऱ्या वाचताय?''

''अं? जरा संदर्भासाठी हवं होतं.'' त्या खोट्या उत्तरावर लायब्ररियननं खांदे उडवले आणि तिला पुस्तक दिलं.

कीर्तिकरांची जुनी-नवी पुस्तकं पुन्हा पुन्हा वाचण्याचा तिला नवाच छंद जडला. 'रान ओलेचिंब' हा निसर्गकवितांचा संग्रह काय किंवा 'पाषाणमूर्ती' हा मुक्तकाव्याचा प्रकार काय, कीर्तिकरांची प्रतिभा साहित्याचे सगळे प्रकार कुशलतेनं हाताळत होती. त्यांची नुकतीच प्रसिद्ध झालेली 'कलंदर आणि भोगी' ही कादंबरी केवळ वाचकांनीच नव्हे, तर टीकाकारांनीही डोक्यावर घेतली होती. त्यांनी लिहिलेल्या 'आसूड' नाटकाचे प्रयोग दणक्यात सुरू होते.

सुजाताला त्यांना पुन्हा भेटावंसं वाटत होतं. कितीतरी बोलायचं होतं त्यांच्याशी, पण ते अशक्यच होतं. सहज भेटायला जावं अशी ती व्यक्ती नव्हती. आधी फोन करून त्यांची अपॉइंटमेंट घ्यावी लागे.

अशातच त्यांना 'पद्मभूषण' मिळाल्याचं जाहीर झालं. त्यांचं अभिनंदन करण्यासाठी त्यांच्या बंगल्यावर चाहत्यांची रीघ लागली. सुजाताला आता मात्र राहवलं नाही. तीही त्यांना भेटायला गेली. ते पाच-सहाजणांच्या घोळक्यात बसले होते. मुलाखतींचं सत्र अव्याहत सुरू असावं, पण त्या गडबडीतही त्यांनी तिला ओळखलं.

''ये, काय म्हणतो अभ्यास?''

''चांगला चाललाय.''

त्यांचं अभिनंदन करून ती जायला निघाली, तेव्हा ते म्हणाले, ''निवांतपणे ये एकदा. तुझ्याशी गप्पा मारायला आवडेल मला.''

''तुमच्या नव्या कादंबरीत...''

''अं हं. परीक्षा झाल्यावर ये. अवांतर वाचन सध्या बंद ठेव. फक्त अभ्यास कर. परीक्षेनंतर आपण खूप बोलू. ओके?''

सुजातानं होकार दिला आणि ती परतली. त्यांना एकदा भेटल्यावर आपली अस्वस्थता कमी होईल असं तिला वाटलं होतं, पण तसं घडलं नाही. मनात सारखे त्यांच्याबद्दल विचार यायचे. काही वाचलं की कीर्तिकरांनी हे कसं लिहिलं असतं, याची कल्पना करत ती तासन् तास घालवायची. तिच्यातलं हरवलेपण इतरांच्या लक्षात यायला लागलं, तेव्हा मात्र तिनं निग्रहानं स्वत:ला सावरलं आणि अभ्यासावर लक्ष केंद्रित केलं.

परीक्षा झाली. पेपर्स छान गेले. तिच्याबद्दल इतरांच्या अपेक्षा पूर्ण होतील याची तिला खात्री होती. कीर्तिकरांचा मनातला कप्पा तिनं आता जाणीवपूर्वक बंद करून टाकला.

एका संध्याकाळी मैत्रिणींबरोबर फिरताना तिला त्यांची गाडी दिसली. ते स्वत:च गाडी चालवत होते. पांढराशुभ्र टी शर्ट त्यांना खुलून दिसत होता. क्षणातच ते नजरेआड झाले. पण त्यांचं ते दर्शन तिच्या स्थिरावलेल्या मनात पुन्हा हलचल निर्माण करून गेलं. नंतर मैत्रिणींशी गप्पा मारण्यात तिला स्वारस्य वाटेना. मूकपणे ती फक्त त्यांच्याबरोबर चालत राहिली.

पहाटे तिला जाग आली ती एका विलक्षण स्वप्नानं. धुक्याच्या मुलायम पडद्यामधून कीर्तिकरांची उंच, धिप्पाड मूर्ती तिच्या दिशेनं आली. त्यांनी जवळ येऊन तिला आपल्या बाहुपाशात घेतलं. त्यांच्या कणखर मिठीत ती विरघळत राहिली. कसला तरी मंद सुवास भोवती दरवळत असल्याचा तिला भास झाला.

ती जागी झाली, तेव्हा तिला खूप ताण जाणवत होता. त्या स्वप्नाचा अर्थ तिला कळत नव्हता. आपल्याला कीर्तिकरांबद्दल असं काही वाटतं? हे जे काही होतं, ते योग्य नव्हतं. तिला स्वत:चा राग येत होता. तिच्या कोवळ्या मनाला ते पटत नव्हतं. पेलवत नव्हतं.

अशातच एक दिवस तिला कीर्तिकरांचं छोटंसं पत्र आलं. अक्षर संध्याचं होतं. खाली सही कीर्तिकरांची होती. त्यांनी तिला भेटायला बोलावलं होतं. ती विचारात पडली. पण वडलांनी तिला वेड्यात काढलं. ''इतका मोठा माणूस आपणहून बोलावतोय. तसंच काही काम असेल. जाऊन बघून तर ये. मग ठरव.''

पत्रात लिहिलेल्या वेळेप्रमाणे ती कीर्तिकरांच्या बंगल्यावर पोचली. ते वाटच बघत होते.

''तुझ्याकडे एक काम होतं.''

''माझ्याकडे?''

''संध्याचं लग्न ठरलं आहे.''

''अरे वा! अभिनंदन संध्या.'' सुजातानं मनापासून म्हटलं.

''तर महत्त्वाची गोष्ट अशी, की आमची लेखनिका आता आम्हाला सोडून

जाणार. तेव्हा तू तिची जागा भरून काढशील का?''

''मी?'' सुजाताला आनंदातिशयानं बोलणंही सुचेना.

''मी एक साप्ताहिकही सुरू करण्याच्या विचारात आहे. त्यातही तुझी मदत लागेल. संध्याची उणीव भरून काढू शकेल अशी तूच नजरेसमोर होतीस. तुझी काही हरकत नाही ना?''

''हरकत कसली! उलट तुम्हाला माझं नाव सुचलं याचा मला अभिमान वाटतो. थँक्यू! थँक्यू व्हेरी मच सर!''

''आभारच मानायचे तर संध्याचे मान. तिला प्रथम तुझं नाव सुचलं.''

कीर्तिकरांकडे आपला घरचा पत्ता कसा आला हे तिला आत्ता उमगलं. एकदा संध्या तिला घराच्या आसपास कधीतरी भेटली होती. तेव्हा बोलता बोलता तिनं आपल्या घराचा पत्ता दिला होता, ''पुन्हा इकडे आलीस तर घरी नक्की ये'', असं मनापासून आमंत्रणही दिलं होतं.

''तुझा पत्ता होता म्हणून हे जमलं. नाहीतर तुला शोधणं कठीण होतं.'' संध्या म्हणाली.

''मग कधीपासून येतेस?''

''तुम्ही सांगाल तेव्हापासून.''

''परवापासून ये. ओके?''

त्यांची 'ओके' म्हणण्याची लकब तिच्या लक्षात आली आणि आवडलीही.

आपण कीर्तिकरांना विसरायचं ठरवलं होतं, हेच ती विसरून गेली. त्यांच्याकडे जायला सुरुवात केली आणि नवीनच विश्व तिच्यापुढे उलगडलं. त्यांचा व्यासंग, त्यांची विद्वत्ता तिला नव्यानं कळत होती. कुठल्याही मुद्द्यावर अनेक बाजूंनी विचार करण्याची त्यांची पद्धत होती. मजकूर सांगताना ते किंचितही अडखळायचे नाहीत. ते सांगत असताना लिहून घेताना तिची तारांबळ उडायची. कधीकधी पेन थांबवून भारावून नुसतीच ऐकत राहायची. पण ते कधी रागावले नाहीत.

'लिहिण्याचा वेग वाढवायला हवा', असं मात्र बऱ्याचदा म्हणायचे.

काही दिवसांनी 'आता वेग बऱ्यापैकी वाढलाय बरं का' असं ते म्हणाले, तेव्हा तिला अगदी कृतकृत्य वाटलं. त्यांच्या कामात ती इतकी व्यग्र झाली, गुंतून गेली की आपण त्यांच्याबद्दल वेगळाच काही विचार करत होतो, हे ती विसरून गेली.

''रोहित येतोय.'' एक दिवस ते म्हणाले.

''रोहित?''

''अरे हो. तुला सांगितलंच नाही, नाही का. रोहित माझा मुलगा. डॉक्टर झालाय. आता इथेच प्रॅक्टिस करणार आहे.''

कीर्तिकरांची पत्नी दोन वर्षांपूर्वी अपघातात गेली एवढीच कौटुंबिक माहिती तिला होती. मुलाविषयी तिला आत्ता समजत होतं.

रोहितच्या क्लिनिकच्या उद्घाटनाची तयारी, आमंत्रणपत्रिका लिहिणं, इतर कितीतरी छोटीमोठी कामं सुजातानं पार पाडली. कीर्तिकर खूप उत्तेजित झाले होते. त्यांचा सळसळता उत्साह कुणालाही चकित करणारा होता. रोहित येण्यापूर्वी त्याच्या क्लिनिकच्या बाहेर त्याच्या नावाची पाटीदेखील लावून तयार होती.

रोहितला पाहिलं तेव्हा सुजाता स्तिमित झाली. पुरुषसौंदर्याचा एक उत्कृष्ट आदर्श होता तो. वडलांसारखं मार्दवशील बोलणं, वागणं होतं. कुणावरही चटकन प्रभाव टाकणारं व्यक्तिमत्त्व होतं ते.

क्लिनिकची परिपूर्ण तयारी पाहून तो म्हणाला, ''बाबा, मी आल्यावर नसतं का हे करता आलं? एवढं सगळं एकट्यानं करायची काय गरज होती?''

''नाही, एकट्यानं नाही. विश्वास, अतुल होते. अण्णासाहेब होते आणि सगळ्यात जास्त मदत केली ती या चिमुरडीनं. खूप कष्ट घेतले तिनं.''

रोहितनं कौतुकानं तिच्याकडे पाहिलं. लाजेनं आणि संकोचानं तिनं नजर वळवली.

क्लिनिकचं उद्घाटन थाटात झालं. शहरातली कित्येक प्रतिष्ठित माणसं आवर्जून उपस्थित राहिली होती. त्यांच्या स्वागताची देखरेख सुजाताकडेच होती. गुलबक्षी रंगाच्या, जरीकाम केलेल्या जॉर्जेटमध्ये तिचं सोज्वळ सौंदर्य खुलून दिसत होतं. रोहितची नजर तिच्याकडे सारखी वळत होती. त्याच्या डोळ्यांतली पसंतीची पावती खिलाडूपणानं हसून तिनं झेलली होती. येणाऱ्या पाहुण्यांशी कीर्तिकर आणि रोहित तिची आठवणीनं ओळख करून देत होते. तिच्यावर प्रेमानं हक्क गाजवत होते. सुजाताच्या आई-वडलांना तिचा अभिमान वाटत होता.

समारंभ संपल्यावर सुजाता आई-वडलांबरोबर कीर्तिकरांचा निरोप घेण्यासाठी त्यांच्याजवळ गेली, तेव्हा कीर्तिकरांनी तिला मायेनं जवळ घेतलं. तिच्या डोक्यावर थोपटत ते तिच्या वडलांना म्हणाले, ''मोठी गुणी मुलगी आहे. भाग्यवान आहात तुम्ही. रागावणार नसाल तर एक विचारतो. ही जागा आणि वेळ योग्य नाही तरी विचारतो. तुमच्या या भाग्यात आम्हाला वाटेकरी करून घेणार का?''

''म्हणजे? मी नाही समजलो.'' सुजाताचे वडील गोंधळून म्हणाले.

''म्हणजे असं की आमच्या रोहितसाठी मी सुजाताला मागणी घालतोय.''

या अनपेक्षित मागणीनं तोरणे पति-पत्नी अवाक् झाले.

''अंहं. आत्ता उत्तर दिलं नाही तरी चालेल. विचार करून निर्णय घ्या. मी फक्त माझा मनसुबा तुमच्यापर्यंत पोचवला.''

सुजाताच्या आई-वडलांना हा प्रस्ताव अमान्य करण्याचं काही कारणच नव्हतं.

''आपण एकदा आमच्या घरी या. सगळं ठरवून टाकू.'' ते म्हणाले.

खूप दमलेली असूनही सुजाता त्या रात्री झोपू शकली नाही.

''आई, बाबा, मला हे लग्न करायचं नाही.'' सकाळ होताच तिनं सांगून टाकलं.

''अगं, वेडी आहेस का? इतकं चांगलं स्थळ... देखणा, डॉक्टर नवरा, मानमान्यता मिळालेले सासरे. हे सगळं नाकारते आहेस तू? का?''

''याचं उत्तर नाही मला देता यायचं.''

''तू तुझं ठरवलं आहेस का कुठे? मी आडकाठी घेणार नाही.''

''तसं काहीही नाही.''

''मग?''

''मला सांगता येणार नाही, पण मला रोहितशी लग्न करता येणार नाही. बस्स!'' एवढं बोलून ती स्वत:च्या खोलीत निघून गेली.

मनातल्या आणि घरातल्या वादळाची किंचितही कल्पना येऊ न देता ती कीर्तिकरांकडे जात राहिली. रोहितला टाळत राहिली. लग्नाचा विषय पुन्हा निघत नाही तोपर्यंत असंच सुरू ठेवायचं, असं तिनं ठरवलं होतं.

आणि तो प्रसंग येऊन ठेपला.

''सुजाता, आम्ही उद्या तुमच्याकडे येऊ. वडलांना निरोप दे.''

सुजाता गप्प उभी होती. डोक्यात कल्लोळ माजला होता. मनावरच्या ताणामुळे चेहरा लाल झाला, हातांना सूक्ष्म कंप सुटला होता.

''काय गं, झालं काय?''

मानेनं 'काही नाही' म्हणत असतानाच तिला हुंदका फुटला.

''अरे, हे काय'', असं म्हणत कीर्तिकर तिच्याजवळ आले. त्यांनी तिला जवळ घेतलं. नकळत त्यांच्या छातीवर डोकं ठेवून तिनं मनसोक्त रडून घेतलं. कीर्तिकरांनी तिला अडवलं नाही. फक्त पाठीवरून हात फिरवत राहिले. हुंदक्यांचा भर ओसरताच सुजाता त्यांच्यापासून दूर झाली. त्यांनी तिला खुर्चीवर बसवलं. पाणी दिलं.

''बरं वाटतं का आता?'' त्यांनी मायेनं विचारलं.

''हो.'' तिला आता खूपच मोकळं वाटत होतं.

''आता थोडं बोलूया का आपण? तुझे वडील 'नाही' म्हणाले का?''

तिनं नकारार्थी मान हलवली.

''रोहितशी तुझं काही...''

''नाही.''

''मग तुझा स्वत:चा या लग्नाला विरोध आहे का?''

तिनं मानेनंच 'हो' म्हटलं.

कीर्तिकरांना हे अनपेक्षित होतं.

''माझंच चुकलं'' ते हताशपणे म्हणाले, ''तुलाही काही वेगळं मत असू शकेल हे गृहीतच धरलं नाही. पण तुझी हुशारी, तुझं वागणं हे पाहून सुरुवातीलाच माझं मन तुझ्याबद्दल अनुकूल झालं होतं. पुढे तू इथे रोज यायला लागलीस. तुझे आणखी गुण कळत गेले. रोहित आला तेव्हा नकळत मी तुम्हा दोघांना एकमेकांसाठी निश्चित करून टाकलं. तुझ्या आयुष्यात दुसरं कुणी असेल अशी पुसटशी शंका जरी...''

''नाही, तसं काही नाही.'' ती कशीबशी म्हणाली.

''तरी तुझा नकार आहे? का?''

''सांगायलाच हवं का?'' तिनं थरथरत्या आवाजात विचारलं.

''हो, सांगायलाच हवं. मला कारण कळलंच पाहिजे.''

तिनं पर्स उघडली. त्यातलं एक पाकीट काढून तिनं त्यांच्या हातात दिलं. ते उघडणार तोच तिनं त्यांना अडवलं. ''प्लीज, आत्ता नाही. मी गेल्यावर.''

ती अचानक त्यांच्या पायाशी वाकली आणि रडू लागली. आणि रडू थांबवण्याचा प्रयत्न न करता वेगानं दाराबाहेर पडली.

कीर्तिकरांना तिच्या वागण्याचं कोडं पडलं होतं. आरामखुर्चीत विसावत त्यांनी पाकिटातले कागद काढून वाचायला सुरुवात केली.

'कुठल्याही मायन्याशिवाय मी हे पत्र सुरू करतेय. तुम्हाला सगळं सांगावं लागेलच कधीतरी म्हणून हे पत्र लिहितेय.'

कीर्तिकरांनी पाहिलं, पत्रावर चार दिवसांपूर्वीची तारीख होती.

'मी तुम्हाला भेटले नसते तर बरं झालं असतं. तुम्हालाही दु:ख देण्याची वेळ माझ्यावर आली नसती.

तुम्ही माझे आवडते लेखक. तुमच्या कथा, कविता, नाटकं मी झपाटल्यासारखी वाचून काढलीत. कित्येक पुस्तकांची पारायणं केली. तुमच्याबद्दल वाचत, ऐकत गेले तसतशी तुमच्याबद्दलची भक्ती, आदर वाढत गेला. देव्हाऱ्यात देवाची प्राणप्रतिष्ठा करावी तशी तुमची प्रतिष्ठा मी मनात स्थापन केली. तुम्हाला प्रत्यक्ष भेटायला मिळालं ते साहित्यप्रेमी मंडळाच्या निमित्तानं. तुम्हाला पाहिलं आणि माझ्यात काहीतरी प्रचंड उलथापालथ झाली. त्याचं नेमकं स्वरूप काय, हे मला

कळत नव्हतं. तुमच्याबद्दलच्या आदराच्या भावनेत आणखी काहीतरी भर पडली होती. दिवसरात्र मी तुमचा विचार करायची. मग परीक्षेच्या निमित्तानं मी तुम्हाला माझ्या मनाच्या खोल कप्प्यात दडवून टाकलं, पण एका पहाटे मला एक स्वप्न पडलं आणि त्या स्वप्नानं मला माझ्या हुरहुरीचा अर्थ सांगितला. मी भांबावले, घाबरले. स्वतःला दोष दिला. तुम्हाला विसरण्याचा प्रयत्न केला. संध्याच्या जागी तुम्ही मला बोलावलंत, तेव्हा तुमच्या सहवासाचं आकर्षण मला नाकारता आलं नाही. मला पूर्ण कल्पना होती, की तुमची माझ्याकडे बघण्याची दृष्टी तेवढीच निर्मळ आणि निकोप आहे जेवढी संध्याकडे बघण्याची. मग मीही जिद्दीनं ठरवलं, तुमच्या सहवासात राहायचं आणि स्वतःला बदलायचं. ती शरमिंदी भावना मला मुळासकट उपटून टाकायची होती. मजकूर सांगता सांगता तुम्ही पाठीमागे उभे राहिलात, की माझ्या तळहातांना घाम फुटायचा. धडधड वाढायची. उठून धावत सुटावं वाटायचं. पण नाही. मी असं केलं नाही. मला माझ्यावर विजय मिळवायचा होता. हळूहळू मी तुमच्याबद्दलच्या त्या वेड्या आकर्षणातून मुक्त झाले. आता मी तुमच्याकडे निष्पाप मनानं पाहू शकते. आदर आणि भक्ती यांना तडा न जाऊ देता मी स्वतःला सावरू शकले आहे.

तुम्हाला कदाचित वाटेल, की मग आता रोहितशी लग्न करायला काय हरकत आहे?

पण माझी हरकत आहे. आयुष्यात तुमच्याबद्दल कधीतरी शारीरिक आकर्षण वाटलं होतं, ही अपराधाची भावना माझ्या मनात कुठेतरी घर करून नक्कीच राहिलीय. रोहितशी मी समरस होऊ शकणार नाही. मला तो आवडतो तरीही.

मी आता येणार नाही. तुमच्या नजरेला नजर देण्याचं सामर्थ्य माझ्यात नाही.

रोहितला, त्याचं भावी आयुष्य सुखाचं जावो, या शुभेच्छेखेरीज मी काही देऊ शकत नाही. तुमची आणि त्याची क्षमा मागण्याचा अधिकारही मला नाही.

तुमची,
सुजाता.'

(पूर्वप्रसिद्धी : मेनका, जानेवारी १९९२)

लॉटरी

नंदिनी नाडकर्णी

सकाळचा सहाचा गजर वाजतो न वाजतो तोच विश्वनाथनं हात लांब करून टेबलावरच्या घड्याळाचा तो गजर थांबवला आणि अंथरुणावरून उठताना रोज येणारा विचार आजही त्याच्या मनात आला, 'वयाच्या तेराव्या वर्षापासून मी पहाटे पाच वाजता उठतो, पण आज वयाची पासष्टी उलटली तरी आपण होऊन जाग कशी ती येत नाही. आता घड्याळ लागतं, पूर्वी आई उठवायची.'

आईची आलेली आठवण मनातून बाजूला सारून विश्वनाथ उठला आणि रोजच्या क्रमानुसार स्वतःची सारी कामं उरकून त्यानं गॅसवरचा चहा खाली उतरवला. चहा गाळत असताना पेपरवाल्यानं बाहेरच्या कडीला पेपर अडकवल्याचा आवाज त्यानं ऐकला. हेही रोजच्याप्रमाणेच! हातात चहाचा कप घेऊन त्यानं दरवाजा उघडून जमिनीवरचा टाइम्स उचलला. फिरायला जाण्यापूर्वी फक्त हेडलाइन्सवर नजर टाकायची, ही त्याची रोजची सवय. फिरून परतताना दूध आणायचं आणि मग ताज्या दुधाचा चहा पिताना टाइम्स सविस्तर वाचायचा. रोजच्या या सवयीनुसार त्यानं हेडलाइन्सवर नजर टाकली व दुसरं पान उलटलं. डेथ कॉलममध्ये अगदी ठळक अक्षरात लिहिलं होतं, 'चितळे'. त्याचंच आडनाव! कोण बुवा गेलं? आपल्या नात्यातलं तर कुणी नाही ना, असं मनाशी म्हणत त्यानं ट्यूबलाइट लावली व संपूर्ण बातमी वाचली. बातमी होती–

'भारतीय स्वातंत्र्यसैनिक कै. सदाशिव चितळे यांची पत्नी व विश्वंभर, विश्वजीत व वसुंधरा यांची आई. अमेरिकेत शिकागो इथे निधन झालं.'

या चार ओळी वाचल्याबरोबर प्रत्यक्ष आई गेल्याच्या दुःखापेक्षा तिच्या

मुलांमध्ये आपलं नाव नाही या अपमानानं तो जास्त व्यथित झाला. हातातलं वर्तमानपत्र पलंगावर टाकून त्यानं दिवा मालवला व अंधारात तो आरामखुर्चीवर बसून राहिला. आजचं फिरणं राहिलं होतं. गेल्या कित्येक वर्षांत मनात निग्रहानं दाबून ठेवलेला हा निकटवर्तीयांसंबंधीचा भूतकाळ त्याच्या प्रयत्नांना न जुमानता डोळ्यांपुढून सरकत होता.

विश्वनाथला आठवत होतं तेव्हापासून त्यांचं बिऱ्हाड या गिरगावातल्या आत्मारामाच्या चाळीतच होतं. त्याचे वडील सदाशिवराव चितळे हे खरे शिक्षक होते, पण त्यांनी नोकरी सोडली व स्वत:ला पूर्णवेळ देशकार्याला वाहून घेतलं. मात्र हे करण्यापूर्वी त्यांनी आईला शिक्षिकेचं ट्रेनिंग घ्यायला लावलं होतं व आईला नोकरीला लावली होती. त्यांनी देशकार्य म्हणजे नक्की काय केलं, याची विश्वनाथला काहीच माहिती झाली नाही आणि त्यानं ती करूनही घेतली नाही. बहुधा त्या वेळी स्थापन झालेल्या अनेक आश्रमांतून ते फिरत असावेत. मधूनमधून घरी येत. घरात एकूण पाच भावंडांची भर पडली होती. संसार नेहमीच ओढगस्तीचा होता. संसार कसा चालतो, याची त्यांनी कधी काळजी केली नाही, की संसाराची कसली जबाबदारी उचलली नाही. पण सर्व मुलांची नावं मात्र त्यांनीच ठेवली होती. विश्वनाथ, विश्वंभर, विश्वजीत, विश्वेश व वसुंधरा! सारी नावं या पृथ्वीशी संबंधित!

सगळ्यांत धाकटा विश्वेश हा सहा वर्षांचा असताना पायाला खिळा लागून धनुर्वातानं गेला. विश्वेश जाईपर्यंत या भावंडांच्या पायांत कधी चपला नसायच्या, त्या चपला विश्वेशच्या मृत्यूनंतर मिळू लागल्या. विश्वेश गेला तेव्हा नाना असेच फिरतीवर होते. ते कुठे असतात याची माहिती आईला कधी नसायचीच. त्यामुळे नानांना ही बातमी लगेच कळवता आली नाही. विश्वेश गेल्यावर जवळ जवळ तीन महिन्यांनी त्यांची मुंबईला फेरी झाली, तेव्हा त्यांना ही बातमी समजली होती. आजही विश्वनाथला आठवतं, डोळ्यांत जराही पाणी न आणता आईनं त्यांना ही बातमी दिली होती आणि त्यांनीही ती अगदी निर्विकारपणे ऐकली होती. आणि जवळ जवळ त्याच क्षणापासून विश्वनाथच्या मनात नानांबद्दल एक अढी निर्माण झाली होती. सतत संसारापासून, संसाराच्या जबाबदारीपासून दूर राहणारे नाना अधूनमधून विश्रांती घ्यायलाच इथे येतात व पुढच्या प्रवासापुरती विश्रांतीची बेगमी घेऊन परत जातात. नानांविषयी अशी खूणगाठ त्यानं मनाशी बांधून ठेवली होती.

संसार तसा खूपच ओढगस्तीचा होता. भाजी असेल तर आमटी नाही आणि दुपारच्या खाण्याला भाकरीशिवाय काही नाही. शाळेत नादारी, सेकंडहँड पुस्तकं, घरीच धुतलेले ठिगळांचे कपडे, निर्विकार चेहऱ्यानं आपली नोकरी, घरातली

कामं आणि दोन शिकवण्या करणारी आई! आईनं कधीही या भावंडांवर समरसून माया केली नाही, पण केवळ कर्तव्य म्हणून कष्टांच्या पाट्या उचलणाऱ्या आईनं विश्वनाथच्या मनातला एक कोपरा पूर्णपणे व्यापून टाकलेला होता. त्याला समजायला लागल्यापासून त्यानं घरातली बरीच कामं उरकण्यास व भावंडांना सांभाळण्यास सुरुवात केली होती.

तो तेरा वर्षांचा झाला आणि एक दिवस आई त्याला म्हणाली होती, ''विश्वनाथ, आता घरच्या खर्चासाठी तू थोडी मदत करायला हवी. उद्यापासून वर्तमानपत्रं टाकायचं काम तुला मिळालेलं आहे. मी बागुलांकडे शब्द टाकला आहे.''

दुसऱ्या दिवशी अगदी पहाटे पाच वाजता तिनं दिलेला पत्ता घेऊन तो ठाकूरद्वारातून चालत नाना चौकात जाऊन बागुलांना भेटला होता आणि त्याची ती नोकरी सुरू झाली होती. त्या वेळी आईनं त्याला बजावून सांगितलं होतं,

''विश्वनाथ, तू कुणाचा कोण हे कुणाला कळू देऊ नकोस. तू हे वर्तमानपत्रं टाकायचं काम करतोस हे आजूबाजूला समजता कामा नये. नाना चौकात जाणं-येणं तुला खूप लांब पडतं आहे हे खरं, पण हे कमी दर्जाचं काम तू करतो आहेस हे कुणाला समजता कामा नये. आपलं घराणं चांगलं आहे. हे काम आपलं नव्हे, पण एकदा तू मॅट्रिक झालास की मग शिकवण्या घ्यायला लाग. आपण कष्ट काढायचे, पण त्याचा गाजावाजा नको.''

त्या वेळीच नव्हे, तर नंतरही आईचं समर्थन विश्वनाथला पटलं होतं. मॅट्रिक झाल्यावर त्यानं सिद्धार्थ कॉलेजला प्रवेश घेतला. कॉलेज सकाळचं असायचं. विश्वनाथनं खासगी शिकवण्या घेण्यास सुरुवात केली. आईची शिकवणीची मुलं घरी येत होती आणि विश्वनाथ शिकवणीसाठी मुलांच्या घरी जात होता. तो शिकवण्या करतो हे त्याची आई कुणाकडे बोलत नव्हती व धाकटी भावंडंही कुणाला सांगत नव्हती. कदाचित आईच्या सांगण्यावरूनही असेल. त्या वेळी त्याला हे कधी खटकलं नव्हतं. आई संसारासाठी, मुलांसाठी कष्ट काढते आहे हे आजूबाजूच्या लोकांना दिसत होतं व विश्वनाथलाही त्याचं कौतुक होतं.

नाना कधी घरी आले, तर तो नानांच्या आसपास फिरकत नव्हता, की नानांच्या प्रश्नांना उत्तरं देत नव्हता. हळूहळू नानांनीही त्याच्याशी बोलणं सोडून दिलं होतं. काटेगावच्या आश्रमातून, नाना गेल्याचं पत्र आलं, तेव्हा धाकट्या विश्वजीतला घेऊन आई तिथे गेली होती. सोबत येण्याबद्दल तिनं विश्वनाथला विचारलं नव्हतं आणि जरी विचारलं असतं, तरी विश्वनाथ गेला नसता. परत फिरताना नानांच्या अस्थींचं विसर्जन नाशिकला जाऊन विश्वजीतकरवी तिनं करून घेतलं आणि इथे नानांचा अध्याय संपलेला होता.

नानांनी साऱ्या हयातीत कोणती देशसेवा केली, याची जगाला किती माहिती

होती कोण जाणे, पण विश्वनाथनं ते जाणून घेण्याचा कधी प्रयत्न केला नाही, किंवा आपलं नानांबरोबरचं नातं कधीही, कुठेही सांगून मोठेपणा मिरवण्याचा प्रयत्नही केला नाही. मात्र नानांच्या देशसेवेचा जो काही लाभ उठवता येण्यासारखा होता तो खूप खटाटोप करून त्याच्या आईनं पदरात पाडून घेतलेला होता. नाना गेल्यानंतर तिला रीतसर पेन्शन मिळू लागली होती.

विश्वनाथ इंटरला असताना वर्गातल्या एका मुलाच्या ओळखीनं त्याला नायरसाहेबांच्या शाळेत जाणाऱ्या तीन मुलांच्या शिकवण्या मिळाल्या. श्री. नायर हे असिस्टंट इन्कम टॅक्स कमिशनर होते. कॉलेज सांभाळून खासगी शिकवण्या करणाऱ्या विश्वनाथबद्दल त्यांना हळूहळू माया वाटू लागली होती आणि विश्वनाथला अठरा वर्षं पूर्ण होताच त्यांनी इन्कम टॅक्समध्येच त्याला नोकरी लावून दिली होती. कॉलेजमध्ये कोणते विषय घ्यायचे याचा सल्ला त्यांनीच दिला. 'आर. आर. एस.'च्या परीक्षेला विश्वनाथ त्यांच्याच सांगण्यावरून बसला होता आणि एक दिवस विश्वनाथ इन्कम टॅक्स ऑफिसर झाला. पित्याच्या मायेची सावली विश्वनाथला नायरसाहेबांनी दिली.

आता घरची सारी जबाबदारी विश्वनाथनं उचलली. विश्वंभरला पवईला 'आय. आय. टी.'त ठेवलं होतं व विश्वजीत मेडिकलला होता. धाकटी वसुंधरा कॉलेजला होती आणि आई सेवानिवृत्त झाली होती. वास्तव्य अजून चाळीतच होतं, पण सारे सोईस्कर बदल त्यानं या जागेत करून घेतले होते. गॅस, फ्रीज, फोन सारं घरात आलेलं होतं. आपली आई व भावंडं याव्यतिरिक्त त्याच्यापुढे दुसरं आयुष्यच नव्हतं. कुणी लग्नाबद्दल विचारलं, तरी 'भावंडांची जबाबदारी संपल्याशिवाय लग्न करणार नाही', असं तो सांगायचा आणि त्यानं लग्न करावं असा हेका त्याच्या आईनंही कधी त्याच्याकडे धरला नव्हता. ती आता सुखाचं आयुष्य निवांतपणे जगत होती आणि जग म्हणत होतं, भारतीबाईंनी संसारासाठी, मुलांसाठी खूप कष्ट घेतले त्याचं चीज झालं. विश्वनाथनं पहाटे उठून टाकलेली वर्तमानपत्रं, त्यानं केलेल्या शिकवण्या हे सारं त्याच्यापाशीच राहिलं.

आणि मग एक दिवस देवयानी त्याच्या आयुष्यात आली. देवयानीची आठवण आली आणि विश्वनाथ खुर्चीवरून उठून खिडकीपाशी उभा राहिला. रोजच देवयानीची आठवण येते. देवयानीची आठवण झाली, की मन असं सैरभैर होतं.

देवयानी त्याच्या ऑफिसमध्ये आली, तेव्हा त्याला ऑफिसरची जागा मिळाली होती. आणीबाणीच्या राजकारणाचे ते दिवस होते. ठिकठिकाणी अचानक छापे घालण्यात येत होते. कोणतीही पूर्वसूचना न मिळता अचानक हाती एखाद्या घरी वा ऑफिसमध्ये जाण्याचा हुकूम पडायचा आणि मग विश्वनाथचं सारं युनिट तिथे जाऊन धडकायचं. हे सारे अनुभव त्यांना सगळ्यांनाच नवे होते, पण या

कामामुळेच त्यांचा सगळ्यांचाच एक छानसा ग्रुप जमला होता. देवयानी त्याला आवडू लागली. दोघांच्या आवडीनिवडी सारख्या होत्या. संगीत आणि त्यातही भीमसेन जोशी हा दोघांचा सॉफ्ट कॉर्नर होता. विश्वनाथसारखीच तिला वाचनाची खूप आवड होती. मग पुस्तकांची देवाण-घेवाण सुरू झाली. त्या काळात विश्वनाथनं स्वत:च्या लग्नाचा विचार केला नव्हता. आपली आई व भावंडं यांची जबाबदारी नको तितक्या आत्मीयतेनं त्यानं स्वीकारलेली होती. त्या दोघांमध्ये घरची माणसं, घरच्या गोष्टी याबद्दल बोलणं होत नव्हतं. दोघं जोडीनं कधी फिरली नाहीत. स्वतंत्रपणे दोघंही नाटक-सिनेमाला जात, चित्रांच्या प्रदर्शनास भेटी देत असत, गाण्याच्या कार्यक्रमांना जात, पण या सगळ्याची आपसांत चर्चा खूप करत असत. त्यांच्या मैत्रीची घट्ट वीण विणली जात होती.

घरातलं आईचं वागणं तटस्थपणाचं होतं. आता तिच्या शिकवण्या थांबलेल्या होत्या. घरचे व बाहेरचे सारे व्यवहार व खर्च विश्वनाथ सांभाळत होता. तिची स्वत:ची आणि नानांची स्वातंत्र्यसैनिकाची पेन्शन तिच्या खाती जमा होत होती. पण आजही तिचं मुलांबरोबरचं वागणं अलिप्तपणाचंच होतं. एखाद्या रेक्टरनं होस्टेलची जबाबदारी स्वीकारावी आणि उत्तम रितीनं ती पार पाडावी तशी ती संसारात होती. अगदी दक्ष!

आता विश्वंभर एम. बी. ए.साठी कलकत्त्याला गेलेला होता व विश्वजित हाऊसमनशिप करत होता. वसुंधरा एम. ए. करत होती. सुट्टीत सारी भावंडं घरी जमली तरी आईच्या तटस्थ वागणुकीमुळे असेल, ती सारी लहानपणापासून कधी फार जवळ आली नव्हती व घरातही मोकळेपणानं वावरत नव्हती. विश्वनाथच्या लग्नाचा विषय जसा घरात निघत नव्हता, तसंच आई उघडपणे वसूच्या लग्नाच्या गोष्टी करत नव्हती. पण न बोलता वसूसाठी दागिने तयार झाले होते. अर्थात, पसंती आईचीच होती. स्थळांसाठी पत्रिका घेऊन स्वत:च जात होती. विश्वनाथपर्यंत यातलं काहीही अजून पोचलं नव्हतं. पण त्याला साधारण अंदाज येत होता. जणू त्या घराशी त्याचा संबंध पैसे देण्यापुरताच होता.

ऑफिसला जाण्यापूर्वी त्याचा पोळी-भाजीचा डबा वेळच्या वेळी तयार असायचा. चहापाणी, जेवणखाण सारं कसं वेळापत्रकानुसार होत होतं, पण त्या घरात मोकळेपणी हसण्या-बोलण्याचे सूर कधी उमटलेच नाहीत. आईच्या अलिप्त वागण्यामुळे असेल, पण तिच्यासह प्रत्येकजण स्वकर्तव्याच्या व जबाबदारीच्या पाट्या निष्ठेनं टाकत होता. घराच्या बाहेर प्रत्येकाचं स्वतंत्र वेगळं विश्व होतं, पण घरात येताना हे सारं उंबरठ्याबाहेर ठेवून प्रत्येकजण घरात घुसायचा आणि त्यामुळे कलासक्त मनाचा विश्वनाथ आपल्या ऑफिसच्या कामात, ऑफिसच्या ग्रुपमध्ये- विशेषत: देवयानीत चांगलाच रमला होता. परंतु अजूनही ती दोघं

एकमेकांचा आडनावानंच उल्लेख करत होती.

नायरसाहेब रिटायर्ड होऊन मद्रासला स्थायिक झाले होते. दोघांचा पत्रव्यवहार अजूनही व्यवस्थित सुरू होता. त्यांची मुलं वडीलभावाला मान द्यावा तसंच विश्वनाथला मानत होती. जणू त्या घरचा तो मोठा मुलगा होता. स्वतःच्या घरातून विश्वनाथला जे मिळालं नव्हतं ते सारं नायर कुटुंबानं त्याला दिलेलं होतं. एक दिवस नायरसाहेबांचं निधन झाल्याची बातमी आली. त्यांच्या मुलांना व अम्मांना भेटायला एक महिन्याची रजा काढून विश्वनाथ मद्रासला गेला. त्यांच्याच घरी राहिला. या एका महिन्यात अम्मा व त्यांच्या सुना–नातवंडांत चांगलाच रमला. अम्मांनी देवयानीविषयी सर्व माहिती त्याच्याकडून काढून घेतली होती आणि ती माहिती अम्मांना देताना देवयानी आपल्याला किती आवडते हे त्याला नव्यानं जाणवलं. अधिक वेळ न दवडता लग्न करण्याचा सल्ला त्याला अम्मांनी दिला होता आणि मनाशी काही विचार निश्चित करून तो तिथून परतला होता.

परतीच्या प्रवासातच त्यानं ठरवलं, की प्रथम देवयानीशी लग्नाचं निश्चित करायचं. आता वेळ काढायचा नाही. देवयानीसाठी त्यानं कांजीवरम साडी खरेदी केली होती. आयुष्यात प्रथमच त्यानं साडीची खरेदी केली होती.

ऑफिसमध्ये रुजू झाल्याबरोबर प्रत्येकजण त्याला केबिनमध्ये येऊन भेटलेला होता. प्रत्येकासाठी त्यानं आठवणीनं भेटवस्तू आणलेली होती. फक्त देवयानीची साडी त्यानं आपल्याकडे ठेवली होती. इतरांप्रमाणे देवयानी त्याला भेटायला केबिनमध्ये आली, तेव्हा त्यानं विचारलं,

''जोशी, आज ऑफिस सुटल्यावर 'चेतना'मध्ये यायला जमेल? मी तिथे तुमची वाट पाहतो.''

कोणत्याही प्रकारे अनमान न करता देवयानीनं होकार दिला, पण तिच्या चेहऱ्यावरचा संभ्रम त्यानं टिपलेला होता. घरी फोन करून आपण जेवायला येत नसल्याचं त्यानं कळवलं आणि काळ्या घोड्याजवळच्या चेतना रेस्टॉरंटमध्ये तो पंधरा मिनिटं आधीच पोचला व कोपऱ्यातलं निवांत टेबल शोधून तिथे देवयानीची वाट पाहत बसला. त्याच्यापाठोपाठ देवयानी पोचली व इथे तिथे न पाहता थेट त्याच्यापुढे येऊन उभी राहिली.

''हाय! मला फार उशीर तर नाही झाला ना?''

तिला हातानं बसण्याची खूण करत विश्वनाथनं तिला विचारलं, ''सॉफ्ट ड्रिंक काय घेणार?''

''मी लिम्का घेईन.'' खाली बसता बसता ती म्हणाली.

विश्वनाथनं लिम्काची ऑर्डर दिली. लिम्का येईपर्यंत देवयानी आजूबाजूला पाहत होती. आपली अस्वस्थता लपवण्याचा प्रयत्न करत होती. लिम्का व खारे

दाणे आले. देवयानीला विचारून त्यानं जेवणाची ऑर्डर दिली. वेटर जाताच लिम्काचा ग्लास उचलण्यापूर्वी देवयानीकडे एकटक पाहत त्यानं विचारलं, ''देवयानी, माझ्याबरोबर लग्न करशील?''

हातातला ग्लास जवळ जवळ टेबलावर आपटतच देवयानी म्हणाली, ''परत विचार. बिशन, हाच प्रश्न पुन्हा विचार.''

तिच्या चेहऱ्यावर उमटलेले रंग पाहूनच त्याला तिचा होकार समजला होता.

त्यानं पुन्हा विचारलं, ''देवयानी, माझ्याशी लग्न करशील?''

टेबलावर असलेल्या त्याच्या हातावर आपले हात ठेवत ती म्हणाली, ''पुन्हा एकदा विचार. बिशन, हा प्रश्न तू मला विचारावास म्हणून मी केव्हाची वाट पाहत होते. पुन्हा एकदा विचार. बिशन, मी फक्त तुझे शब्द मनात साठवून ठेवते आहे. माझ्या आयुष्यात हा इतका आनंदाचा क्षण प्रथमच येतो आहे. करणार म्हणजे काय करणारच आहे मी तुझ्याशी लग्न. पुन्हा एकदा हाच प्रश्न विचार. बिशन, पुन्हा एकदा विचार.''

भावविवश होऊन ती भडाभडा बोलत होती.

तिच्या हातावर आपले ओठ टेकत विश्वनाथ म्हणाला, ''थँक्यू देवू, थँक्यू! पण हे बिशन-बिशन काय लावलं आहेस. 'भीषण' म्हणून तू मला हाक मारतेयस असं वाटतं.''

अगदी खळखळून हसत ती म्हणाली, ''वाटूदे, वाटूदे! पण कधीपासून ठरवून ठेवलं होतं, की आपलं लग्नाचं नक्की ठरलं की फक्त तू आणि मी असताना तुला 'बिशन' म्हणायचं.''

तिच्या हातावरची आपल्या हाताची पकड घट्ट करत तो तिला म्हणाला, ''देवू, मला वाटलं होतं तुझ्या व माझ्यातलं हे बारा वर्षांचं अंतर तुला चालेल की नाही?''

''वयातलं अंतर? मला हे कधी जाणवलंच नाही बघ. बिशन, माझ्या आयुष्यात माझी आई ही माझी अगदी जवळची मैत्रीण होऊन राहिली आहे. तिच्या-माझ्यातलं वयाचं अंतर पार नाहीसं झालेलं आहे. तसंच तुझ्याबरोबर असतानाही मला कधी हे अंतर जाणवलंच नाही. तुझ्या-माझ्या मनाच्या तारा जुळतात हे मात्र प्रत्येक क्षणाला मनाला पटत गेलं. इथे वय कुठे आड येतं?''

''तू माझ्याबद्दल तुझ्या आईकडे कधी बोलली आहेस?'' विश्वनाथनं विचारलं.

''बिशन, तुला खरं वाटायचं नाही, पण आजपर्यंत आईपासून लपवून ठेवलेली अशी ही एकच गोष्ट आहे. अगदी सुरुवातीला डिपार्टमेंटल हेड म्हणून मी तुझा उल्लेख तिच्याकडे केला होता. ऑफिसमधल्या साऱ्या गोष्टी, सारी

माणसं यांच्याबद्दल मी नेहमीच तिच्याकडे बोलत असते. पण तुझी–माझी मैत्री ही संपूर्णपणे माझी खासगी गोष्ट होऊन राहिली बघ. त्याबद्दल मी तिच्याकडे कधीही उल्लेख केला नाही. का ते सांगता येत नाही. पण आज जरूर सांगणार आहे.''

''देवू, इतके दिवस थांबलीस तशी आणखी एक दिवस थांब. आधी मी तुला माझ्या आईला भेटवतो, माझ्या बहिणीला भेटवतो आणि नंतर मग मीच तुझ्या आईकडे येईन.''

नंतर विश्वनाथनं तिला आपल्या घराबद्दल, भावंडांबद्दल, नाना–आईबद्दल सारं सारं सांगितलं. लहानपणी पहाटे उठून टाकलेल्या वर्तमानपत्रांपासून ते आजतागायतचा सारा आपल्या घराचा व घरातल्या माणसांचा चित्रपट त्यानं तिच्यापुढे उलगडला. नानांबद्दल मनात असलेली अढीदेखील त्यानं लपवून ठेवली नाही. तो बोलत होता आणि ती त्याच्याकडे टक लावून पाहत होती. सारं सांगून झाल्यावर तिच्याकडे पाहत त्यानं विचारलं, ''देवू, कसला विचार करतेस?''

''काही नाही बिशन, तुझ्या घरात तू सोडून इतर चार माणसं आहेत. पण चारजणांची तोंडं चार बाजूला असतात. इतके दिवस आईशिवाय माझ्यावर माया करणारं कुणी नाही म्हणून मी खंत करत होते, पण आज वाटतंय की आजपर्यंत माझ्या आईनं मला इतकी माया दिली आहे व अजूनही देते आहे, याचा विचार केला तर वाटतं, की खरोखरच मी खूप भाग्यवान आहे.''

''तू नि आई याव्यतिरिक्त तुला इतर कुणी नातलग नाहीत?''

''नसायला काय झालं? भाऊ–भावजय आहेत. हा माझा भाऊ माझ्यापेक्षा दहा वर्षांनी मोठा आहे. रिझर्व्ह बँकेत मोठ्या पोस्टवर आहे. लग्नाला बरीच वर्षं झाली, पण अजून मूलबाळ नाही. हल्ली घरात त्याचं लक्ष नाही. त्याच्याबरोबर बऱ्याचदा मी एक ख्रिश्चन पोरगी बघते. वहिनीलाही या गोष्टीची कल्पना असावी. तो तर सारा वेळ बाहेरच असतो. मग या साऱ्या गोष्टीचा राग वहिनी आमच्यावर काढते. तिचा तोफखाना सदैव गर्जत असतो. मी आणि आई बहिऱ्या कानांनी ऐकत असतो. तरी बरं, राहती जागा आईच्या नावावर आहे आणि आर्थिकदृष्ट्या आम्ही दोघीही तिच्यावर अवलंबून नाही. मग काही नाही तर माझं लग्न कुठे जमत नाही म्हणून तोंड सोडत असते.''

''देवू, खरंच तू आत्तापर्यंत लग्न कसं केलं नाहीस?''

''वा रे वा! मी आधीच लग्न केलं असतं, तर हे आपलं असं कसं जुळलं असतं?'' आणि ती पुन्हा एकदा खळखळून हसली.

तिचं ते मोकळं हसणं ऐकून विश्वनाथच्या मनात आलं, आणखी थोड्याच दिवसांनी हे तिचं हसणं त्यांच्या चाळीतल्या दोन खोल्यांत घुमणार आहे. ही पोरगी स्वत:बरोबर साऱ्या घराला हसायला शिकवणार आहे. त्या विचारानंच

विश्वनाथच्या चेहऱ्यावर स्मितरेषा उमटली.

''त्याचं काय आहे बिशन, मी स्वत:हून माझं लग्न जमवावं हे मला जमत नाही. दादा कशात लक्ष घालत नाही. बाबा गेल्यापासून आईची प्रकृती अगदीच खालावली आहे. पूर्वी जवळचे नातेवाईक प्रयत्न करायचे. कधी पत्रिका आड यायची, कधी देण्या-घेण्यात फिस्कटायचं, तर कधी मी पसंत पडत नव्हते. आता माझी पस्तिशी उलटली. फक्त आई एकटी काळजी करत असते माझं कसं होणार म्हणून.''

''उद्याचा एक दिवस देवू, उद्या मी तुला माझ्या घरी घेऊन जाईन आणि परवा मी तुझ्या आईला व भावाला येऊन भेटतो. हो, पण तुझा आवडीचा रंग कोणता?'' हातातली बॅग टेबलवर ठेवून त्यानं त्यातलं साडीचं पुडकं बाहेर काढत विचारलं.

''आज मला स्वत:ची आवड उरलीच नाही. तुझी आवड ती माझी आवड.'' त्यानं हातात दिलेलं पुडकं उघडत तिनं उत्तर दिलं.

आतली मोरपिशी, तांबड्या किनारीची साडी बघून तिचा चेहरा फुलून आला. साडीची घडी गालावर टेकत ती म्हणाली,

''ए, तुला साड्यांतलं बरंच कळतंय की! बऱ्याचजणींना साड्या देऊन देऊन सवय झालीय वाटतं?''

आपल्या बोलण्यावर आपणच खूष होऊन तिनं टाळीसाठी पुढे केलेल्या तिच्या हातावर हात देत विश्वनाथ म्हणाला,

''एकदम बरोबर ओळखलंस बघ. गेली पंधरा वर्षं साड्या वाटत होतो, पण एक मासा गळाला, नव्हे साडीला लागेना. शेवटी ही मासोळी गवसली.''

''पण बिशन, तू आज कमालच केलीस. आज प्रत्येकाला काही ना काही प्रेझेंट दिलंस नि फक्त मला वगळलंस. सगळेजण कुजबुजत होते. उघडपणे मला कुणी विचारत नाही, पण मला वाटतं तुझ्या पुढच्या बेताचा सुगावा त्यांना आधीच लागला असेल.''

''तसे आपल्या डिपार्टमेंटमध्ये सारेजण 'शेरलॉक होम्स' आहेत. पण देवू, एक कर, उद्या 'सी.एल.' टाक. संध्याकाळी साडेपाच वाजता मला चर्नी रोड स्टेशनवर भेट. मी तुला घरी घेऊन जाईन. हीच साडी नेसून ये.''

''बिशन, हे सारं कसं जमायचं?''

''कमाल आहे! यात न जमण्यासारखं काय आहे?''

''सारं न जमण्यासारखं आहे. बघ मी माझ्या आईला सांगायचं नाही असं म्हणतोस. मग माझी सी. एल., ही नवीकोरी साडी, ती नेसून मी बाहेर पडणं... अरे, माझी आई आजारी आहे, पण आंधळी नाही.'' आणि पुन्हा एकदा ती

खळखळून हसली.

''अच्छा, असं आहे होय? माझ्या लक्षातच आलं नाही. बरं बाई, सांगून टाक तुझ्या आईला. होऊन जाऊदे तुझ्या मनासारखं.''

''मग आजच येतोस का तू आमच्याकडे?'' तिनं लगेच विचारलं.

''आज नको. आज तू फक्त तुझ्या आईला सांग. परवा मी येईन. तुझ्या भावाला व वहिनीला मात्र आधी कल्पना देऊ नकोस.''

त्या दिवशी जेवण झाल्यावर त्यानं देवयानीला ग्रांटरोडला तिच्या घरी सोडलं आणि तो मग ठाकूरद्वारला घराकडे वळला. वाटेत त्याचा विचार चालला होता. देवयानीबद्दल आधी आईकडे बोलायचं, की एकदम देवयानीला घरी घेऊन जायचं. तो घरी पोचला तेव्हा आई झोपली होती. अभ्यासाला बसलेल्या वसूनं दार उघडलं. सकाळी तो उठला, तेव्हा त्यानं मनाशी ठरवलं होतं, संध्याकाळी देवूला घेऊनच यायचं.

त्या दिवशी तो देवूला घेऊन आला आणि ध्यानीमनी नसलेलं नाटक घडलं. तो देवयानीला घेऊन आल्याची बातमी साऱ्या चाळीत पसरली. पोरं-पोरी त्यांच्या दारावरून फेऱ्या मारायला लागली. प्रत्येक घरातल्या बायका गॅलरीत ओठंगून उभ्या राहिल्या. सर्वांचे कान त्यांच्या घरात लागले होते आणि त्याच्या घरात मात्र स्मशानशांतता होती. आल्याबरोबर त्यानं देवयानीला आईच्या पुढे उभं केलं आणि म्हटलं, ''आई, ही देवयानी जोशी. माझ्याच ऑफिसमध्ये आहे. आम्ही लग्न करणार आहोत.''

देवयानी आईला नमस्कार करायला खाली वाकली, पण आई पटकन मागे सरली. तिच्या कपाळावरच्या शिरा तटतटून आल्या होत्या व डोळ्यांत संताप मावत नव्हता. मागल्या पावलांनी ती स्वयंपाकघरात गेली व तिथूनच तिनं हाक मारली,

''वसू, आपल्याला बाजारात जायचंय. चल.'' दुसऱ्याच क्षणी स्वयंपाकघरातून ती बाहेर आली आणि देवयानीकडे ढुंकूनही न पाहता पायांत चपला घालून ती बाहेर निघून गेली. वसुंधरा एक क्षणभर घुटमळली, पण बाहेरून पुन्हा करड्या स्वरात हाक आली, ''वसू-''

आणि लगेच खाली मान घालून वसू निघून गेली.

देवयानी तोंडात रुमालाचा बोळा कोंबून रडत होती. लोक बाहेर गॅलरीत शेजारी तमाशा पाहत उभे होते आणि आत विश्वनाथ शुंभासारखा तटस्थ उभा होता. किती वेळ गेला कोण जाणे, पण देवयानी एकदम म्हणाली, ''मी घरी जाते.'' आणि दुसऱ्याच क्षणी दारातून बाहेर पडली.

रात्री उशिरा आई परत आली आणि मग त्या घरात एक झंझावात उसळून आला आणि त्यात त्याचं आणि देवयानीचं भावविश्व पार उन्मळून पडलं. भावंडांच्या साऱ्या जबाबदाऱ्या पूर्ण झाल्याशिवाय त्यानं लग्न करणं आईला मान्य नव्हतं. त्यानं परोपरीनं आईला समजावण्याचा प्रयत्न केला, की देवयानी त्याच्या कर्तव्याच्या आड येणार नाही. तिला त्याच्यावरच्या जबाबदारीची पूर्ण जाणीव आहे. त्याचा थोडा भार तीही उचलणार आहे, पण आईचं आपलं एकच म्हणणं, ''हे बघ विश्वनाथ, तुला लग्न करायचं असेल, तर आधी घरातून बाहेर पड आणि मगच लग्न कर. घराची, या संसाराची, तुझ्या भावंडांची जबाबदारी आजपर्यंत मी पार पाडली ती तडीला न्यायला मी समर्थ आहे. पुन्हा शिकवण्या धरीन. जरूर पडली तर लोकांच्या घरी पोळ्या करीन. पण या माझ्या संसाराला परक्या हाताचे उपकार नकोत. इतकी वर्षं केलं ते पुढे रेटून न्यायला मी समर्थ आहे.''

वयाच्या तेराव्या वर्षापासून या घरासाठी, भावंडांसाठी विश्वनाथनंही अपार कष्ट घेतले होते. त्याचा जराही उल्लेख न करता ती पुन्हा पुन्हा म्हणत होती, ''इतकी वर्षं केलं तसंच पुढेही करीन.''

आणि ते ऐकता ऐकता विश्वनाथचा तोल गेला व तो म्हणाला, ''आई, मघापासून मी ऐकतो आहे. तू या घरासाठी कष्ट काढलेस हे मी बिलकूल नाकारत नाही, पण तेराव्या वर्षापासून पहाटे उठून दूर नाना चौकात मी पेपर टाकायला जात होतो. मॅट्रिक झाल्यावर शिकवण्या करत होतो. ते सारं मी या घरासाठीच करत होतो ना? गेल्या काही वर्षांत या घराचा सारा भार मीच उचलला आहे ना? तू हे जगाला कधी कळू दिलं नाहीस. पण तू स्वत: हे सारं कशी विसरलीस? जगाच्या पुढे नाही, तरी निदान या चार भिंतींच्या आड तरी मी केलेल्या कष्टांबद्दल एखादा चांगला शब्द बोल. तेराव्या वर्षापासून या भावंडांसाठी मी झटतोय आणि आता केवळ तीन-चार वर्षांसाठी मी माघार घेईन, असं तुला वाटतं तरी कसं?''

आणि त्या क्षणापासून आईनं विश्वनाथशी नातं जोडलं. त्या रात्री तिघंही न जेवता झोपले. दुसऱ्या दिवशीच नव्हे, तर त्यानंतर कधीही आईनं त्याचा पोळी-भाजीचा डबा भरला नाही.

देवयानी एक आठवडा ऑफिसला आली नाही. ती ऑफिसमध्ये आलेल्या दिवशीच संध्याकाळी दोघंही 'चेतना'मध्ये त्याच टेबलापाशी भेटले. पुन्हा लिम्काचे ग्लास मागवले व ते तसेच राहिले. मागवलेलं जेवण नुसतं चिवडलं गेलं. विश्वनाथला गव्हर्नमेंट क्वार्टर सहज मिळाली असती. त्याची देवयानीसाठी घर सोडण्याची तयारी होती, पण देवयानी तयार नव्हती.

''बिशन, घरासाठी, भावंडांसाठी आयुष्यभर झटलास. आता काय थोडंसं शेपूट राहिलंय. माझ्यासाठी घर सोडून साऱ्यावर बोळा फिरवू नकोस.''

''देवू, पण हे कष्ट मी काढलेयत हे जगाला कुणी सांगितलंच नाही, तर बोळा फिरवण्याचा प्रश्नच कुठे येतो?''

''जगाला माहिती नसेल, पण तुझ्या भावंडांना तरी माहिती आहे ना? त्यांच्या मनात तुझ्याबद्दल अढी नको यायला आणि सगळ्यांना दूर करून कसला रे संसार करायचा? मला तुझ्या माणसांत राहायला खूप आवडलं असतं रे. पण जाऊदे. मला वाटतं माझ्याच नशिबात नात्याचे बंध नाहीत.''

देवयानीला पटवायचा त्यानं खूप प्रयत्न केला, पण तिनं स्वत:चा निर्णय बदलला नाही. लगेच पुढच्या महिन्यात ताडदेवच्या ऑफिसात तिनं स्वत:ची बदली करून घेतली. नंतर थोड्याच दिवसांत तिची आई गेल्याचं त्याला समजलं, पण त्यानं देवयानीला फोन केला नाही.

तो घरात राहत होता, पैसे देत होता. पण त्या दिवसापासून आईनं त्याच्याशी बोलणं बंद केलं होतं. नंतरच्या दहा वर्षांत विश्वंभर व विश्वजीत अमेरिकेला पोचले होते. त्या दोघांनी खटपट करून आई व वसुंधरेलाही तिथे नेलं. त्या वेळी त्याला रिटायर व्हायला केवळ एक वर्ष होतं. नंतर त्याला तीन वर्षं एक्स्टेंशन मिळालं. आज वयाची पासष्टी उलटली आणि तो पूर्णपणे रिटायर्ड लाईफ जगतोय. एवढ्या वर्षांत भावंडांशी व आईशी कसलाही संबंध नाही. नात्याचे सारे दोर कापले गेले होते. जणू तो एखाद्या अनाथाश्रमातला मुलगा होता, कोणताही भूतकाळ नसलेला.

पण या इतक्या वर्षांत देवयानीच्या आठवणीशिवाय एकही दिवस गेला नाही. भीमसेनजींच्या गाण्याच्या टेप्स ऐकताना, चांगलं पुस्तक वाचताना, एखादं चांगलं नाटक वा सिनेमा पाहताना देवयानीची आठवण आली नाही, असं घडलंच नाही. कुणा सिव्हिल इंजिनीअरबरोबर लग्न करून ती पुण्याला राहते, हे त्यालाही माहीत होतं. आज त्याच्याकडे देवयानीचा फोटो नव्हता की चिट्ठी नव्हती वा एखादी आठवणीची वस्तूही नव्हती. पण देवयानी त्याच्या दिवसाचे चोवीस तास व्यापून बसली होती.

बाकीचा पेपर न वाचता त्यानं तसाच ठेवला. भूतकाळातली शितं वेचताना दहा कधी वाजले ते समजलंच नाही. दूध आणलंच नाही. निदान अंघोळ तरी उरकून घ्यावी म्हणून विश्वनाथ उठला. दाढी करताना त्याच्या मनात आलं, की टाइम्समधल्या कॉलममध्ये माझं नाव नाही याबद्दल दुसरं कुणी नाही, पण चाळीतले लोक जरूर चौकशी करतील आणि आज विश्वनाथला एका गोष्टीचा खराखुरा पश्चात्ताप झाला. चाळीच्या मालकांना ही चाळ पाडून इथे मोठं अपार्टमेंट बांधायचं होतं. गेली दोन वर्षं ते भाडेकरूंच्या मागे लागले होते. 'एक तर पैसे

घेऊन जागेचा हक्क सोडा, किंवा सध्या मी पर्यायी जागा देतो तिथे राहा. मग नव्या अपार्टमेंटमध्ये, मी तुम्हाला जागा देतो.' पैसे घेऊन परगावी जायचं, की अपार्टमेंटमधली जागा घ्यायची या बाबतीत विश्वनाथचा निर्णय पक्का होत नव्हता. आज मात्र त्याच्या मनात आलं, तेव्हाच पैसे घेऊन बाहेरगावी गेलो असतो, तर लोकांच्या प्रश्नांना उत्तरं देण्याचा आजचा प्रसंग ओढवला नसता. भावंडांच्या जोडीनं आपलं नाव नाही म्हणून त्याला अपमानही वाटत नव्हता नि वाईटही वाटत नव्हतं. आता त्याच्यापुढे एकच चिंता होती, लोकांच्या खवचट प्रश्नांना उत्तरं काय द्यायची?

या विचारातच त्यानं अंघोळ उरकली. साबणाच्या पाण्यात कपडे भिजवत असताना दाराची कडी वाजली. या वेळी कोण आलं असेल? बहुधा शेजारचे फडके असणार. त्यांच्या कुजकट प्रश्नाला उत्तर काय द्यायचं, या विचारानं कपाळाला आठ्या घालत त्यानं दरवाजा उघडला आणि क्षणभर तो चकित झाला. दारात देवयानी उभी होती. बाजूला हसतमुख चेहऱ्याचे एक प्रौढ गृहस्थ होते. त्या दोघांना 'आत या' असं म्हणण्याचंही त्याला सुचलं नाही.

''आत येऊ ना आम्ही?'' देवयानीनं हसतच विचारलं.

''या, या ना!'' लगबगीनं आत वळून त्यानं पलंगावरची चादर नीट केली व टेबलाजवळच्या खुर्च्या पुढे सरकवल्या.

''हे माझे पती शरद चित्रे.''

विश्वनाथनं अगदी अवघडल्यासारखं हास्य देत चित्र्यांचे हात हातात घेतले, पण चित्रे मात्र अगदी मोकळेपणी हसले व त्यांनीच बोलायला सुरुवात केली,

''तुम्हाला माहिती असेलच. या चाळीच्या मालकांना इथे मोठं अपार्टमेंट बांधायचं आहे. ते कॉन्ट्रॅक्ट मला मिळालं आहे. मी सिव्हिल इंजिनीअर आहे. माझ्या मनात इथे एक ब्लॉक घ्यायचा विचार आहे. आमच्या दोन्ही मुली अमेरिकेत असतात. दोघी जोडीनं इथे आल्या होत्या. काल रात्री परत गेल्या. त्यांना सोडायला आम्ही पुण्याहून काल इथे आलो होतो. आज पुण्याला परतायच्या आधी देवयानीला प्लॉट दाखवूया म्हणून इथे आलो, तर ही म्हणाली 'तुम्हीही इथेच राहता.' तर वाटलं, चला तुम्हालाही भेटूया.''

''बरं केलंत आलात ते, पण आता थोडा वेळ बसा. मी खाली जाऊन दूध घेऊन येतो. मग आपण चहा घेऊया.'' विश्वनाथ आतल्या बाजूला वळत म्हणाला.

''म्हणजे अजून सकाळचा चहा नाही झाला?'' देवयानी.

''झाला. तसा सकाळचा माझा चहा झालेला आहे, पण फिरून येताना मी ताजं दूध घेऊन येतो. आज फिरायला गेलो नाही.''

''प्रकृती ठीक आहे ना?'' देवयानीच्या सुरात काळजी होती.

''तसं काही नाही. आज जरा आळस आला.'' विश्वनाथनं घाईघाईत उत्तर दिलं.

''आत्ता चहा वगैरे काही नको. आम्ही हॉटेलमधून हेवी ब्रेकफास्ट घेऊनच बाहेर पडलो होतो. देवयानी, तू इथेच जरा गप्पा मारत बैस. मी जरा आमडेकरांना भेटून येतो. मग आपण यांना घेऊनच जेवणासाठी हॉटेलवर जाऊया.''

विश्वनाथला व देवयानीला 'होय-नाही' म्हणायला अवसरही न देता चित्रे बाहेर पडले.

विश्वनाथला जरा अवघडल्यासारखं झालं. इतक्यात देवयानीनं विचारलं, ''बिशन, मग तू काय ठरवलंस?''

''कशाबद्दल?'' ती कशाबद्दल बोलते आहे हे न उमजून विश्वनाथनं विचारलं.

''चाळीच्या मालकाकडून पैसे घेणार आहेस की नव्या अपार्टमेंटमध्ये जागा घेणार आहेस?''

''इतके दिवस याचा निर्णय घेतला नाही याचा आजच मला पश्चात्ताप व्हायला लागला आहे. पैसे घेऊन मागेच ही जागा मी सोडायला हवी होती.'' विषण्णपणे विश्वनाथ म्हणाला.

''आजच? आज एवढं काय घडलं?'' देवयानीच्या स्वरात आश्चर्य होतं.

तिच्यासमोर टाइम्समधला तो डेथ कॉलम धरून तो म्हणाला, ''वाच!''

ती वाचत असताना तो तिच्याकडे निरखून पाहत होता. तिच्या डोळ्यांत उमटलेली व्याकुळता त्या क्षणीदेखील त्याला सुखावून गेली. त्याच्या मनात आलं ही आपुलकी फक्त माझ्यासाठी आहे.

''शेवटपर्यंत त्यांनी तुझ्यावरचा राग सोडलाच नाही तर! बिशन, तुझ्या माणसांकडून तुला तोडायला मीच कारणीभूत ठरले आहे.'' देवयानीचे डोळे भरून आले होते.

''नाही देवू, तू स्वत:ला दोष लावून घेऊ नकोस. आमची नात्याची वीण तेवढी घट्ट नव्हती. मुळातच हे धागे कच्चे होते. देशभक्त नवऱ्याचा संसार आणि मुलं यांचा रगाडा मी एकटीनं समर्थपणे पार पाडला, असा स्वत:च्या कर्तृत्वाचा आलेख तिनं समाजापुढे ठेवला होता. म्हणूनच माझे कष्ट पद्धतशीरपणे तिनं झाकून ठेवले होते. म्हणून जगाला माहिती होती ती तिची कर्तबगारी! संसार आणि मुलांच्या मायेपेक्षा ही समाजातली स्वत:ची 'इमेज' तिला अधिक महत्त्वाची वाटत होती. पण त्या दिवशी मी तिचा 'इगो' दुखावला. त्याबद्दल आयुष्यभर तिनं मला क्षमा केली नाही. उलट बाकीच्या तिघांवरची आपली पकड अधिक घट्ट केली.''

क्षणभर थांबून विश्वनाथ पुढे म्हणाला, ''या कॉलममध्ये माझं नाव नाही याचं मला काही वाटण्यापेक्षा अधिक काळजी चाळीतल्या लोकांच्या प्रश्नांना तोंड कसं द्यायचं याची वाटते. पण ते जाऊदे. तू कशी आहेस देवू?''

''कशी वाटते मी तुला?'' त्याच्याकडे टक लावून पाहत देवयानीनं विचारलं.

विश्वनाथनं तिच्याकडे निरखून पाहिलं. त्याच्या मनात आलं, माझ्यापेक्षा ही बारा वर्षांनी लहान म्हणजे त्रेपन्न वर्षांची! पण त्या मानानं केस अधिक पिकले आहेत. बांधा तसाच आहे, पण बोलण्यातला व डोळ्यांतला मोकळेपणा नाहीसा झाला आहे. वर मान करून खळखळून हसण्याची तिची लकब त्याला आठवली आणि वाटलं, एकदा तरी ते हसणं पाहायला हवं, ऐकायला हवं, मनात साठवून ठेवायला हवं. मात्र उघडपणे तो म्हणाला, ''तुझ्या संसारात तू सुखी आहेस ना? तुझा नवरा तसा बरा वाटला.''

''बिशन, सुखाची तुझी व्याख्या काय आहे? आणि शरदविषयी म्हणशील तर हा माझा नवरा केवळ बरा नव्हे, तर उत्तमांतला उत्तम आहे. त्यांची मुलं गुणी आहेत.''

''तुला स्वत:ला–'' विश्वनाथला तिनं पुढे बोलू दिलं नाही. त्याला अर्ध्यावर तोडत ती म्हणाली, ''आज अठरा वर्षं झाली माझ्या लग्नाला. त्या वेळीच माझी पस्तिशी उलटली होती, हे तुला माहिती आहे. 'ते' सारं घडलं आणि एक महिन्यातच आई गेली. मी माझी बदली ताडदेवच्या ऑफिसमध्ये आधीच करून घेतली होती. दादाचं घर सोडून एखाद्या होस्टेलवर राहायला जाण्याचा मी विचार करत होते आणि एक दिवस कमिशनर चित्र्यांनी मला आपल्या केबिनमध्ये बोलावून घेतलं.''

देवयानीच्या डोळ्यांसमोरून भूतकाळ सरकत होता. त्या दिवशी चित्रेसाहेबांनी तिच्यापुढे आपल्या भावाचा प्रस्ताव ठेवला. त्यांचा धाकटा भाऊ शरद हा सिव्हिल इंजिनीअर म्हणून पुण्यात आपलं बस्तान उत्तमपणे बसवून होता. दृष्ट लागण्यासारख्या त्याच्या संसारात अकस्मात संकट उभं राहिलं. कॅन्सरनं त्याच्या बायकोचं अकाली निधन झालं. बारा वर्षांचा मुलगा व त्याच्यापाठच्या नऊ व सात वर्षांच्या दोन मुली. तशी तिघांची वयं लहानच होती. तीन मुलांची जबाबदारी नात्यात कोण घेणार? आणि होस्टेलवर मुलं ठेवणं त्यांच्या भावाला पसंत नव्हतं. सध्या चित्र्यांची म्हातारी आजी तिथे जाऊन राहिली होती. ती स्वत:च पिकलं पान. आज ना उद्या जगाचा निरोप घेण्याच्या तयारीत आहे. तिला हा संसार झेपत नाही. चित्रेसाहेब देवयानीला म्हणाले होते, त्यांनी तिची घरची सर्व माहिती

काढली होती. ते पुढे म्हणाले,

''तुमच्या प्रेमभंगाविषयी मला सर्व माहिती आहे, पण तडजोड म्हणून तुम्ही या लग्नाचा विचार करा. तुमचा होकार असेल, तर मी शरदला इथे बोलावून घेतो.''

आणि त्यांनी तिच्यापुढे भावाचा फॅमिली ग्रुपचा फोटो ठेवला. त्यांच्या भावाची ती देखणी बायको, ती गोंडस मुलं आणि चित्र्यांचा तो भाऊ. सारेजण कसे सुखी संसाराच्या चौकटीत बसले होते. कदाचित त्या मुलांमुळे असेल, चित्र्यांच्या भावाच्या विस्कटलेल्या संसाराबद्दल तिला आत्मीयता वाटली. मग काहीही न लपवता स्वतःच्या त्या 'सो कॉल्ड' प्रेमभंगाची कहाणी तिनं चित्रेसाहेबांना ऐकवली आणि पुढे ती म्हणाली,

''सर, तुम्ही हे सारं तुमच्या भावाला सांगा. त्यांना हेही सांगा की माझ्याकडे या मुलांच्या आईसारखं देखणेपण नाही की अंगी कोणता असामान्य गुण नाही. पण एक आश्वासन मात्र मी देते, की त्यांची मुलं आणि त्यांचा संसार मी अगदी मनापासून सांभाळेन.''

आणि मग पंधरा दिवसांतच शरद चित्रेबरोबर तिचं लग्न झालं. मुंबई सोडून ती पुण्याला आली. त्या पोरक्या संसाराची सूत्रं तिच्या हाती देण्यासाठी जणू चित्र्यांच्या आजी ताटकळल्या होत्या. दहा दिवसांतच त्यांनी या जगाचा निरोप घेतला आणि शरद चित्रे व त्याची मुलं यांसह तो संसार तिचा झाला होता. आईचा जीवघेणा आजार व त्यातच तिचा झालेला मृत्यू या अपघातानं बापुडवाण्या बनलेल्या त्या मुलांनी देवयानीच्या मायेला उत्तम साथ दिली. ती तिचीच मुलं झाली. अभय व त्याची बायको अलका दोघंही डॉक्टर! आपलं हॉस्पिटल सांभाळत होती. अनिता व अजिता लग्न होऊन अमेरिकेत स्थायिक झाल्या होत्या. देवयानीचे स्वतःच्या आईबरोबर जसे संबंध होते तसेच आपुलकीचे, मायेचे धागे या मुलींबरोबर जुळले होते. काल रात्री एअरपोर्टवर तिच्या गळ्यात पडून रडणाऱ्या दोन्ही मुलींच्या आठवणीनं देवयानीच्या गळ्यात आवंढा दाटून आला.

हे सारं ऐकून विश्वनाथ अगदी मनापासून म्हणाला, ''देवू, तुझा संसार तू सुखानं करतेस ते ऐकून खरंच मला आनंद झाला.''

''बिशन, सुखाच्या संसाराची तुझी व्याख्या काय आहे हे मला माहीत नाही, पण माझी व्याख्या वेगळी होती. मी मनानं रेखाटलेला नवरा नि संसार वेगळा होता. आता मी करते आहे तो माझा संसार नाही. मी फक्त एक संसार सांभाळते आहे. एका सुरेख संसारातून एका गृहिणीला अर्ध्यावरून उठवून नियतीनं तिच्या नवऱ्यावर व मुलांवर अन्याय केला होता. त्या संसाराची, तिच्या मुलांची, तिच्या

नवऱ्याची मी फक्त काळजी घेते आहे. मी फक्त या संसाराची केअरटेकर आहे.''

''देवू, म्हणजे-''

''म्हणजे? म्हणजे काही नाही. आम्ही लग्न करायचं ठरवलं आणि मी प्रथम शरदला एक गोष्ट सांगितली, की माझं नाव बदलायचं नाही व नावाचा शॉर्टफॉर्म करून मला हाक मारायची नाही. बिशन, मला 'देवू' म्हणून हाक मारायचा अधिकार मी फक्त तुलाच दिला होता व तो तुझाच अधिकार राहणार आहे.''

विश्वनाथ काही न बोलता बिछान्यावरच्या चादरीवर हात फिरवत बसला.

''बिशन, गेल्या अठरा वर्षांत शरद माझ्याबरोबर आदर्श पती, आदर्श पिता होऊन राहिला आहे. आपली मुलं, आपला संसार, आपले नातेवाईक या साऱ्यांसकट त्यानं स्वत:ला माझ्या स्वाधीन केलं आहे. माझ्यावर त्याचा पूर्ण विश्वास आहे आणि मला पूर्ण खात्री आहे, की पत्नी म्हणून मीदेखील त्याला सुखी केलं. पण...''

''पण काय देवू? तू सुखी नाहीस? फक्त तो एक दिवस तुझ्या नि माझ्या आयुष्यात उगवला नसता, तर आज आपण दोघं उत्तम मित्र बनून राहिलो असतो. त्या संध्याकाळी मी तुला प्रपोज केलं ती संध्याकाळ आपल्या आयुष्यात यायला नको होती.'' विश्वनाथ वळून म्हणाला.

त्याला हातानं थांबण्याची खूण करत देवयानी म्हणाली, ''बिशन, शरदचा संसार सांभाळताना मी माझा एकटीचा एक संसार करत असते. सिमेंट, दगड, रेतीमातीच्या धंद्यातल्या शरदला त्याच्या व्यवसायानं एवढं गुंतवून ठेवलं आहे, की कला, साहित्य, गायन इत्यादींकडे पाहायला त्याला जराही फुरसत मिळत नाही. तरीही माझी गाण्याची आवड लक्षात ठेवून शरद नव्यानव्या टेप्स व रेकॉर्ड्स घेऊन येतो, पण स्वत: मात्र ती पूर्ण ऐकण्याआधी झोपून जातो. सगळी गाजलेली इंग्रजी-मराठी पुस्तकं खरेदी करून आणतो, पण त्यातलं एकही पुस्तक वाचायला त्याला सवड मिळत नाही. पण बिशन, माझी शरदबद्दल काही तक्रार नाही बघ. मुंबई, पुणे, दोन ठिकाणी पसरलेला त्याचा धंद्याचा व्याप त्याला भारी पडतो आहे. म्हणूनच आता मुंबईला एक फ्लॅट घेऊन इथे एक महिना व पुण्याला एक महिना राहायचा त्याचा विचार आहे. आपल्या धावपळीतही माझी आवडनिवड तो लक्षात ठेवून असतो, हे मी जाणून आहे. बिशन...''

विश्वनाथनं फक्त तिच्याकडे पाहिलं. त्याला आठवत होतं, त्या दिवशी 'चेतना'मध्ये ती दोघं प्रथम भेटली, तेव्हा तिनं प्रथमच 'बिशन' हे नाव त्याला दिलं होतं आणि मघापासून अगदी सहजपणे त्याच नावानं त्याचा उल्लेख करत होती. जणू मधे काही रामायण घडलंच नव्हतं. देवयानीचं विश्वनाथकडे लक्षच

नव्हतं. खिडकीतून बाहेर गॅलरीत पाहत तिनं पुन्हा बोलायला सुरुवात केली,

''प्रत्येक रात्री घरातली सारी झोपली, की मी गाण्याच्या टेप्स ऐकत बसते, तेव्हा त्या गाण्याला दाद देत माझ्यासोबत तूच असतोस! शरदनं आणलेलं पुस्तक मी वाचते आणि त्या पुस्तकाबद्दल माझी चर्चा चालते ती तुझ्याबरोबर! शरदला नाटक–सिनेमा बघायला यायला फुरसत नसते. मग मी कधी मुलांबरोबर जाते, तर कधी एकटी जाते, पण मग ते नाटक, तो सिनेमा बघून येण्याचा आग्रह मी तुलाच करत असते. मी केलेला एखादा पदार्थ चांगला होतो, तेव्हा शरद आणि माझी मुलं मनापासून त्याची वाखाणणी करतात. पण त्या रिकाम्या भांड्यातून तू केलेली तारीफ तेवढी माझ्या मनात राहते. शरदनं आणलेला गजरा माझ्या केसांत असतो, पण त्याचा सुगंध मी तुझ्याकडे पाठवत असते. शरीरसुखाच्या बाबतीत माझं शरीर शरदला हवी तशी साथ देत असावं, नाही देतच असतं, कारण त्या बाबतीत शरद पूर्णपणे सुखी आहे, पण मी मात्र त्या वेळी 'चेतना' हॉटेलमध्ये तुझ्यापुढे बसून पुन्हा पुन्हा सांगत असते– बिशन, पुन्हा एकदा हा प्रश्न विचार! बिशन, पुन्हा एकदा विचार.'' आणि ती एकदम गप्प झाली.

देवयानीचं त्याच्यामध्ये हे एवढं गुंतून जाणं, तिचं हे एवढं भारावून जाणं हे सारं विश्वनाथला अनोखं होतं. आज अकस्मात हे सारं ऐकत असताना त्याच्या मनात अपराधीपणाची भावना गडदपणे उमटली.

एकाएकी विश्वनाथकडे वळून ती म्हणाली, ''एक सांगू बिशन, तुझ्या आईनं तुझ्या देशभक्त वडलांचा संसार आणि त्यांचीच मुलं सांभाळली. तिच्या लेखी शेवटपर्यंत ती फक्त त्यांचीच मुलं होती. म्हणूनच त्या संसारात, त्या मुलांत ती कधी गुंतून राहिली नाही. तिनं फक्त रेक्टरची नोकरी केली. अगदी आदर्शपणे केली. त्याचं सर्टिफिकेट जगानं तिला दिलं. तिला तेवढंच हवं होतं. मी शरदचा संसार, त्याची मुलं सांभाळते, पण मी त्यांच्यात गुंतून राहिले आहे. पण त्याचबरोबर तुझी साथही मी सोडली नाही. शरदबरोबर त्याचा संसार करताना मी तुझ्याबरोबर संसार करते आहे. बिशन, आता तूच ठरव मी किती सुखी आहे ते!''

इतक्यात खाली मोटार थांबल्याचा व हॉर्नचा आवाज आला. विश्वनाथनं व देवयानीनं गॅलरीत येऊन पाहिलं. शरद चित्रे त्यांना खाली बोलावत होता. देवयानीनं लगेच पायांत चपला सरकवल्या व ती विश्वनाथला म्हणाली, ''तू ये कपडे बदलून, मी पुढे जाते.''

आणि ती जिन्याकडे वळली.

त्या दिवशी विश्वनाथ त्यांच्याबरोबर हॉटेलमध्ये गेला. त्यांचा मुलगा व सून त्यांच्यासोबत होती. सगळ्यांबरोबर विश्वनाथनं जेवण घेतलं. देवयानीनं स्वत:ला सावरलं होतं. त्या तिघांना देवयानीबद्दल वाटणारी ओढ सहजपणे दिसून येत

होती. जेवण झाल्यावर विश्वनाथला त्यांनी चाळीपाशी सोडलं आणि विश्वनाथचा निरोप घेताना शरद चित्रे अगदी मनापासून त्याला म्हणाला होता, ''आता वेळ न घालवता अपार्टमेंटमध्ये जागा घ्यायचं नक्की करा. तुमचं-आमचं चांगलं जमेल. आपण तिघं मस्त लाईफ एन्जॉय करूया.''

त्यांची गाडी कॉर्नरवरून दिसेनाशी होईपर्यंत विश्वनाथ तिथेच उभा होता. जिना चढत असताना जागेविषयी इतके दिवस लोंबकळत राहिलेला निर्णय त्यानं घेऊन टाकला होता. मालकांकडून पैसे घेऊन तो मुंबई सोडून निघून जाणार होता आणि हे सारं झटपट करायचं होतं. मुंबईतले सारे व्यवहार झपाट्यानं आवरायचे होते. शरदच्या संसारावर कोणतंही सावट येता कामा नये म्हणून देवयानीपासून दूर राहणं सर्वांच्या हिताचं होतं.

सातासमुद्रापलीकडे पोचलेल्या त्याच्या भावंडांनी व आईनं त्याच्याशी असलेलं नातं जाहीरपणे तोडलं म्हणून आज सकाळी तो व्यथित झाला होता. पण आता मुंबई सोडण्याचा निर्णय घेताना हे सारं तो विसरून गेला होता आणि आता तो स्वत:च्या मनाला एवढंच सांगत होता, की अस्तित्वात नसूनही अस्तित्वात असलेला असा त्याच्यासोबतचा संसार देवयानीनं थाटलेला आहे. पण या जगावेगळ्या संसाराचा प्रत्यक्ष स्पर्श शरद चित्रेला होता कामा नये. आज देवयानीनं त्याच्यापाशी उघडं केलेलं बंध-अनुबंधाचं गाठोडं सोबतीला घेऊन आयुष्याच्या अखेरपर्यंतचा प्रवास तो एकट्यानंच करणार होता.

शीळ घालतच त्यानं खोलीचं कुलूप काढलं व कपाटावरच्या बॅगा तो काढू लागला. त्याचं शीळ घालणं ऐकून शेजारच्या फडक्यांची सून दारात येऊन उभी राहिली.

''भावोजी, कुठे अमेरिकेला निघालात काय? आणि अगदी खुषीत दिसता? लॉटरी तर लागली नाही ना?''

''लागली तर, मोठी लॉटरी लागली. तिच्या आधारानं अमेरिकेतच काय, स्वर्गातसुद्धा जाईन म्हणतो!'' त्यानं हसतच उत्तर दिलं.

(पूर्वप्रसिद्धी : मेनका, जानेवारी १९९७)

ऋणानुबंध

सौ. मधू दातार

''सद्या, अरे तू उन्हात उभा का? बस इथे.'' सदाशिवनं किंचित वैतागून तात्यांकडे नजर टाकली. तात्या वाड्याच्या मागील दारी असलेल्या त्या पिंपळाच्या पाराखाली बसले होते. बाजूला ठेवलेल्या कापडी पिशवीतून त्यांनी लहानसा पंचा बाहेर काढला आणि कपाळावरचा, मानेवरचा घाम पुसून काढला. पण हे सर्व करताना त्यांची नजर कामतांच्या वाड्याच्या मागच्या दरवाजावर खिळलेली होती. तो लाकडी दरवाजा बंद नव्हता, नुसताच लोटलेला होता. अपेक्षेनं भरलेले तात्यांचे डोळे ज्या पद्धतीनं त्या दारावर खिळलेले होते ते सदाशिवला बघवेना. मघापासून उभं राहून त्याच्या पायाला रग लागली होती. एका पायानं दुसऱ्या पायाला घासत तो निक्षून म्हणाला, ''नको. मी उभाच राहतो.''

त्याच्या आवाजातल्या वैतागाकडे तात्यांचं लक्ष नसावं. पंचाची घडी करता करता ते म्हणाले, ''हे बघ सद्या, आबाजी दिसले की पहिल्यांदा पाया पडायचं.''

''होय तात्या.''

''विचारलेल्या प्रश्नांची नीट उत्तरं द्यायची. जास्त बोलायचं काम नाही. काय?''

''होय तात्या.''

नाहीतरी दुसरं काही बोलायची सोयच नव्हती. सदाशिवला एव्हाना तात्यांच्या त्या एकसारख्या होणाऱ्या सूचना ऐकून ऐकून त्या न बघितलेल्या आबाजी कामतांचा मनात जरा रागच आला होता. खूपच आवडनिवड असलेले असे एकंदर दिसत होते ते! असली माणसं सर्वसाधारणपणे घमेंडखोर असतात, हा त्याचा अनुभव होता अन् त्याला कुठल्याही प्रकारची घमेंड कधीच सहन व्हायची नाही.

किंचित चिडक्या आवाजात त्यानं विचारलं, ''अजून किती वेळ लागेल, तात्या?''

''शूऽऽऽ!'' तात्यांनी तोंडाजवळ बोट नेलं, ''बोलू नकोस एवढ्या जोरात. त्यांना ऐकायला गेलं तर?''

सदाशिवनं मान झटकली. ते बघून तात्या जोशी अजूनच धास्तावले.

''सद्या, अरे असलं काही करू नकोस हं. काम व्हायचं नाही मग. ऐकशील ना?''

तात्यांच्या तोंडावरचे घाबरलेले भाव बघून सदाशिवला त्यांची दया आली. त्यांना बरं वाटावं, म्हणून तो म्हणाला, ''होय तात्या.''

''माझे पाय दुखतायेत.'' तो क्षणभर गप्प राहून कुरकुरला.

''अरे, मग इथे ये, या पारावर बस. मघाशी तुला तेच सांगितलं मी.'' तात्या त्याला म्हणाले.

''आणि काय करू बसून? त्या दाराकडे टक लावून बघू?'' हेटाळणीनं त्यानं फटकन उलटा सवाल केला.

यावर तात्या काहीतरी बोलणार होते, पण तेवढ्यात वाड्याचा नोकर गणू बाहेर आला आणि म्हणाला,

''चला आत. त्यांनी बोलावलंय.''

वाड्यातल्या ज्या खोलीत ते दोघं गेले, तिला देवाची खोली असं म्हटलं जायचं. हरणाच्या कातड्यावर उंचेपुरे, भरीव शरीरयष्टीचे, गोरेपान आबाजी बसले होते. समोर शिसवी लाकडाचा मोठा देव्हारा अन् देव्हाऱ्यामागच्या भिंतीवर दत्ताची भलीमोठी तसबीर! कोपऱ्यातल्या धुपाटण्यात धूप पेटवलेला दिसत होता. बहुतेक नुकतीच आरती झालेली असावी. खोलीत उदबत्त्यांचा अन् धुपाचा वास पसरलेला होता. आबाजी मोठे दत्तभक्त होते हे त्यानं वडलांकडून ऐकलं होतं. त्यांनी हातातली माळ खाली ठेवलेली अन् हात जोडलेलेही सदाशिवनं पाहिलं. ते बराच वेळ काहीच बोलले नाहीत. वाट बघून मग तात्याच म्हणाले, ''सदाशिवला आणलंय.''

''बरं!''

''तुम्ही म्हणालात मागे... म्हणून...''

''लक्षात आहे आमच्या.''

''मग?''

बराच वेळ आबाजी काहीच बोलले नाहीत. त्यांनी माळ पेटीत टाकली. पेटी जागेवर ठेवली. समोरची पोथी देव्हाऱ्याच्या उजव्या बाजूला ठेवली. तात्या जोशी तसेच उभे, हात जोडलेले. त्यांच्याकडे आशेनं पाहत असलेल्या आपल्या

वडलांच्या तोंडावरचे लाचार भाव सदाशिवला बघवेनात. लाचार होण्याइतपत त्यांची आर्थिक परिस्थिती खालावलेली होती खरी, पण म्हणून आबाजींना उत्तर द्यायला इतका वेळ लागावा? त्यांनी आपल्या तात्यांकडे बघण्याचीही तसदी घेऊ नये? सदाशिवला आबाजींचा संताप आला.

तेवढ्यात आबाजी म्हणाले, ''मी तुम्हाला सांगितलं ना मागे... तसंच होईल. 'मग' म्हणून काय विचारता? मी दिलेला शब्द कधी फिरवत नाही तात्या.''

''छे छे! त्यासाठी नाही म्हणालो मी.'' अधिकच लाचार होऊन आबाजींना आपण दुखावलं तर नाही ना, या काळजीनं तात्या गडबडीनं म्हणाले.

''बरं मग?'' आबाजींनी वर न बघताच समारोप केला.

सदाशिव ते कधीच विसरला नाही. तात्यांनी त्याला गेल्या गेल्याच त्यांना नमस्कार करायला सांगितलं होतं, पण या असल्या वातावरणात तो नमस्कार बाजूलाच राहिला होता अन् आबाजींनी त्याच्याकडे पाहिलंसुद्धा नाही हे तो कधीच विसरू शकणार नव्हता.

त्याचे वडील भिक्षुक होते. आबाजी कामतांकडच्या अनेक कार्यांना ते सतत जायचे. वास्तविक आबाजी काही त्यांच्या गावी– अंबडला– राहत नव्हते. त्यांचा जमीनजुमला, वाडा सारं काही कानोलीला होतं. त्यामुळे त्यांचं वास्तव्यही तिथेच. पण तात्या जोशी हाडाचे भिक्षुक. त्यांच्या घरात आतापर्यंत भिक्षुकी सोडून दुसरं काहीच केलं नव्हतं कुणीही. त्यामुळे श्रीमंत यजमान गाठणं अन् त्यांच्याशी दृढ संबंध ठेवणं हे त्यांच्या आयुष्यातलं एकमेव, सर्वांत महत्त्वाचं कर्तव्य होतं. अंबड तसं लहानगं गाव. तिकडे भिक्षुकी करून करून करणार तरी किती! त्यामुळे तात्या जोशी अंबडशेजारी असलेल्या गावांमध्येही जायचेच. अंबडेश्वराचा डोंगर चढून तात्या कानोलीला, कानोलीच्या पुढे असलेल्या भुताच्या वाडीला अन् अलीकडे असलेल्या कणगलीलासुद्धा जायचे. कोकणाला लाभलेली दुहेरी देणगी अंबडलाही पुरेपूर मिळाली होती. नैसर्गिक सौंदर्य आणि दारिद्र्य! पाचवीला पुजलेलं दारिद्र्य ही आपल्या नशिबातली न पुसता येणारी रेखा आहे हे ओळखून पाच मुलांचा संसार नेटानं रेटायचा प्रयत्न करणाऱ्या तात्यांच्या दृष्टीनं त्यांच्या नशिबात परमेश्वरानं दोन चांगल्या गोष्टी केल्या होत्या खऱ्या. पहिली गोष्ट म्हणजे त्यांना पाचही मुलगेच होते अन् दुसरी गोष्ट म्हणजे अंबडला लाभलेला अंबडेश्वराचा डोंगर अन् त्यावर असलेलं अंबडेश्वराचं देऊळ! अंबडेश्वराची ती पिंडी म्हणे स्वयंभू होती. त्यामुळे कानोली अन् पार भुताच्या वाडीचे लोकसुद्धा अंबडेश्वरलाच नमस्कार करायला यायचे.

तिकडच्या बाजूचे यजमान गाठण्याचं तात्यांचं हेच ठिकाण. अंबडेश्वरावर अभिषेक करता करता ते हे संबंध प्रस्थापित करायचे अन् तिकडे कार्य निघालं,

की अंबडेश्वराचा डोंगर पायाखाली तुडवत कानोलीला, भुताच्या वाडीला किंवा कणगलीलासुद्धा जायचं हे तात्यांचं नित्यकाम होतं. अंबडेश्वराच्या डोंगरावरच्या पायवाटा बघून त्यांच्या गावचे लोक थट्टेनं म्हणायचे, 'तात्यांनीच रोज रोज पायपीट करून या पायवाटा तयार केल्या आहेत.'

आबाजी कामतांबरोबरची ओळख ही असलीच होती. तात्यांच्या पाच मुलांपैकी सदाशिव हा तिसरा होता. शिक्षणात हुशार होता. गावच्या शाळेत तो नेहमी पहिला यायचा, पण सातवीनंतरचं शिक्षण फुकट नव्हतं. सातवीनंतर गावातल्या शाळेत इयत्ताही नव्हती. रत्नागिरीला राहून शिकावं लागलं असतं. मोठे दोन मुलगे शिक्षणात यथातथाच होते, पण सदाशिवची हुशारी बघून उभं आयुष्य दारिद्र्यात काढलेल्या तात्यांच्या मनात प्रथमच आशेचे अंकुर फुटले होते. सदाशिवला शिकवावं, त्यानं तरी आपल्या बुद्धिकौशल्याच्या जोरावर शिकून भिक्षुकीव्यतिरिक्त काहीतरी निराळं करून मोठं व्हावं अन् त्यांच्या घराचं दारिद्र्य निपटून काढावं, असं त्यांना वाटू लागलं. मोठ्या कौशल्यानं तात्यांनी ही गोष्ट आबाजींच्या कानी घातली होती.

''तो खरंच हुशार असेल, तर त्याच्या शिक्षणाचा खर्च आम्ही करू'', असं आबाजी म्हणाले, तेव्हा पडत्या फळाची आज्ञा घेऊन तात्या सदाशिवला घेऊन त्यासाठीच हजर झाले होते.

पण ज्या मुलाच्या शिक्षणाचा खर्च करायला ते तयार झाले होते त्याच्याकडे त्यांनी मान वर करून बघितलंसुद्धा नाही, हा सदाशिवला आपला मोठा अपमान वाटला. आबाजींबद्दल त्याच्या मनात कायमची अढी बसली. वाटेत परत जाताना त्यानं तसं वडलांना बोलूनही दाखवलं, पण तात्या खेकसले,

''मूर्ख! तुझ्या शिक्षणाचा खर्च ते करणार आहेत.''

त्यानंतर सदाशिवचा आबाजींबरोबर वरचेवर संबंध येऊ लागला. रत्नागिरीच्या शाळेत दाखल झाल्यानंतर खरंतर हा संबंध संपुष्टात यायला हवा होता. त्या शिष्ट, घमेंडखोर जमीनदाराचा संबंध जितका कमी येईल तितका बरा, असं त्याला नेहमी वाटे. परिस्थितीपायी स्वीकारावी लागलेली त्यांची ही मदतही त्याला नकोशी वाटे, पण तसा तोही परिस्थितीचे चटके खात शहाणा झाला होता. भावनेच्या आहारी जाऊन वागणं हे त्यालाच काय, घरातल्या कुठल्याही घटकाला परवडण्यासारखं नव्हतं. तात्यांनी लहानपणीच त्यांना शिकवलं होतं.

तरीही आबाजींबरोबरची ती पहिली भेट आठवली, की कानोलीला जाणं त्याला अगदी नकोसं वाटे. त्यात एकच आशेचा किरण होता– रत्नागिरीची शाळा. 'एकदा तिथे गेलो की मला तिथे– त्या वाड्यात जायची गरजच नाही. तात्यांनाच करूदे मग त्या आबाजींची खुशामत.'

पण तात्यांनी दर महिन्याला जेव्हा तो घरी येई, तेव्हा त्याला एकदा तरी तिथे घेऊन जाण्याचा परिपाठ सुरू केला, तेव्हा त्याच्या मनानं बंड केलं.

''उद्या आबाजींकडे त्यांच्या वडलांचं वर्षश्राद्ध आहे बरं का.'' बायकोनं वाढलेलं पातळ कुळथ्याचं पिठलं-भात ओरपता ओरपता तात्या तिला बोलले. ''येताना पिशवी भरलेली असेल. दोन दिवस काहीतरी चांगलंचुंगलं मिळेल तुम्हाला. बरं होईल. सद्याही आलाय. त्यालाही नेणार आहे मी बरोबर.''

रत्नागिरीच्या शाळेत दाखल होऊन बरोबर एक महिना झाला होता. सदाशिवची तिथल्याच एका लांबच्या नातेवाइकाकडे राहण्याची सोय अन् पाच घरांमध्ये जेवण्याची व्यवस्था तात्यांनी केली होती आणि प्रथमच तो महिन्यानंतर घरी आला होता.

''मी कशाला तात्या?'' किंचित वैतागून सदाशिव म्हणाला, ''तुम्ही जा की एकटेच.''

''वा! असं कसं? अरे, उद्या काही नुसतंच वर्षश्राद्ध नाही त्यांच्या वडलांचं. तुझा खर्चही देणार आहेत ते!''

''खर्च?'' त्यांच्या पत्नीनं मधेच सवाल केला.

''हो. ते सदाशिवच्या शिक्षणाचा खर्च करायला तयार झाले, पण एकच अट घातली त्यांनी. म्हणाले, 'खर्च प्रत्येक महिन्याला मिळेल. एकदम वर्षाचा, सहा महिन्यांचा नाही देणार मी. प्रत्येक महिन्याला येऊन सदाशिवची प्रगती कळवा, खर्च घेऊन जा. तो मधेच नापास झाला तर खर्च बंद.' ''

सदाशिवला संताप आला. ''म्हणजे? दर महिन्याला हुजरे लावतात तसं आपण त्यांच्या दरबारात हजेरी लावायची? समजतात कोण ते स्वत:ला? तात्या, ते असतील श्रीमंत, पण मीही आतापर्यंत माझ्या वर्गात पहिला आलोय. दर महिन्याला ह्यांना कसली प्रगती कळवायची?''

''अरे, पण त्यात काय बिघडलं?'' तात्यांनी त्याच्या रागाची जणू दखलच घेतली नाही. ते भात कालवता कालवता म्हणाले, ''ते तुझ्या शिक्षणाचा खर्च करणार आहेत हे विसरू नकोस.''

वडलांनी त्याच्या रागाची दखल घेतली नसली, तरी त्याच्या आईला त्याच्या रागाची धग जाणवली. भाताचं तपेलं खाली ठेवून, त्याच्या गालांवरून हात फिरवत ती म्हणाली, ''सदोबा, असं रागावू नये. हे जे काही करतात तुझ्या चांगल्यासाठीच हे लक्षात ठेवावं.''

सदाशिवनं आपल्या सावळ्या, ठेंगण्या आईकडे बघितलं. फक्त आईच त्याला 'सदोबा' म्हणायची. कामाच्या धबडग्यात ती त्याच्याशी क्वचित बोलायची. पण नेहमी, न चुकता संबोधायची, 'सदोबा!' त्याला उगाचच मग खूप बरं वाटायचं.

आताही तिच्याकडे बघून त्यानं कसाबसा आपला राग गिळला.

दुसऱ्या दिवशी सकाळी सकाळीच बाप-लेक अंबडेश्वराचा डोंगर चढून पलीकडे, कानोलीला जायला निघाले. वाटेत नेहमीप्रमाणे तात्यांनी त्याला तिथे कसं वागावं हे चार-चारदा बजावून सांगितलं. शेवटी तो चिडून म्हणाला,

''कळलं! किती घाबरता तुम्ही त्यांना तात्या! अहो, ते केवळ पैशांच्या जोरावर माझी अभ्यासातली प्रगती तपासणार आहेत. त्यांची स्वतःची मुलं कितीशी शिकली आहेत?''

त्याचा संतापलेला चेहरा बघून तात्या म्हणाले, ''अरे, त्यांना काय कमी आहे? घरचं उत्पन्न इतकं आहे, की चार पिढ्या नुसत्या बसून खातील. ते किती शिकले अन् किती शिकले नाहीत याच्याशी आपलं देणं-घेणं नाही. तू आपली प्रगती त्यांना नीटपणे सांग म्हणजे झालं. असा राग राग काय करतोस?''

शेवटचा प्रश्न विचारताना तात्यांना आवाजातली भीती लपवला आली नाही. या हुशार पण गरम डोक्याच्या मुलाची त्यांना मनातून जरा भीतीच वाटायची. हो! तिथे काहीतरी उलटंसुलटं बोलायचा आणि त्यांनी महत्प्रयासानं जमवलेलं सगळं गाडंच फिस्कटायचं.

आबाजींच्या वाड्याकडे येईपर्यंत मग सदाशिव वडलांशी एकही शब्द बोलला नाही. नेहमीप्रमाणे दोघंही वाड्याच्या मागील दारी गेले. वाड्याचा मागचा दरवाजा नुसताच लोटलेला असायचा अन् पुढचा कमानीसारखा असलेला दरवाजा उघडा असायचा. फक्त दिंडी तेवढी उघडी असायची याचं एव्हाना सदाशिवनं निरीक्षण केलं होतं. आताही मागील दारी ते दोघं थोडा वेळ तसेच थांबले. तात्या मान अन् टाचा उंचावून आतल्या बाजूची हालचाल ताडायचा प्रयत्न करत होते. अपेक्षेनं भरलेले त्यांचे डोळे ज्या पद्धतीनं वाड्याच्या मागील दरवाजावर खिळले होते ते सदाशिवला बघवेना. पुन्हा रागावून त्यानं विचारलं,

''हे काय तात्या! आपण असं चोरासारखं मागून का यायचं? सरळ पुढून जायचं की आत. काय चोरी आहे का?''

''शूऽऽ!'' तात्यांनी ओठांवर बोट ठेवलं, ''सद्या गधड्या, हळू बोलायला केव्हा शिकशील? अरे, काहीच कसं समजत नाही तुला? पुढून गेलो तर या गोष्टीचा बोभाटा व्हायला वेळ लागणार नाही गावात.''

''मग होऊदे की!'' सदाशिव चिडलेलाच होता, ''त्यांना लाज वाटते का आपल्याला मदत करण्यात?''

''अरे सद्या, तू म्हणजे भोळासांब आहेस नुसता.'' तात्या त्या पारावर बसले. ''अरे, त्यांना कसली लाज आपल्याला मदत करण्यात? ही खबरदारी आपण आपल्यासाठी घ्यायची. समजलं का? गावातले काहीजण किती लुच्चे आहेत हे

पुरतं ओळखून आहे मी. अरे, ते असं एखाद्या विद्यार्थ्याला मदत करतायत हे कळायचा अवकाश, हजर होतील एक–एक करून आपापल्या पोरांना पुढे करून, मग त्यांची तेवढी लायकी असो वा नसो! हा त्यांच्या डोक्याला ताप होईल. झक मारली अन् तात्यांच्या पोराला मदत करायला गेलो, असं वाटेल त्यांना. अन् मग आपली योजनाच उन्मळून पडायची. ही सावधगिरी आपल्यासाठीच बरं का सद्या. भोळेपणा कामाचा नाही.''

तात्यांकडे सदाशिव बघतच राहिला. त्यांच्या या वागण्याला बेरकी दूरदर्शीपणा म्हणावा का परिस्थितीमुळे ते अतिसावध झाले होते हे त्याला कळेना. त्यानं फणकाऱ्यानं नुसतीच मान झटकली.

पण तात्यांचं त्याच्याकडे लक्षच नव्हतं. ते त्याला पारावर येऊन बस, असं सांगणारच होते, पण तेवढ्यात मागील दारी आलेल्या गणूनं त्यांना पाहिलं म्हणून त्यांना हायसं वाटलं.

''कोण तात्या? अहो, इथे का उभे? चला की आत. आजचं सगळं तुम्हीच तर करायचंय.'' गणूचा आवाज चांगलाच दणदणीत अन् कुर्रेबाज होता.

सदाशिव त्या दणकट नोकराकडे अलिप्तपणे बघत होता. त्याला वाटलं, आबाजींसारखे त्यांचे नोकरही मिजासखोर आहेत.

''नाही... हा आहे बरोबर... म्हणून...'' तात्या खालावलेल्या आवाजात अर्थपूर्णपणे पुटपुटले.

''कोण? पोरगा होय? हां!'' समजल्यासारखा गणू मान हलवून बोलला. सदाशिव तात्यांबरोबर तिथे का येत होता हे त्याला माहीत असावं, असं त्याच्या आवाजावरून सदाशिवला वाटलं. त्याला त्या रगेल गड्याच्या आवाजातल्या आत्मविश्वासापुढे तात्यांचं वागणं अधिकच दीनवाणं वाटलं. पुन्हा एकदा त्याला गणूचा, तात्यांचा आणि ही अशी मदत घ्यायला भाग पाडणाऱ्या त्यांच्या परिस्थितीचा अतोनात राग आला.

या वेळी गणू त्यांना थेट पुढल्या बाजूच्या ओसरीतच घेऊन गेला. तिथे उभं राहून आबाजी श्रद्धाच्या तयारीकडे जातीनं लक्ष देत होते. उंचपुरे, गोरेपान, धष्टपुष्ट! मागे वळवलेले किंचित रुपेरी केस, स्वच्छ चुरचुरीत धोतर नेसलेले, पण उघडेच! सदाशिवच्या नजरेत त्यांची भरीव पाठ भरली.

''झाली तयारी? छान, छान!'' संभाषण सुरू करण्यासाठी तात्या बोलले.

त्यांनी तात्यांकडे एकवार बघितल्यासारखं केलं. सदाशिवकडे काही त्यांचं लक्ष गेलं नाही. तो तात्यांच्या मागे उभा होता. जानवं दोन्ही हातांनी मागेपुढे करत ते म्हणाले, ''तुम्ही सांगितलेले सारे जिन्नस आणून ठेवले आहेत.''

यावर काय बोलावं हे तात्यांना सुचेना. श्राद्धाची तयारी आबाजी चोख करतील

हे त्यांनाही माहीत होतं. ते श्राद्ध ते स्वत: व्यवस्थित पार पाडणार होते हीदेखील ठरलेलीच बाब होती, पण आता मुख्य उद्देश होता सदाशिव! त्याच्याबद्दल त्यांच्या कानी घालण्यासारखी हीच वेळ योग्य होती. अजून कुणी माणसं जमली नव्हती. चुळबुळ करत तात्या बोलले, ''आबाजी, सदाशिवला आणलंय.''

''बरं.''

''प्रगती कळवायला.''

यावर काही उत्तर आलं नाही. आबाजींनी तेवढ्यात आत जाणाऱ्या गड्याला कोठीच्या खोलीतलं तांदळाचं पोतं स्वयंपाकघरात नेण्याचा अन् त्यातले हवे तेवढे तांदूळ आचाऱ्याला देण्याचा हुकूम सोडला. तात्या तसेच उभे. त्यांचं लक्ष आपल्याकडे आता जाईल या आशेनं. पण गड्याबरोबरच्या त्या साध्या बोलाचालीलाही पाच–सात मिनिटं लागलीच.

सदाशिवला तात्यांच्या तोंडावरची आशा पाहवेना. त्याला पुन्हा एकदा आबाजींच्या थंडपणाची चीड आली. एका पायावर दुसरा पाय चोळत तो मनातली अस्वस्थता दाबायचा प्रयत्न करत उभा राहिला.

पण गड्याशी बोलून झाल्यावरही आबाजी काहीच बोलले नाहीत. तात्यांनाच मग उमगलं. बहुधा ते सदाशिवनं बोलण्याची वाट बघत असावेत.

त्यांनी मुलाला पुढे ओढलं, ढोसलं. म्हणाले, ''अरे, ते वाट बघतायेत. सांग की तुझ्या शाळेबद्दल!''

...म्हणे ते वाट बघतायेत! ते बघतायत की आम्ही? तेही केव्हापासून! माजोरी लेकाचा! सदाशिवचं मन संतापानं नुसतं पेटून निघालं होतं.

''शाळा चांगली आहे. जमतोय अभ्यास. अजून परीक्षेला अवकाश आहे.'' त्रोटकपणे तो बोलला.

मनात म्हणाला, अजून काय सांगणार? शाळेत जाऊन एकच तर महिना झालाय. सहामाही परीक्षेला अवकाश आहे. म्हणे दर महिन्याला येऊन प्रगती कळवा. दर महिन्याला पैसे देताना आपण तुमच्यावर किती उपकार करतो हे दाखवण्याचा प्रयास, दर महिन्याला त्यांच्या या अहंकाराला खतपाणी घालण्यासाठी तात्यांनी लाचारी करायची. त्यातच आबाजींना बरं वाटणार.

विचारांच्या कल्लोळातून तो भानावर आला, तेव्हा त्याला दिसलं, आबाजी आत निघून गेले होते. तात्या मात्र तिथेच आपल्या कामाला लागले होते.

अपमानाच्या जाणिवेनं सदाशिव पेटून उठला. त्यांनादेखील काहीही न सांगता तो आला होता तसाच मागीलदारी गेला अन् तरातरा अंबडच्या दिशेनं चालू लागला. कानोली मागे राहिली, अंबडेश्वराचा डोंगर लागला आणि पाऊस कोसळू लागला. सदाशिव एका झाडाच्या अडोशाला उभा राहिला. तेव्हा त्याच्या लक्षात

आलं, की त्याच्या पायात वहाणा नव्हत्या. वहाणा तो आबाजींच्या वाड्याच्या मागीलदारीच विसरला होता.

संध्याकाळी तात्या त्याच्या वहाणा घेऊन आले, तेव्हा त्याला लाज वाटली. पण सकाळचा राग अजून मनात धुमसत होता. त्यानं काही पुढे होऊन तात्यांच्या हातातल्या वहाणा घेतल्या नाहीत.

त्याच्या आईनंच विचारलं, ''हे काय? सदाशिव आपल्या वहाणा विसरला होता वाटतं तिथे?''

त्याच्या अपेक्षेप्रमाणे तात्या या वाक्यावर एकदम रागावले नाहीत. उलट काहीसे खुषीतच दिसत होते ते. भरलेली पिशवी पत्नीच्या हातात देत म्हणाले, ''घ्या. कामतांकडे गेलो की रिकाम्या हातानं कधीच पाठवत नाहीत. नारळ, दोन-चार भाज्या, फळं, लाडू वगैरे आहेत आत. पोरांना वाट. हा सकाळी तंद्रीत तसाच निघून आला. चांगलं खीर-पुरीचं जेवण होतं. आबाजींनी विचारलं. म्हणाले, 'तात्या, पोरगा थांबला नाही वाटतं?' ''

नेहमीप्रमाणे सगळी भावंडं पिशवीभोवती गोळा झाली. कामतीणीनं दिलेलं भाजीचं आळू, भोपळ्याचा भलामोठा तुकडा, शेवग्याच्या शेंगा, पिशवीत बांधलेले पावटे, नारळ... हे सर्व एका बाजूला नीटपणे मांडून ठेवल्यावर आईनं प्रत्येकाच्या हातावर एक-एक बुंदीचा लाडू ठेवला. बुंदीचा लाडू मिळणं, तोही अख्खा- ही त्या पोरांच्या दृष्टीनं तशी दुर्लभ गोष्टच होती. खुषीनं ती पसार झाली.

फक्त सदाशिव तो लाडू खायला पुढे आला नाही. त्याची आईच त्याला म्हणाली, ''सदोबा, असा पुढे ये. तूही घे एक लाडू. ऐकलंत, कामतीण तशी समंजस हं! आपलं कुटुंब मोठं हे लक्षात ठेवून चांगले वीसएक लाडू घातले पिशवीत.''

''मला नको तो लाडू.'' इतक्यात फटकन सदाशिव बोलला.

''मिजास बघ त्याची!'' तात्यांना त्याचा राग आला. क्वचित मिळणारी अशी भरलेली पिशवी घेऊन ते यजमानांकडून घरी आल्यावर पोरं खुषीनं त्यावर तुटून पडायची अन् त्यांना मनातल्या मनात कुठेतरी बरं वाटायचं. त्यांना सदाशिवचं वागणं खटकलं.

''मिजाशीनं मी वागतो?'' सदाशिवनं उसळून वडलांना उलट विचारलं, ''तात्या, तुम्ही हे मला बोलता? अहो, जेवणाच्या वेळी मी का थांबलो नाही म्हणून तुम्हाला आबाजींनी हटकलं, असं तुम्ही म्हणता अन् त्यातच धन्य वाटतं तुम्हाला. पण सकाळी मी माझ्या शाळेबद्दल त्यांना बोललो, तेव्हा एक शब्दही बोलले नाहीत माझ्याशी! अरे, आलायस तर जेवून जा, असं बोलले नाहीत तेव्हा ते.''

''तुझ्या शिक्षणाचा खर्च करतायत ते. त्यांच्या उपकारांची जाणीव ठेव आणि फुकटची मिजास करू नकोस. हा बघ खर्च दिलाय त्यांनी या महिन्याचा.'' तात्यांनी पत्नीला पैसे दाखवले आणि मग सदाशिव तिथे आहे हे जणू विसरून ते दोघं कितीतरी वेळ त्या पैशांबद्दल बोलत राहिले.

सदाशिव स्तंभित होऊन वडलांकडे हताशपणे बघतच राहिला. तात्यांना एवढा आनंद कसला झाला होता? त्या शिक्षणाचा खर्च घेताना पत्कराव्या लागणाऱ्या लाचारीचा? ते मुजोर आबाजी दर महिन्याला तिथे येण्याची अट घालतात, कारण त्यांना आपण तात्यांवर किती उपकार करतोय हे ठसवायचं असतं. त्यांनी दाखवलेल्या कृतज्ञतेनं धन्य व्हायचं असतं. पण ते काही क्षण दोन क्षण थांबून त्याच्याकडे बघायला, बोलायला तयार नव्हते. बोलायचेही किती मोजूनमापून. ज्या मुलाच्या शिक्षणाचा खर्च करायला ते तयार झाले होते त्याच्याकडे क्षण दोन क्षण थांबून बघण्याइतपतही ते त्याला किंमत देत नव्हते, हे सदाशिवला भारी सलत होतं.

तात्या हा प्रसंग विसरून गेले, पण सदाशिव विसरला नाही. आबाजी, त्यांच्याबरोबरची ती पहिली भेट, त्यांचं थंड, अलिप्त वागणं, तात्यांची लाचारी– काही काही तो विसरला नाही. हिरीरीनं तो अभ्यास करायचा, रत्नागिरीच्या शाळेतही पहिल्या पाचांत त्याचा नंबर असायचा. उद्देश एकच होता, लवकरात लवकर ही लाचारी संपवावी.

तात्या मात्र न चुकता दर महिन्याला सदाशिव घरी आला, की त्याला घेऊन कानोलीला कामतांच्या वाड्यावर जायचेच. प्रत्येक प्रसंग म्हणजे पहिल्या प्रसंगाची पुनरावृत्ती असायची. कुणी बघू नये म्हणून मागील दारी उभं राहणं. तात्या मागील दारी असलेल्या पिंपळाच्या पारावर थोडा वेळ बसायचे, पण सदाशिव मात्र त्यांनी सांगितलं तरी बसायचा नाही. ताठच्या ताठ उभा राहायचा. गणूनं किंवा वाड्यातल्या दुसऱ्या कुठल्या तरी नोकरानं त्यांना बघून मग आत जाऊन सांगणं. आबाजींनी मग त्यांना बोलावणं– तात्यांनी सदाशिवला ढोसणं. आपली प्रगती त्यानं एका वाक्यात सांगणं. प्रगती ऐकल्यावर त्यांच्या तोंडावर कसलीच प्रतिक्रिया न उमटणं. या अपमानकारक जिण्यापेक्षा मरणं बरं, असंही एकदा त्याला वाटलं. एकदा असंच ते खर्च घ्यायला जात असताना न राहवून सदाशिव तात्यांना बोलला,

''तात्या, पुढच्या वेळी कृपया मला बरोबर नेऊ नका. माझी प्रगती तुम्हीच त्यांना कळवा.''

''का रे?''

''तात्या, ते आपल्याकडे बघतसुद्धा नाहीत.''

पण तात्यांनी आश्चर्यानं विचारलं, ''त्यांनी आपल्याकडे का बघावं?''

म्हणजे? आपण इतके का क्षुद्र आहोत? का आबाजींच्या जमीनदारी दबदब्यामुळे तात्यांच्या मनातला स्वाभिमान पुरता नष्ट झाला आहे? सदाशिवला काहीच कळेना.

एक गोष्ट मात्र त्याला कळत होती, आबाजींबद्दल त्याच्या मनात तिरस्कार होता.

तात्या गेले त्या वेळची गोष्ट. ते अचानकच जलोदर होऊन गेले. सदाशिवला तर ते आजारी होते हेसुद्धा माहीत नव्हतं. तेव्हा तो पुण्याला 'फर्ग्युसन'मध्ये शास्त्र शाखेच्या तिसऱ्या वर्षाला होता. तो आला तेव्हा खूप उशीर झाला होता. तात्या गेले होते. मिसरूड फुटलेला, उंच झालेला, आवाज बदललेला सदाशिव घरात शिरला, तेव्हा त्याच्याकडे बघून त्याच्या आईनं हंबरडा फोडला.

तिचा आक्रोश बघून सदाशिवच्या मनात थैमान घालणारा दु:खमिश्रित संताप एकदम लुप्त झाला. मला कुणीच, काहीच का कळवलं नाही, असं त्याला आईला, घरातल्या प्रत्येक भावंडाला हडसून खडसून विचारायचं होतं, पण आईच्या दु:खद आक्रोशापुढे तो मूक झाला. सुन्नपणे तिला धरून बसून राहिला.

आपल्याला यायला खूपच उशीर झाला, ही एकच बोच त्या सुन्न स्थितीत त्याला जाणवत होती, टोचत होती. मनात एक प्रश्नही उमटला–

–आणि कळलं असतं, तरी मी काय करू शकलो असतो? मी काही मिळवता नाही!

विफल संताप... स्वत:च्या नाकर्तेपणाबद्दल विफल संताप पुन्हा मनात थैमान घालू लागला आणि अचानकच त्याला जाणीव झाली, की आता तो लहान नव्हता. तो मॅट्रिक झाला होता. त्याला एखादी नोकरी मिळू शकली असती. इकडे त्याचे मोठे भाऊ तसे 'कर्ते' झाले होते. अगदी मोठा तात्यांप्रमाणेच भिक्षुकी करत होता, तर दुसरा त्यातलंच पुढचं शिक्षण घेण्यासाठी गोकर्णाला जाणार होता.

त्यांचं तेरावं वगैरे उरकल्यावर त्याची आई थोडं बोलण्याच्या स्थितीत आली. त्याला म्हणाली, ''शेवटी शेवटी सारखी त्या आबाजींची आठवण काढत होते. या महिन्याचा खर्च आणायचा होता ना.''

सदाशिव काहीच बोलला नाही. त्याला खूप काही बोलावंसं वाटत होतं, पण तो नुसताच मूकपणे आईकडे बघतच राहिला.

तात्या, तात्या! त्याचं मन आक्रंदलं. शेवटपर्यंत तेच विचार. माझ्या शिक्षणाचे, त्यासाठी तीच लाचारी पत्करायची त्या आजारपणातही तयारी! शेवटी शेवटी तट्ट पोट फुगलं होतं म्हणे त्यांचं. त्याही स्थितीत वाड्याबाहेर जाऊन तसंच मागील दारी अपेक्षेनं उभं राहायला ते तयार होते. त्या आबाजींची अट पूर्ण

करण्यासाठी!

सदाशिवचे अश्रू सुकल्यासारखेच झाले. तात्या गेले, पण तो रडला नाही. अश्रू बाहेर येत नव्हते. त्यानं शुष्कपणे एकच विचारलं, ''आई, मला का गं कळवलं नाहीस?''

''अरे, तीही त्यांचीच इच्छा.'' त्याच्या डोक्यातून हात फिरवत, डोळे टिपत त्याची आई बोलली, ''म्हणाले, उगाचच शिक्षणातलं लक्ष उडायचं त्याचं. परीक्षेत कमी मार्क मिळाले, किंवा फेल झाला तर वाड्यावरून येणारा खर्च बंद व्हायचा. शिवाय तो इथे येऊन काय करणार आहे? नकोच ते!''

वाड्यावरून येणारा तो खर्च! त्यामुळे तात्या मला भेटले नाहीत. त्याचा विचार करतच गेले. सुन्न मनानं सदाशिव तसाच बसून राहिला.

खर्च घ्यायला तो वाड्यावर गेला नाही. पुण्याला जायच्या आदल्या दिवशी वाड्यावरचा गणू त्याचं घर शोधत शोधत तिथे आला. सदाशिवला म्हणाला, ''आबाजींनी बोलावलंय.''

आबाजींनी बोलावलंय म्हणून नाही, पण आईनं डोळ्यांनी खूण केली म्हणून तो गणूबरोबर वाड्यावर गेला. या वेळी आबाजी वाड्यामागे असलेल्या गोठ्यात उभं राहून स्वत: गुरांना कडबा खायला घालत होते.

गणूबरोबर तो आलेला त्यांनी बघितलं असावं. नेहमीप्रमाणे त्याच्याकडे न बघता ते बोलले, ''तात्या दर महिन्याला खर्च न्यायला यायचे. तू आला नाहीस.''

तात्यांच्या मृत्यूचा हा असा उल्लेख! सगळं काही त्या खर्चाभोवतीच घोटाळत होतं. तात्यांना, त्याला या वाड्यात किंमत नव्हती. तात्यांना त्याची पर्वा नव्हती, पण त्याला ते नेहमीच सलत आलं होतं. आत्ताही सललं.

''यापुढे नोकरी करून शिकेन.'' तिखटपणे सदाशिवनं जबाब दिला.

प्रथमच आबाजींनी त्याच्याकडे सरळपणे बघितलं. असं त्यांनी त्याच्याकडे यापूर्वी कधीच बघितलं नव्हतं. इतकं सरळ... इतकं... थेट! त्यांचं बोलणं नेहमी तात्यांशी होई. सदाशिव त्यांच्या खिजगणतीत कधीच नसायचा. त्यांच्या थेट बघण्यानं सदाशिव काही घाबरला नाही, बिचकला नाही. त्याचं मन मनात खदखदणाऱ्या कडवट संतापानं सुन्न झालं होतं. त्यानं आपला राग जितक्या प्रकर्षानं नजरेनं त्यांना दाखवता येईल तितका दाखवायचा प्रयत्न करत थेट त्या नजरेला नजर भिडवली.

पण त्याला वाटलं होतं तसं त्यांच्या नजरेत राग उमटला नव्हता, अपमानित झाल्याची भावनाही त्या नजरेत त्याला दिसली नाही. खूपसं आश्चर्य मात्र दिसलं. जणू काही त्यांना तो असं का बोलत होता हे उमगलंच नव्हतं. निर्भेळ आश्चर्य.

आश्चर्यामुळे ते काहीच बोलूही शकत नव्हते. ते नुसतेच सदाशिवकडे बघत राहिले.

त्याला उगाचच आश्चर्यचकित झालेले तात्या आठवले. त्यांनीही असंच अतोनात आश्चर्य दाखवत त्याला विचारलं होतं, 'त्यांनी आपल्याकडे का बघावं?'

तो अस्वस्थ झाला. खूप अस्वस्थ झाला.

''मी तात्यांना म्हटलं होतं, खर्च मी देईन.'' आबाजी स्वत:शीच पुटपुटल्यासारखे बोलले.

सदाशिवला जाणवलं, नेहमीप्रमाणे तो या वेळीही त्यांच्या खिजगणतीत नव्हता, पण त्याला नेहमीप्रमाणे राग आला नाही. मनातली अस्वस्थता मात्र शतपटीनं वाढली.

आबाजींनी गणूनं आणून दिलेला लिफाफा प्रथमच सदाशिवच्या हाती दिला, पण ते त्याच्याकडे बघत नव्हते. दूरवर कुठेतरी बघितल्यासारखे करत होते. मग ते सावकाश वळले आणि गुरांना पुन्हा कडबा खायला घालायला लागले.

सदाशिव काही वेळ हातातल्या लिफाफ्याकडे बघत राहिला. मग तो झटदिशी वळला आणि वाड्याबाहेर पडला. तो किती वेळ चालत होता, किती जलद चालत होता काहीच कळत नव्हतं. मधेच तो एका झाडाला धरून उभा राहिला आणि ढसाढसा रडला.

यानंतर दर महिन्याचा खर्च मनीऑर्डरनं पुण्याला येत राहिला. याबद्दल खरंतर त्याचं आणि आबाजींचं काहीही बोलणं झालं नव्हतं, पण तसं झालं खरं! त्याला वाड्यावर खर्चासाठी कधीच पुन्हा जावं लागलं नाही. गावी जाणंसुद्धा त्यानं कमी केलं नाही. सुट्टीतदेखील तो पुढच्या टर्मचा अभ्यास आखायचा.

तो बी. एस्सी. फर्स्ट क्लास मिळवून विद्यापीठात दुसरा येऊन पास झाला, तेव्हा त्याची आई त्याला म्हणाली,

''सदोबा, आता माझ्याबरोबर अंबडला चल. आबाजींच्याही पाया पड.''

त्याचा निकाल लागणार म्हणून ती मुद्दाम पुण्याला आली होती. एका नातेवाइकाकडे उतरली होती. रिझल्ट सांगायला सदाशिव तिथेच गेला होता.

यावर तो काहीतरी बोलण्याआधीच त्याच्या आईबरोबर आलेला त्याचा मोठा भाऊ म्हणाला, ''अगं, ते इकडे नाहीत. तुला माहीत नाही, पण इकडे यायच्या आदल्याच दिवशी त्यांचा तो गडी... कोण... गणू का काहीतरी नाव आहे त्याचं. भेटला होता मला. आबाजींना हृदयविकाराचा झटका आला म्हणून त्यांचा मोठा मुलगा त्यांना मुंबईला घेऊन गेला आहे म्हणे. डॉक्टर म्हणतात तसं ऑपरेशन करावं लागलं, तर अमेरिकेलाही नेतील त्यांची मुलं त्यांना.''

''देव त्यांचं भलं करो!'' त्याची आई हे ऐकून पुटपुटली. मग सदाशिवला

म्हणाली, ''ते कानोलीला परत आले, की एकदा जा हो त्यांना भेटायला. जाशील ना सदोबा?''

शेवटचा प्रश्न विचारताना तिच्या स्वरात आशंका होता, विनवणीही होती. दारिद्र्यात पिचलेल्या तात्यांचं मन व्यवहाराची सांगड घालता घालता निबर झालं होतं. पण ती निराळी होती, हे सदाशिवला माहीत होतं. मुलांच्या भावना ती जाणायची. सदाशिवचा वाड्यावरचा राग तिनं असाच, न बोलता जाणला होता.

सदाशिव काहीच बोलला नाही. खिडकीबाहेर बघू लागला. बाहेर सूर्यास्त होत होता. आकाशात फिकट रंगाचा तो परिचित तांबडा सायंप्रकाश पसरला होता. बाहेर जरी सूर्यास्त होत होता, तरी सदाशिवच्या जीवनात सूर्योदय झाला होता. आजपासून त्याच्या जीवनाला वेगळं वळण लागणार होतं. ते लावणं आता सर्वस्वी त्याच्या हातात होतं. पण का कुणास ठाऊक, त्याचं मन जड झालं होतं. त्याला आठवलं, आश्चर्यानं त्याच्याकडे प्रश्नार्थक मुद्रेनं बघणारे आबाजी. एखादा माणूस आपल्या कामात दंग असताना त्याला मधेच कुणीतरी ढोसलं तर तो दचकून 'अं?' करून अवतीभोवती बघतो, पण त्याला त्या ढोसण्याचं कारण पटकन लक्षात येत नाही. कधीकधी तर येतच नाही. आबाजी अगदी तसेच दिसले होते, असं त्याला वाटलं.

अस्वस्थ होऊन त्यानं खिडकीचे गज अगदी घट्ट पकडले. ते अंबडला जाणं मग तसंच राहिलं. इतका तो मग पुढचं शिक्षण घेण्यात, नोकरी करण्यात, आपलं बस्तान बसवण्यात गुरफटत गेला.

अठरा वर्षांनंतर त्यानं आबाजींच्या निधनाची बातमी एका सकाळी पेपरात वाचली. ते जाऊन तीन दिवस झाले होते. डेथ कॉलममध्ये ती लहानशी खबर वाचून तो स्तब्ध झाला. त्याचा चेहरा बघून त्याची बायको चपापली आणि तिनं त्याच्या हातातून पेपर काढून ती खबर वाचली.

त्याच्या आईकडून तिनं त्याचा सगळा पूर्वेतिहास कधीतरी कुतूहलानं, कौतुकानं ऐकला होता. त्यामुळे तीही एकदम गप्पच झाली.

सदाशिव तातडीनं उठला, आतल्या खोलीत गेला. तीही मागोमाग गेली. तो बॅग भरत होता.

''अहो, हे काय? तुम्ही... तुम्ही कुठे जाताय?''

तिचा प्रश्न जणू त्याच्या कानांत शिरलाच नाही. तिनं बघितलं, तो बॅगही कशीतरीच भरत होता. हातात येईल तो शर्ट त्यानं आत टाकला होता. त्याचं काही बॅग भरण्याकडे लक्ष नव्हतं.

ती त्याच्याकडे बघतच राहिली.

''गावी जायला निघालात?'' तिनं धीर करून विचारलं, ''रागावू नका, पण

ते जाऊन तीन दिवस झाले. आता तिथे जाऊन काय उपयोग?''

त्यानं बॅग बंद केली. ''जायलाच हवं.'' तो पुटपुटला. पण तो आपल्याशी बोलत नाही, स्वत:लाच काहीतरी बजावल्यासारखं करतोय अशी तिला शंका आली. ती गोंधळून त्याच्याकडे बघतच राहिली. बी. एस्सी.नंतर नोकरी करून त्यानं टेक्स्टाईल टेक्नॉलॉजीत डिग्री मिळवली होती. तज्ज्ञ म्हणून आज त्याला आफ्रिकेला, दुबईला, अगदी अमेरिकेलासुद्धा मिलवाले बोलावत असत. आपल्या या हुद्देदार नवऱ्याचा तिला विलक्षण अभिमान होता. थोडंसं हळुवारपणे तिनं विचारलं,

''मी येऊ का बरोबर?''

''नको.'' सदाशिव निक्षून उत्तरला आणि घराबाहेर पडला. 'गाडी घेऊन जा, थांबा', असं ओरडून त्याला सांगावं, त्याच्या त्या विलक्षण तंद्रीतून त्याला जागं करावं, असं तिला फार वाटलं, पण त्याचा तो निक्षून आलेला जबाब आठवून ती गप्पच बसली.

सदाशिव अंबडला पोचला, तेव्हा रात्र झाली होती. कानोलीपर्यंत जाणारी एस. टी. मिळायला अजून वेळ लागला असता, म्हणून सदाशिवनं सरळ अंबडचीच गाडी रत्नागिरीला पकडली. पण तो घरी गेला नाही. अंबडला उतरल्यावर त्याची पावलं आपोआपच कानोलीच्या रस्त्याला लागली.

आई गेली होती, पण मोठा भाऊ अजून तिथेच होता. तात्यांचा वारसा उत्तम चालवत होता. तात्यांचे व्यवहारी गुण त्याच्यातही उतरले होते. तो त्याच जीवनात समाधानीही होता. सदाशिवला अचानक बघून बेहद्द खूषही झाला असता. पण सदाशिवनं बॅग खांद्यावर टाकून कानोलीची वाट धरली.

तो किती वेळ चालत होता, किती जलद चालत होता, काहीही त्याला जाणवत नव्हतं, समजत नव्हतं. मनात एकच विचार इतर सर्व विचारांवर मात करून राहिला होता– कानोली गाठणं! कानोलीला गेलं पाहिजे, तो स्वत:ला बजावत होता. कानोलीला गेलंच पाहिजे.

त्यानं बरंच अंतर पार केलं असावं, कारण त्याला जाणवलं, आपल्याला अंबडेश्वराचा डोंगर लागला. अंधार झाल्यामुळे दूरवर दिवसा दिसणारं देऊळही काही दिसत नव्हतं. बोचरा गार वाराही सुटला होता. खांद्यावरची बॅग छातीशी घट्ट आवळून धरत सदाशिव डोंगर चढू लागला.

अंबडेश्वराचा डोंगर चढताना त्याच्या डोळ्यांसमोर तात्या आले. त्याचं बोट धरून, दुसऱ्या हातात कापडी पिशवी धरून, यजमानांच्या कार्याला उशीर होऊ नये म्हणून भराभर चालणारे तात्या! कितीदा हा अंबडेश्वराचा डोंगर त्यांच्याबरोबर तो चढला होता. गावातले लोक म्हणायचेदेखील, 'डोंगरावरच्या साऱ्या पायवाटा

तात्या जोशींनीच केल्या आहेत.'

घरी जायला पाहिजे, सदाशिवच्या मनात आलं. गार वारा चारी बाजूंनी घोंघावत त्याच्या कानांत शिरला. पण सदाशिवच्या कानांत खऱ्या अर्थानं एकच हाक शिरली– 'सदोबा!' आई त्याला अशी हाक मारायची. फक्त आई.

त्याला वाटलं, जणू आई आणि तात्या त्याला मूकपणे बोलावत आहेत. खरंच, तिथे गेलो तर दादालाही मनापासून बरं वाटेल. आपण उगाचच इतक्या वर्षांत इथे आलो नाही. कामं काय, नेहमीचीच आहेत.

नंतर... त्याच्या मनानं त्याला बजावलं आणि त्यानं त्या भावना दाबून टाकल्या. सगळं करायचं, पण नंतर. आधी कानोली.

कानोलीला तो पोचला, तेव्हा रात्रीचे साडेनऊ वाजले होते. त्याच्याही नकळत त्याचे पाय दुखत होते. गेल्या काही वर्षांत तो जणू असं चालायचं विसरला होता. शिवाय चाळिशीही जवळ आली होती. आपण रागावून आबाजींच्या वाड्यातून वहाणादेखील न घालता कसे ताडताड निघालो होतो हे त्याला आठवलं आणि तो हसला. तेव्हा त्याला आपण किती चाललो, हे जाणवलंसुद्धा नव्हतं.

आबाजींच्या वाड्याचा मुख्य कमानीवजा दरवाजा बंद दिसत होता. अगदी दिंडी दरवाजासुद्धा. त्यानं तिथे एक क्षणभरच पाहिलं, कारण त्या दरवाजाशी नाहीतरी त्याचं कर्तव्य नव्हतंच! त्याचा संबंध नेहमी आला होता मागच्या दाराशी. तो या वाड्यात गेलाच होता त्या दारातून. तो आणि तात्या.

वाड्याला वळसा घालून तो हळूहळू चालत मागील दारी आला. वाड्यातला शुकशुकाट त्याला जणू बाहेरही जाणवला होता. आज तिसरा दिवस होता ना. आधी असं नव्हतं. तो आणि तात्या वाड्यातल्या हालचालींचा वेध घेत मागील दारी उभे राहायचे. आणि किती हालचाल जाणवायची आतली बाहेर उभं राहूनसुद्धा! किती हालचाल, किती वर्दळ.

काहीसुद्धा बदललं नव्हतं. तो वाडा तसाच होता. ते दार तसंच होतं. तो पिंपळ तसाच निश्चलपणे उभा होता अन् त्याखालचा पारही तसाच होता. त्या पाराकडे बघताना सदाशिवला वाटलं, आयुष्यातल्या अचल, न बदलणाऱ्या गोष्टी कुठल्या, असा प्रश्न जर मला कुठल्याही तत्त्वज्ञानं विचारला तर मी त्याला सांगेन, मला आयुष्यात दोनच गोष्टी अशा दिसल्या– हा पिंपळ आणि त्याखालचा हा पार!

या पिंपळाच्या पारावर हाश्श, हुश्श करत तात्या बसायचे. अंबडेश्वराचा डोंगर चढून आलेले, उन्हातान्हातून पायपीट करून दमलेले तात्या. पिशवीतला लहानगा पंचा काढून गळ्यावरचा, मानेवरचा, तोंडावरचा घाम पुसत तात्या म्हणायचे,

'सद्या, अरे तू उन्हात उभा का? बस इथे.'

पण तो कधीच त्या पारावर बसला नव्हता. तात्या बसले होते, पण तो

बसला नव्हता. ताठपणे उभा राहायचा आणि इथे किती नाईलाजानं आलोय, हे दाखवण्याची त्याची ती पद्धत असायची. पाय दुखले तरी तो त्या पारावर बसायचा नाही.

आताही त्याचे पाय दुखत होते, पण तो आजही पारावर बसला नाही. मला त्या पारावर बसायचा अधिकार नाही, त्याला वाटलं. तो पार तात्यांचा आहे.

इकडे असाच, पाराच्या जवळ थोड्या अलिप्तपणे तो उभा राहायचा. त्याचे आणि तात्यांचे डोळे त्या मागच्या लाकडी दरवाज्यावर खिळलेले असायचे. त्याचे किंचित संतप्त. तात्यांचे अपेक्षेनं भरलेले!

मन भूतकाळाच्या सागरात जणू गटांगळ्या खात होतं. त्याला अगदी न आवडणारी गोष्ट. ग्रॅज्युएट झाल्यानंतर त्यानं स्वतःला ती शिस्त लावून घेतली होती. पुढे बघायचं. पुढचं आयुष्य अधिक, अजून अधिक वैभवपूर्ण करायचं. पण हे असं का होत होतं? त्यांच्या निधनाची बातमी वाचल्यानंतर? त्याला वाटलं कुठल्याही क्षणी तात्या म्हणतील,

'सद्या, अरे तू उन्हात उभा का? बस इथे.'

तो तसाच उभा राहिला.

वाड्याचं दार किंचित किलकिलं झालं. कुणीतरी आतून बाहेर बघत होतं, पण सदाशिवचं तिकडे लक्षच नव्हतं. त्याच्या संवेदना जणू बधिर झाल्या होत्या, श्वास जणू छातीत कोंडायला लागला होता.

दार बहुधा नेहमीप्रमाणे लोटलेलंच असावं. ते आता पूर्णपणे उघडलं. कंदील घेऊन कुणीतरी बाहेर आलं. म्हणाला, ''कोण? कोण आहे तिथे?''

तो काहीच बोलला नाही. कंदीलवाल्यानं कंदील जरा उंच धरला. त्याचा चेहरा पाहायला. सदाशिवला त्यामुळे कंदीलवाल्याचा चेहरा दिसला.

''गणू!'' तो एकच शब्द बोलला.

त्याच्याकडे गोंधळून गणू बघतच राहिला. हा कोण इसम असा अंधारात, वाड्याच्या मागीलदारी उभा राहिलाय? दिसतो तर बड्या घरचा.

''कोण तुम्ही?''

''गणू, मला ओळखलं नाहीस?'' तो किंचित हसला.

गणूनं कंदील त्याच्या चेहऱ्याजवळ आणला. बराच वेळ तो त्याला निरखत होता. मग थोड्या समाधानानं तो म्हणाला, ''तात्या जोशींचा पोरगा ना रे तू?''

''होय गणू, बरोबर ओळखलंस.''

गणूसाठी तो सदाशिव नव्हता. गणूसाठी, या वाड्यासाठी तो तात्यांचा पोरगाच होता.

''इकडे का रे उभा राहिलास? थंडीचे दिवस, अशी रात्र! आत यायचं की

सरळ...''

''सरळपणे आत तर केव्हाही आलो नाही आणि आता आत येऊन भेटू कुणाला गणू?''

त्याचा आवाज शांतच होता, पण त्यात असलेली कुठली तरी भावना गणूला जाणवली.

''तेही खरंच!'' तो थरथरत्या आवाजात पुटपुटला.

सदाशिवला बायकोनं विचारलेला प्रश्न आता जाणवला, डोक्यात शिरला. आता तिकडे जाऊन काय उपयोग? ते जाऊन तर तीन दिवस झाले. किती खरं, किती तर्कशुद्ध! आबाजींच्या मुलांबरोबर त्याचा संबंध कधी आला नव्हता. त्यांच्यात त्याला स्वारस्य नव्हतं, ते त्याच्या आयुष्याचा भाग नव्हते. पण तो इथे उगाच आला नव्हता... त्याचा श्वास पुन्हा कोंडायला लागला.

त्यानं गणूकडे बघितलं. आबाजींचा तो जुना गडी, उजवा हात. त्या वेळी आडदांड असलेला, झपाझप चालणारा, पडेल ते काम करणारा, रंगेल आणि कुर्रेबाज असा त्याला गणू दिसायचा. गणूचाही त्याला खूप राग यायचा. वाड्यावरच्या त्याच्या रागात गणूही एक घटक होताच.

''म्हातारा झालास गणू.'' त्याच्या रूपेरी केसांकडे, कल्ल्यांकडे, पाठीच्या बाकाकडे बघत तो म्हणाला. तेवढं सोडलं तर त्याचं शरीर तसं अजूनही पीळदार होतं.

गणूच्या डोळ्यांतून खळकन् पाणी ओघळलं. पारावर बसत तो म्हणाला, ''आबाजी म्हातारे झाले, ते गेले. तुझे तात्या तर म्हातारे नव्हते तेवढे, पण गेले जरा लवकरच. मीही आता म्हातारा झालो. पण ते जाऊदे. तुला कळलं वाटतं!''

आबाजींच्या मृत्यूबद्दल तो बोलला, तेव्हा सदाशिव क्षणभर गप्प झाला. श्वास अजूनच कोंडायला लागला होता. असं काय होतंय आपल्याला? खूप चालल्यामुळे की काय? ब्लडप्रेशर वाढत होतं की हृदयविकाराचा झटकाबिटका येणार होता? पण त्याची तर अजून चाळिशीसुद्धा उलटली नव्हती. पण... पण हल्ली याच वयात कितीतरी जणांना रक्तदाब व्हायचा, हृदयविकाराचा झटका यायचा. कामाच्या ताणामुळे. त्याला तर कामाचा किती ताण होता.

त्याच्या लक्षात आलं, गणू त्याला काहीतरी सांगत होता.

''तुझा दादा भेटला तेव्हा कळलं, तू पास झाला ते. पण त्यांना मुंबईला नेलं होतं धाकट्यानं. धाकटा म्हणजे त्यांचा मोठा हं, आम्ही त्यांना धाकटाच म्हणतो. तीन महिन्यांनंतर परत आले, तेव्हा घरात सत्यनारायण घालायचा असं म्हणाल्या आईसाहेब. तेव्हा म्हणाले, 'तात्या जोशींच्या मोठ्यालाच बोलवा हं

पूजा सांगायला.' जास्त बोलायचे नाहीत ते, तुला माहीत आहेच. आजारपणानंतर अजूनच कमी बोलू लागले. तुझा दादा आला तेव्हा त्यांना म्हणाला, 'आबाजी, सदाशिव झाला हं ग्रॅज्युएट! तुम्ही तिकडे होता म्हणून आला नाही.' तर म्हणाले, 'मिळाली ना पदवी त्याला? बरं झालं.' एवढंच बोलले. तुला माहीत आहेच, ते जास्त बोलायचे नाहीत.''

....नाही, मला माहीत नव्हतं. मला माहीत नव्हतं गणू या गोष्टीची मला प्रथम जाणीव झाली त्यांच्या डोळ्यांतलं ते शुद्ध आश्चर्य मला दिसलं तेव्हा. काहीतरी चुकतंय ही जाणीव प्रथम तेव्हा झाली.

त्याचा श्वास पुन्हा कोंडायला लागला. अनाहूतपणे त्याचा हात स्वतःच्या गळ्याकडे गेला, जणूकाही तिथे आवळलेला गळफास तो सोडायचा प्रयत्न करत होता.

''रात्री सगळी दारं बंद करण्याचं काम माझं. मागचं दार नुसतंच लोटलेलं असतं म्हणून ते लावायला आलो, तर तू दिसलास. केव्हा आलास?''

''झाला अर्धा तास.''

''अरे, मग बसायचं तरी त्या पारावर. उभं राहून राहून पाय दुखायचे.'' गणू त्याच्याकडे विचित्र नजरेनं बघत होता.

''नाही दुखायचे.'' त्यानं आपल्या पायांकडे बघितलं, ''प्रथमच स्वतःहून उभं राहतोय इथे, मनात कसलीही अढी न ठेवता! आज पाय दुखणार नाहीत बघ गणू. अरे, आज मी इथे का आलो माहीत आहे? उभं राहण्यासाठी. प्रथमच स्वतःहून! आज मला तात्यांनी इथे मारून मुटकून आणलं नाही. मीच आलोय.''

गणूच्या मनातला गोंधळ त्याचा प्रत्येक शब्द ऐकून वाढतच चालला होता. तो काय बोलत होता त्यातला एकही शब्द त्याला समजत नव्हता. पण सदाशिवच्या डोळ्यांतली भावना इतकी उत्कट होती, की त्याच्यासाठी काहीतरी करावं असं त्याला फार वाटलं. त्याचा सारखा गळ्याकडे जाणारा हात बघून तो म्हणाला,

''थांबतोयस इथेच तर थांब बापडा, पण मी तुझ्यासाठी पाणी तरी घेऊन येतो.''

तो काय बोलला, तो कशासाठी आत गेला, सदाशिवला काहीही कळलं नाही. छातीत अधिकच कोंडल्यासारखं वाटलं. म्हणून त्यानं डोळे मिटले.

आणि ज्याची त्याला भीती वाटत होती तेच झालं. त्याच्या डोळ्यांसमोर उभे राहिले त्याला शेवटचे दिसलेले आबाजी. यापुढे नोकरी करून शिकेन, हा त्यानं दिलेला तिखट जबाब मनावर न घेता पुटपुटणारे...

'मी तात्यांना म्हटलं होतं, खर्च मी देईन.'

किती वर्षं त्यानं ते चित्र मनःपटलावर उमटू दिलं नव्हतं? किती वर्षं त्यानं

यशस्वीपणे ते दाबून खाली ठेवलं होतं? तो ग्रॅज्युएट झाला होता त्या दिवशी मुसंडी मारून ते चित्र सारखं वर यायचा प्रयत्न करत होतं, पण खिडकीच्या गजांना घट्ट आवळून त्यानं जणू त्याला जोरदार प्रतिकार केला होता. काय म्हणाली होती बरं आई? 'जाशील ना सदोबा?'

आज आई असती तर तिला सांगितलं असतं, 'हो आई, जाईन. पण तुझ्यासाठी नाही. माझ्यासाठीच जाईन. आजपर्यंत तुझ्यासाठी, तात्यांसाठी गेलो. आज प्रथमच स्वत:साठी आलोय.'

ते गेले आई, मी दिलेल्या उलट उत्तराला पोरकटपणा समजून त्यांनी ते मनावर घेतलं नाही. मी नोकरी करून शिकलो असतो, तर त्यांना काय फरक पडला असता? पण माझा राग त्यांनी जाणला, तरी तो मनावर मात्र घेतला नाही. तात्या गेले तरी मला नोकरी करून शिकावं लागलं नाही.

मी आता त्यांच्या पाया पडू शकत नाही आई! ते गेले. त्यांनी जे काही केलं त्याची परतफेड करणं मला कधी शक्यच होणार नाही. त्यांच्यातला अन् माझ्यातला हा ऋणानुबंधच तसा आहे.

पण अनाहूतपणे आमच्यामध्ये रुजलेल्या या ऋणानुबंधाला श्रद्धांजली वाहण्याचं काम मी मात्र करू शकतो. अर्थात ते तसं निरुपयोगी आहे म्हणा, पण करू शकतो फक्त तेवढंच. इथे उभं राहून. स्वत:च्या इच्छेनं. प्रथमच रागाशिवाय. माझा राग त्यांना जाणवला होता, पण न संतापता इथे उभं राहून वाहिलेली ही श्रद्धांजली जिथे त्यांचा आत्मा असेल तिथे स्वीकारेल, ही आशा ठेवतो.

गालांवर ओघळणाऱ्या गरम अश्रूंचा त्याला जणू चटका बसला. घाईघाईनं त्यानं ते पुसले. पण ते पुन्हा पुन्हा येतच राहिले. सदाशिवला जाणवलं, मघाशी जसा श्वास कोंडल्यासारखा वाटला होता, तसा आता वाटत नव्हता. एकदम मोकळं मोकळं वाटत होतं.

त्यानं मग अश्रू पुसायचा प्रयत्न सोडून दिला अन् त्या वाड्यामध्ये अन् त्याच्यात त्याच्याही नकळत रुजलेल्या ऋणानुबंधाला श्रद्धांजली वाहण्यासाठी तसाच उभा राहिला.

प्रथमच स्वत:हून.

गणू पाणी घेऊन आला, तेव्हाही तो तसाच निश्चलपणे उभा होता.

(पूर्वप्रसिद्धी : मेनका, मे १९९८)

शृंगार-बळी

राजन रानडे

'चंद्रदत्त करंबेळकर' हे माझं नाव नाही. माझं ते नाव असावं, असं मला चुकूनसुद्धा कधी वाटणार नाही. उलट, माझं ते नाव कधीच नसावं, यासाठी मी ईश्वराची करुणा भाकतो.

माझं नाव आहे 'अजित' आणि माझ्या बायकोचं नाव आहे 'अर्चना'. अजित आणि अर्चना! नावंसुद्धा कशी 'मेड फॉर इच अदर' वाटतात नाही! पण तसं वाटण्यावाचून दुसरा इलाज तरी काय आहे म्हणा! आता आमचं आडनाव, सॉरी! अशा आडवाटेला आम्ही जात नाही. म्हणजे आम्हाला आमचं आडनाव ठाऊक नाही. चातुर्वर्ण्याचा निषेध करावा, अशा कोणत्या सामाजिक उद्देशानं आम्ही आडनाव सोडलं आहे, अशातला भाग नाही. आम्हाला आमचं आडनाव ठाऊक नाही, याचा अर्थ आम्हाला आडनावच नाही. का नाही ते 'चंद्रदत्त करंबेळकरा'लाच ठाऊक. आम्हाला एवढंच ठाऊक आहे, की या चंद्रदत्त करंबेळकरामुळे आम्हाला आडनाव नाही.

'करंबेळकरामुळे' असं मी म्हणतो आहे. ध्यानात घ्या नीट. 'करंबेळकरांमुळे' असं मी म्हटलेलं नाही आणि मुळीच म्हणणार नाही. या माणसाविषयी बहुवचनी– बहुमानार्थी वगैरे बोलण्याची आपली मुळीच इच्छा नाही. खरं म्हणजे त्याच्याविषयी काहीच बोलण्याची आपली इच्छा नाही, पण गंमत अशी आहे, की तुमचा आत्ता एवढा वेळ जो मी घेतो आहे, तो त्याच्याविषयी बरंच काही सांगण्यासाठी!

मी 'अजित' आणि माझी बायको 'अर्चना!' चंद्रदत्त करंबेळकर आता इथे नसल्यामुळे, मला सरळ साधं 'माझी बायको अर्चना' असं म्हणता तरी येतं आहे. नाहीतर! ओफ्फोऽह! 'जानेमन, जानेजाँ, डार्लिंग, डिअर, मॅडम, मदाम,

सखे, प्राणप्रिये'– एखाद्या लग्नघरातल्या किराणा–भुसार मालाची अशी एवढी लांबलचक यादी नसेल. म्हणजे काय, की मला माझ्या बायकोला 'अर्चना' सोडून बाकी या सगळ्या लाडिक नावांनी वेळोवेळी लाडेलाडे बोलवावंच लागतं. कारण चंद्रदत्त करंबेळकर म्हणजे महाराष्ट्रातले सुप्रसिद्ध शृंगारकथालेखक! आणि त्यांच्या एका ताज्या गुलाबी आणि उत्तेजक कथेतले नायक आणि नायिका म्हणजे आम्ही– अजित आणि अर्चना!

करंबेळकराच्या इतर कथांमधल्या शृंगारपीडितांबद्दल आम्हाला ठाऊक नाही, पण आम्ही मात्र जाम वैतागलो आहोत. अहो, शृंगार–शृंगार म्हणजे किती? आपल्या लेखणीतूनच करंबेळकर एवढा शृंगार उरकून घेतो, की त्याचं गृहसौख्य वेगळं असं काही असेल की नाही, कोण जाणे!

आता ते सगळंच तुम्हाला जरा नीट सांगतो. ही अर्चना, माझी बायको. 'अर्चना, अशी पुढे ये जरा.' हिच्याकडे नीट पाहा. कशी वाटते तुम्हाला ही? चांगली तरतरीत आहे...

'–गोरीपान, नितळ कांती आहे. चांगला भरदार, सुडौल बांधा आहे. दाट काळेभोर रेशमी केस आहेत. पुष्ट आणि चांगले घाटदार...'

माफ करा. आय ॲम रिअली सॉरी! चंद्रदत्त करंबेळकर सध्या इथे नसला, तरी त्याचा प्रभाव अधूनमधून हा असा त्रास देतो. तरी मी स्वतंत्र राहण्याचा प्रयत्न करीन.

तर तुम्ही अर्चनाला आता नीट पाहिलंय ना? कथानायिका आणि त्यातूनही गुलाबी कथेची नायिका असल्यामुळे ती 'सर्वांगसुंदर' तर आहेच, पण करंबेळकराच्या नकळत, सोज्वळही आहे. अशा या माझ्या सुंदर आणि सोज्वळ बायकोला करंबेळकरानं कोणत्या संकटात गुंफावं? अहो काय सांगूऽऽ, आपली शृंगारिक हौस भागवण्यासाठी, त्या हलकटानं आम्हाला चक्क वेश्यावृत्तीला चोरटा आश्रय देणाऱ्या एका लॉजमध्ये आणून सोडलं हो. आम्ही सत्पात्र नसलो तरी मेषपात्र आहोत, त्यामुळे आम्हाला जावंच लागलं.

करंबेळकराच्या 'कल्पक' मेंदूत, नेमक्या कोणत्या दुष्ट क्षणात ही कथाकल्पना टपकली असावी, हे सांगणं कठीण आहे. पण ते काहीतरी असं झालं असणार. हा करंबेळकर गावातले उकिरडे फुंकण्यात मुळातच पटाईत! त्याशिवाय का असल्या कथांचे 'जर्म्स' त्याच्या डोक्यात येतात! तर असंच उकिरडे फुंकता फुंकता, केव्हातरी वाट चुकून, करंबेळकरानं नक्कीच आमच्या गजबजलेल्या चाळीतले, वीत–दीड वितीचे आमचे 'सेल्फ कंटेंड ब्लॉक्स' पाहिले असणार. जेमतेम दोन खोल्या. त्यांपैकीच एक स्वयंपाकघर. त्या स्वयंपाकघराचाच एक चतुर्थांश भाग म्हणजे मोरी आणि घरात माणसं, आई–बाबा, माझ्यासकट तीन

भावंडं आणि आता हळदगोरी अर्चना. म्हणजे एकूण सहा.

जे आहे ते इथपावेतो तरी असंच आहे आणि नेमकं हेच त्या करंबेळकरानं केव्हातरी पाहिलं असणार.

गावातल्या सगळ्या लफड्या-कुलंगड्यांतही त्याला तेवढाच इंटरेस्ट. त्यामुळेच गावात वेश्यावृत्तीला छुपा आश्रय देणारी काही संभावित लॉजेस आहेत, हे त्याला ठाऊक नसणं अशक्यच.

तर अशी ही दोन परस्परविरोधी सूत्रं! अर्थाअर्थी त्यांचा एकमेकांशी काही संबंध नाही. म्हणजे माझ्या आणि अर्चनाच्या संदर्भात तर नाहीच नाही, पण या शृंगारारिष्टानं तो संबंध जोडला की हो! आश्चर्य आहे की नाही?

आता चाळीतलं आमचं घर जेमतेम दोन खणांचं आहे. कबूल! माझं लग्न होऊन जेमतेम महिना उलटला आहे. कबूल! उत्सुक शरीरातली स्फुल्लिंगं एकमेकांवर मनसोक्त उधळण्याचं आमचं वयही आहे आणि नुकताच तो वैदिक परवानाही आम्ही मिळवला आहे. सारं सारं कबूल! पण म्हणून शारीरिक कुचंबणेशिवाय आळीतल्या आमच्या दोन खणी घरानं आम्हाला काहीच दिलं नाही, असं म्हणणं म्हणजे केवढा अन्याय आहे. हांऽऽ, आता पुरेसं भान हरपता येत नाही, हवं तसं बेहोष होता येत नाही. अवधान ठेवावं लागतं. पण ते अवधानही दोन्हीकडून ठेवलं जातं. भावंडांचं भान जसं आम्ही बाळगतो, तसंच आई-बाबाही, त्यांच्या मर्यादेत, आमच्या हळदीचं भान ठेवतात. 'परवा तर हे अगदी स्पष्टच झालं, नाही अर्चना?' परवा आई-बाबा आणि भाऊ-बहीण रात्रीचं जेवण झाल्यावर पाय मोकळे करायला म्हणून बाहेर पडले ते चांगले एक-दीड तासानं परत आले. तो एक-दीड तास म्हणजे आमच्या गृहसौख्याचे सुवर्णक्षण होते. 'त्या दिवशी अर्चना तुझी जणू नव्यानं ओळख झाली... तुझी... तू...'

'...तू स्वयंपाकघरात ओणवी बसून घाईघाईनं उष्टी सावडत होतीस. तुझ्या त्या लगबगीत निश्चितच माझ्या सहवासाची ओढ आणि घाई होती. मीही तेवढाच... त्याहून जास्त अधीर होतो. तुझ्या ओणव्या देहाला एक उत्तेजक कमनीयता आलेली होती. न राहवून मी तुला तिथेच, तशीच...'

च! हाऊ सिली! त्रस्त समंधा! करंबळेकरा शांत राहा! आम्हाला जरा आमच्या पद्धतीनं जगू द्या. बोलू द्या.

तर काय सांगत होतोऽऽ, कुठे आमच्या चाळीतलं आमचं घर आणि कुठे ती लिंगपिसाट हॉटेल्स! पण ह्या ह्या करंबेळकरानं गटार आणि गंगा चक्क एकत्र केली हो!

करंबेळकरानं असं ठरवलं, की आमच्या चाळीतल्या आमच्या खुराड्यात आम्ही अतृप्त आहोत. 'अर्चना, तू अगदी सरळ अतृप्त आहेस? (परवा स्वयंपाकघर

कम आपल्या बेडरूममधले, रात्रीचे ते चादरीखालचे क्षण कोरले गेले आहेत मनावर. आहेत ना? तुझ्या तोंडात... नाइलाजानं... तुझ्या पदराचा बोळा द्यावा लागला होता शेवटी. आठवतंय ना?)' म्हणे आम्ही अतृप्त! नुसतं साधे अतृप्त म्हटलं, तर कल्पकतेला लगाम बसेल की काय म्हणून म्हणे आम्ही- 'काय गं तो शब्द अर्चना?' हांऽऽ आम्ही वखवखलेले! आपल्या तरुण कातडीतले का रक्तातले- नेमका शब्द आठवत नाहीये, पण- 'विद्युत स्फुल्लिंगं' एकमेकांकडे अनावर झेपा घेत होती. अशा त्या बेफाम-बेताल मन:स्थितीत माझ्या डोक्यात म्हणे एक अफलातून कल्पना आली. काय? की आहे ते काही खरं नाही. आपण एकदा एखाद्या लॉजमध्ये जाऊन निवांतपणे शरीरसुख लुटावं.

आता करंबेळकराच्या मेंदूची ही आंधळी कोशिंबीर पाहा. नेमकं त्याला काय हवंय आणि तो कशाच्या मागे धावतोय, देव जाणे!

अरे गधड्याऽऽ, चोरट्या शृंगारातली ओढ आणि थ्रिल तू कधी अनुभवलं आहेस? आवृत होण्याच्या लगबगीत असलेलं अनावृत काव्य तू कधी भोगलं आहेस? धावपळीच्या क्षणांतच कुठेतरी दडलेले निवांत क्षण तू हुडकून पाहिले आहेस? जाऊदे!

तर मंडळीऽऽ, आमच्या शारीरिक अतृप्तीवरचा रामबाण (का मदनबाण) इलाज म्हणजे, अशा एखाद्या लॉजवरची भाडोत्री निवांतपणाची खोली बरं का! कल्पनेत आणि एकूणच कथेत, पुरेशी रंगत येण्याच्या दृष्टीनं ते लॉज गावातलंच असलं तर सोन्याहून पिवळं, असं करंबेळकराला वाटलं. मग काय, त्याला वाटलं म्हणजे तसंच झालं. मग काय? मग अजितनं- म्हणजे मी, अर्चनाला खरी कल्पना न देता, दोन-तीन दिवस एका परगावच्या मित्राकडे जाण्याची टूम काढली. दोन-तीन दिवस कुठेतरी बाहेरगावी जाऊन यायला कुणाचा काय विरोध असणार? साहजिक आहे. करंबेळकरानं हे असं शास्त्रशुद्ध ठरवल्यावर, अजितची, म्हणजे माझी काय बिशाद, की दुसरं वेगळं काही घडेल?

झालं! मग तसा सगळा कार्यक्रम ठरला. बाहेरगावी जायच्या निमित्तानं अजित आणि अर्चना- म्हणजे आम्ही! करंबेळकराचे दोन शृंगारबळी- करंबेळकरानंच ठरवून दिलेल्या वाहनातून निघालो. थ्री व्हीलर! थ्री व्हीलरच का? टॅक्सी का नाही? नो आर्ग्युमेंट्स! ऑथर्स फूट! कदाचित त्या लिहित्याक्षणी करंबेळकराच्या खिशात तेवढे पैसे असावेत. नशीब त्याहून कमी नव्हते. नाहीतर त्यानं चक्क आम्हाला हातठेल्यावर घालून पाठवलं असतं. तळागाळातला अस्सल समाजवादी शृंगार वगैरे असं काहीतरी!

आमची चाळ- आमचं घर- आमचे पुरोगामी आई-बाबा, शहाणी भावंडं असले 'फुलकावणी' तपशील त्यानं कथेत आणलेच नाहीत. पाल्हाळ का काय

म्हणतात ते झालं असतं ना! त्यानं चक्क मुद्द्यालाच हात घातला.

सुरुवातच झाली ती आमची रिक्षा, स्टेशनऐवजी त्या लॉजसमोर येऊन थांबण्यापासून. रिक्षात बसल्या क्षणापासूनच आम्ही वखवखलेलं असायचं, असं चंद्रदत्त करंबेळकरानं ठरवून दिलं. कथेच्या सुरुवातीचं ते नेमकं वर्णनच पाहा ना.

वळणावरून थ्री व्हीलर गर्रकन वळली, पण ते दोघंही एकमेकांवर पुरेसे आदळले नाहीत. कारण मुळात एकमेकांना ते बिलगूनच बसले होते. त्यामुळे एवढा वेळ अर्चनाच्या मखमली ओटीपोटावरून हळुवारपणे फिरणारा अजितचा हात, वळणावरून गेलेला तोल सावरण्यासाठी धसमुसळा झाला आणि त्या हातानं त्याच मखमली ओटीपोटाचा गचकन आधार घेतला.

काय माणूस आहे! अधीर झाला आहे तो आणि नाव आमचं! म्हणून तेवढ्यासाठी ती थ्री व्हीलर, ते नेमकं वळण आणि मुख्य म्हणजे अर्चनाच्या ओटीपोटाची मखमल! खरोखर हे असं इतकं विलक्षण रेखीव आयुष्य असतं, तर काय मजा आला असता नाही?

जाऊद्या. हे असं इतकं सारखं वैतागत बसलो, तर तुम्हाला काही सांगताच येणार नाही. खरंतर माझ्यापेक्षा जास्त ही अर्चना वैतागलेली आहे, रागावलेली आहे. कारण करंबेळकरामुळे सगळ्यांत जास्त मनस्ताप तिच्याच वाट्याला आलेला आहे. अहो काय सांगू? मी कथानायक! अर्चना माझी नायिका! करंबेळकरानं तिला अगदी माझी अर्धांगिनीही केलेली! पण आमचा शृंगारसुद्धा आम्हाला करंबेळकराच्या कल्पक मेंदूप्रमाणे करावा लागला आहे. आमचा शृंगार आणि करंबेळकराची कल्पकता! करंबेळकराची कल्पकता आणि आमचा शृंगार! काय सालं नष्टचर्य हे! देवा, आम्हाला पुढल्या जन्मी किडामुंगी कर, पण असल्या शृंगार-कथाकाराच्या कथेतले नायक-नायिका करू नकोस. पुन्हा शृंगारप्रसंगातला आपला तो सुप्रसिद्ध वकूब राबवण्यासाठी, तो हरामखोर अर्चनाच्या मागे तर चक्क हात धुऊन पडला होता.

मघाशी ओटीपोटाची ती मखमल मी तुम्हाला सांगितली. त्यानंतर लॉजच्या मॅनेजरसमोर त्यानं अर्चनाची लाज उधळली. वेश्यावृत्तीला आश्रय देणाऱ्या लॉजचा मॅनेजरच तो! त्याच्यासमोर अगोदर करंबेळकरानं अर्चनाकडून हातरुमाल खाली पाडवला. मग तो रुमाल वाकून उचलणं ओघानं आलंच. अर्चनाला वाकणं भाग होतं. ती वाकल्याबरोबर साहजिकच मग तिचा पदर ओघळला. तिचा पदर ओघळलेला, ती वाकलेली, त्यातून ब्लाऊजचा गळाही मोठा आणि त्या मॅनेजरची पारधी नजर- आणि हलकटपणा म्हणजे अजित- अस्मादिक नेमके त्याच वेळी रजिस्टरमध्ये नाव-पत्ता नोंदवण्यात मग्न. तळपायाची आग मस्तकाला नेणारं,

पण तरीही सोज्वळ आव आणणारं, त्या प्रसंगाचं वर्णन करणारं हे वाक्य पाहा–

'रुमाल उचलता उचलता अनवधानानं अर्चनाचा पदर ओघळला आणि सावज टिपण्यात तरबेज मॅनेजरच्या डोळ्यांतली गिधाडं अर्चनाच्या गिर्रेबाज कबुतरांवर झेपावू लागली.'

मॅनेजरच्या नजरेला गिधाडाची उपमा दिली, ठीक आहे. पण माझ्या अर्चनाच्या वाट्याला 'गिर्रेबाज कबुतरांची' छाकटी उपमा काय म्हणून?

मग तिथून आम्ही आम्हाला मिळालेल्या ३६ नंबरच्या खोलीत गेलो. आता नेमका ३६ नंबरच का? पण ते नंतर. आधी त्यापूर्वीची भामटेगिरी तर ऐका. छत्तीस नंबरच्या आमच्या खोलीत जाण्यासाठी आम्हाला जवळ जवळ चाळीस–पन्नास पायऱ्या चढाव्या लागल्या. आता एवढ्या पायऱ्या का म्हणून? काही विशेष उद्देश? का त्या पायऱ्यांवरून करंबेळकराच्या या कथेचं कथानकही पुढे सरकरणार होतं? छ्या! तसं काही नाही. महाराष्ट्रातल्या या प्रथितयश शृंगार–कथालेखकाचा उद्देश एकच. त्या तेवढ्या सगळ्या पायऱ्या चढता चढता अर्चना धापा टाकू लागली, अर्थात करंबेळकराच्या शैलीत– अर्चनाचा ऊर धपापू लागला. म्हणून 'चाळीस–पन्नास पायऱ्या' कळलं?

तसंच रूम नंबर थर्टी सिक्स...!

धपापत्या उरानं अर्चना अजितच्या मागोमाग खोलीत शिरली. तसं अजितनं घाईघाईनं खोलीचं दार लावलं. त्या तेवढ्या पायऱ्या चढून आल्यामुळे अर्चना अजूनही धापा टाकत होती. त्यामुळे तिचं वरखाली होणारं ऊर मोठं लोभस दिसत होतं. त्या लयबद्ध उतार–चढावांमध्ये एक मादक संगीत होतं. तिच्या उरोजांवर आपली ओढाळ नजर खिळवत अजित म्हणाला,

'डार्लिंग, तुझा ३६ नंबर इतका अनावर का झालाय? काय हवंय त्याला? मे आय हेल्प...?'

बाऽऽस! थर्टी सिक्स नंबर! म्हणून रूम नंबर थर्टी सिक्स! मग एकदा खोलीचं दार बंद झालं आणि तो प्रथितयश शृंगार सूर मोकाट सुटला.

वैतागलो! चक्क वैतागलो! माय गॉड! त्या तसल्या कळकट खोलीच्या त्या शिळ्या बेडवर आम्ही एवढे वखवखलेले राहणं शक्य तरी होतं का? नाहीऽ, म्हणजे जरा व्यवस्थित आणि प्रफुल्ल निवांत एकांत मिळाला असता, तर थोडा मनमोकळेपणा उपभोगता आला असता, नाही असं नाही. शॉवरखाली आम्ही एकमेकांना मनसोक्त खळबळून काढलं असतं. मुख्य म्हणजे अर्चनाला मोकळ्या उजेडात, नीट मोकळं मोकळं पाहण्याची संधी जरा निवांतपणे मिळाली असती. लग्न झाल्यापासूनच्या एक–दीड महिन्यात अशी संधी फार तर एक–दोनदा मिळाली आहे. पण या सगळ्या गोष्टींत एक पद्धत असते. एक

प्रोसिजर! रोमँटिक प्रोसिजर कोड! प्रत्येक क्षण बाजारूपणे शृंगाराच्या दिशेला वळवायचाच असं हट्टीपणानं ठरवून, जर सगळे प्रसंग रचले तर सगळं कसं तकलादू नाही वाटणार? पण करंबेळकराला हे सगळं समजावणार कोण?

खोलीचं दार बंद झाल्यापासून करंबेळकरानं पाच-दहा वाक्यांत मुळी आमच्या 'सेशन'ला हात घातला होता.

'तुला मखमलीचं खूप वेड आहे ना रे अजूऽऽ? वेड्याऽऽ आज ही सारी मखमल हवी तेवढी लूट...'

असं म्हणे गुदमरल्या स्वरात अर्चना अजितला म्हणाली. करंबेळकरच्या नानाची टांग! एक तर अर्चना मला 'अजू' वगैरे म्हणत नाही आणि मुख्य म्हणजे अशा क्षणांमध्ये असा इतका फिल्मी डायलॉग ती कधीच मारणार नाही. आम्ही जेव्हा कधी एखाद्या हॉटेलात जाऊ, तेव्हा ते हॉटेल कितीही पॉश असो, त्या हॉटेलातला पलंगपोस अगदी परीटघडीचा असो, अर्चना सर्वांत अगोदर त्या पलंगावर घरचा स्वच्छ धुतलेला पलंगपोस घालेल, मग बरोबर आणलेली चंदन अगरबत्ती लावेल, तोपर्यंत मी फ्रेश झालेला असेन. मग माझ्या हलक्याफुलक्या छळाशी झुंज घेत घेत अर्चना फ्रेश होईल. आणि त्यानंतर मग...

म्हणजे एकूण पद्धत अशीच काहीतरी असणार! आणि पद्धत कशीही असो, दोन-तीन दिवसांसाठी एखाद्या हॉटेलात जाण्यापूर्वी मी त्या हॉटेलविषयी पूर्ण माहिती करून घेतली असणारच. करंबेळकरानं जुळवून आणलेले ते दोन-तीन नेमके प्रसंग अर्चनाच्या बाबतीत, कुणाच्याहीमुळे का होईना, ओढवलेले मला अजिबात खपणार नाहीत. करंबेळकराच्या प्रभावामुळे माझा नाइलाज होता. म्हणून तर इतक्या स्पष्ट आणि बोलक्या प्रसंगातला सरळ अर्थही मला समजून घेता आला नाही. त्या वेळी करंबेळकराच्या ठोंब्या अजितनं म्हणजे मी, फक्त कपाळावर आठ्या चढवल्या. दाराबाहेर झुलणाऱ्या त्या इसमाकडे पाहिलं आणि फक्त दार लावून घेतलं. दुसरा काही इलाजच नव्हता. त्या सगळ्या प्रसंगांत डोकं चालवायला करंबेळकरानं वाव ठेवला होता कुठे...?

अजित आणि अर्चना एकमेकांत गुंफून पडले होते. खोलीबाहेर पलीकडल्या समुद्रात लाटा उसळत होत्या. एक भलीमोठी लाट नुकतीच उसळून येऊन किनाऱ्यावर आपटून परतली होती. त्यामुळे चिंब भिजलेला किनारा श्रांतक्लांत वाटत होता. (हा आकस्मिक उपटलेला समुद्र बहुतेक करंबेळकराच्या तीर्थरूपांचा खानदानी नोकर असावा!) अजित अर्चनाच्या तृप्त केसांतून बोटं फिरवत, तिच्याकडे अनिमिष पाहत पडला होता. (हे जरा बरं आहे, पण बहुधा चुकून असावं, कारण पुढे पाहा.)

तोच अचानक दाराची कडी खडखडली. तसं अजित आणि अर्चना

एकमेकांपासून दूर झाले. अर्चनानं गळ्यापर्यंत चादर ओढून घेत दाराकडे पाठ केली. दार उघडून अजितनं बाहेर पाहिलं. समोर एक बकाल इसम उभा होता. त्याच्यामागे जिन्याजवळ भडक रंगाची साडी नेसलेली एक चवचाल बाई उभी होती. (इथे करंबेळकरानं त्या तसल्या बाईचंही अगदी मिटक्या मारत वर्णन केलं आहे, पण आपण ते विसरून पुढे जाऊ.)

'खोलीका रातभरका भाडा दिया क्याऽऽ?' त्या इसमानं बोलण्यासाठी तोंड उघडताच, वसकन हातभट्टी दरवळली.

'तीन दिन का भाडा दिया हैं। क्यूं?'

'तीन दिनऽऽ?' शीळ फुकून, डोळे मिचकावत तो इसम म्हणाला, 'साथमे चमेली बैठीए क्याऽऽ?'

'मेरी वाईफ है, क्यूंऽऽ?' त्या इसमाचा खोलीत डोकावून पाहण्याचा प्रयत्न हाणून पाडत, कपाळावर आठ्या चढवत अजित म्हणाला.

'वाईऽऽफ! ऊंऽऽऽ! नो लाइफ!'

वेडेवाकडे हातवारे करत, त्या चवचाल बाईकडे पाहत तो इसम बडबडला. तशी ती बया फिदीफिदी हसू लागली. तिकडे रागारागानं पाहत...

बस! पुढे काही नाही. खोलीचं दार 'अजित'नं रागारागानं धाडकन लावून घेतलं, पण या प्रसंगामुळे त्याच्या मेंदूचं दार जे खाडकन उघडायला हवं होतं, ते किलकिलंसुद्धा झालं नाही. चंद्रदत्त करंबेळकरावर आमचा मुख्य राग आहे तो इथेच. अरे, अजितला– म्हणजे मला– ज्ञानेंद्रियसुद्धा आहे, हे पार विसरलास काय लेका? खरंतर हा एकच प्रसंग इतका बोलका होता, की मी सावध होऊन ताबडतोब ते लॉज सोडलं असतं. म्हणजे पुढलं अरिष्ट नक्कीच टळलं असतं, पण नाही. 'ते अरिष्ट' हा तर करंबेळकराच्या कथेचा महत्त्वाचा भाग होता. म्हणून तर, ना अजित सावध झाला, ना अर्चनानं बाहेरच्या ऐकू आलेल्या त्या सगळ्या संवादाची नीट दखल घेतली.

'काय झालं रेऽऽ?' अर्चनानं ताडकन उठून बसत विचारलं.

आता मंडळी, आणीबाणीच्या प्रसंगी भर्रकन गळ्यापर्यंत चादर ओढत ज्या पोरीनं अंथरुणाचा आश्रय घेतला असेल, ती पुढच्याच क्षणी बेसावधपणे अशी ताडकन उठेल काय? पण नाही. अर्चना नेमकी तशीच उठली. त्यामुळे साधारण तेच सगळं घडलं, जे करंबेळकराला घडायला हवं होतं...

अर्चनाच्या शरीरावरून घरंगळून पडलेल्या त्या दिलदार चादरीचे अजितनं आभार मानले. (तिच्या मारी!) खोलीच्या बंद दाराबाहेरचं क्षणापूर्वीचं ते छोटंसं हलकट वादळ एव्हाना कुठल्या कुठे उडून गेलं होतं. तो अडथळा जणू अडथळा नव्हताच. (कसा असेल?) भडकलेल्या आगीवर पाण्याचा शिपका मारला, तर

आग आणखी भडकते– काहीसं तसंच झालं होतं.

अनावृत अर्चनाकडे पाहता पाहता (हरामखोर!) अजित क्षणापूर्वी वाजलेली कडी, तो इसम, ती बया– सारं सारं विसरला. अर्चनानं नेमकं काय विचारलं आहे, हेसुद्धा तो विसरला.

नकळत घसरलेली चादर सावरता सावरता अर्चनानं संकोचून अजितकडे पाहिलं. त्याच्या डोळ्यांत फुलबाज्या पेटल्या होत्या. त्या पाहताच अर्चनाही आपण काय विचारलं होतं ते पार विसरली. क्षणभरापूर्वी दाराबाहेर काय घडलं असावं, याऐवजी गेल्या काही फुलबाजी क्षणांमध्ये जे घडलं होतं त्या धुंद स्मृतीतच ती विरघळून गेली.

झालंऽऽ! म्हणजे अर्चना, या गृहस्थानं आपल्यावरच शेवटी खापर फोडलं तर! तुझी अक्कलही गहाण आणि माझी अक्कलही गहाण! म्हणजे प्रसंगाची रचना अशी, की वासनेत आंधळं झाल्यामुळे आमचं आम्हीच अरिष्ट ओढवून घेतलं. स्फुल्लिंग आणि फुलबाज्यांपायी आम्हाला मिळालेला इशारा आम्हाला कळलाच नाही, म्हणून ते सगळं महाभारत घडलं. एकूण असंच काय ते! म्हणजेच आम्हाला रागावण्याचंही नैतिक सुख न मिळू देणारी ही फुलप्रूफ कल्पकता! ही असली फुलप्रूफ कल्पकता गेली खड्ड्यात. रात्रीचा तो सगळा प्रसंग डोळ्यांपुढे आला, की अर्चना शरमेनं अर्धमेली होते आणि माझ्या तळपायाची आग मस्तकाला जाते. इथेही पुन्हा एक अन्याय असा, की आपल्या तळपायाची आग आपल्याच मस्तकात जाते. उपयोग काय? आपल्या तळपायाची ती आग, त्या रागाचं जो कारण त्या माणसाच्या मस्तकावर ज्वालामुखीतल्या लाव्ह्यासारखी खदखदत जाऊन कोसळायला हवी.

चंद्रदत्त करंबेळकर! आम्हाला विलक्षण मनस्ताप देणारा तो प्रसंग लिहिताना चंद्रदत्त करंबेळकर जणू बेहोष होता. तो तसा बेहोष होता म्हणूनच की काय, लॉजवर पोलिसांची धाड पडण्याच्या त्या नेमक्या क्षणांत आपल्या नायक–नायिकेलाही त्यानं बेहोषच ठेवलेलं होतं. खरं म्हणजे रात्रीचे जेमतेम दहा–साडेदहाच काय ते झालेले, पण लॉजवर गेल्यापासूनच्या त्या दोन–तीन तासांतच करंबेळकरानं आम्हाला एवढं काही थकवून टाकलं, की एकमेकांच्या मिठीत पडल्या पडल्या अजित आणि अर्चनाला केव्हा झोप लागली, त्यांना कळलंसुद्धा नाही. अर्चना तर एखाद्या भिजलेल्या पाखरासारखी, अजितच्या कुशीत दडून झोपली होती. तिला अजितपासून दूर व्हायची मुळीच इच्छा नव्हती.

हे असेच क्षण, लॉजच्या त्या दोन–तीन दिवसांपैकी, एखादा पूर्ण दिवस जरी करंबेळकरानं रंगवलं असतं, तरी हरकत नव्हती. त्याला आम्ही अंशत: तरी क्षमा केली असती. पण करंबेळकराला त्याच्या कठपुतळ्यांच्या क्षमा–शिक्षेची काय

रागा–लोभाची काय पर्वा? त्यानं त्या पहिल्याच दिवशी आणि नेमक्या त्याच क्षणांत लॉजवर पोलिस पाठवले.

धाड धाड जिने वाजू लागताच दोघांची झोप खाडकन उघडली आणि नेमकं काय होत असावं, हे कळण्यापूर्वीच खोलीच्या दाराचा धडधडाट सुरू झाला. नुसतीच कडी खडखडत नव्हती, तर कुणीतरी दारावर चक्क बुटांच्या लाथा घालत होतं. अजित आणि अर्चना उड्या मारून अंथरुणाबाहेर आले. अजितनं भराभरा कुर्ता–पायजमा चढवला. दार प्राणांतिक खडखडत होतं. अजितनं दातओठ खात दाराकडे पाहिलं. तो तोंडातल्या तोंडात अर्वाच्य शिव्या पुटपुटू लागला. अर्चनासाठी थोडा वेळ द्यावाच लागणार होता. तरी ती बिचारी अगदी लगबगीनं कपडे चढवत होती. घाईघाईनं तिनं साडी गुंडाळताच अजितनं चवताळून दार उघडलं. दार उघडताच त्याच्या डोळ्यांसमोर काजवे चमकले.

हे असे 'काजवे चमकले' नसले, तरी दाराबाहेर पोलिसांना पाहून मी थोडा घाबरलो होतो, हे नक्की. अत्यंत उद्धट स्वरात त्यांनी आम्हाला ताबडतोब खोलीबाहेर निघायला सांगितलं. अर्चनाला कपडे करण्यापुरता वेळ करंबेळकरानं दिला, हे काय थोडं झालं? ऋणी आहोत बाबा! ऋणी आहोत आम्ही तुझे! तशीच परकर–पोलक्यात तिला बाहेर काढली असती, तर काय करणार होतो मी? इतर 'त्या' बायांपैकी दोघींना काढलंसंच ना तू परकर–पोलक्यातच बाहेर! तू आणि तुझी लेखणी, जे ठरवाल तेच आमचं विधिलिखित!

विषाची आणि पोलिसांची परीक्षा पाहू नये, असा विचार करून अजितनं निमूटपणे, भेदरलेल्या अर्चनाला स्वतःच खोलीबाहेर काढलं. नेम काय? महिला पोलिसांनी अर्चनाला फरफटत बाहेर काढण्यापूर्वीच तिनं बाहेर निघणं चांगलं!

अजितच्या पाठोपाठ, त्याच्यामागे दडल्यासारखी अर्चना खोलीच्या बाहेर आली. ती पार भेदरली होती. बाहेरच्या पॅसेजमध्ये बरीच गर्दी होती. तीस–चाळीस माणसं तरी नक्कीच असावीत– एक इन्स्पेक्टर, दहा–बारा हवालदार, चार–पाच स्त्री पोलिस आणि इतर बरेच. वरच्या बारा खोल्यांपैकी फक्त दोनच खोल्या अशा होत्या, की ज्यात पोलिसांना बाया सापडल्या नाहीत. बाकी सगळ्या खोल्यांतून...

यापुढे मला काही सांगता येणार नाही. करंबेळकरा, लिहिण्याच्या तुझ्या त्या दळभद्र्या झपाट्यात माझ्या अर्चनालासुद्धा तू 'बाई' करून सोडलंस! ती बाई आहे कबूल! पण लॉजच्या दहा खोल्यांतून पोलिसांनी ज्या दहा जोडप्यांना बाहेर काढलं, त्यांपैकी एक जोडपं आमचं अजित–अर्चनाचं, तुझ्या नायक–नायिकेचं, मुख्य म्हणजे लग्न झालेल्या नवरा–बायकोचं होतं, हे तू पार विसरलास? त्या वेळी त्या तसल्या लॉजमध्ये असणं आमचा गबाळेपणा असेल, मूर्खपणा असेल,

पण विनाचौकशी, तूच आम्हाला तिथे नेऊन घातलंस ना? अशी कशी ही तुमची विघ्नसंतोषी कल्पना भाऊऽऽ? त्यातून त्या सगळ्या बाजारबसव्यांच्या रांगेत अर्चनालाही उभं करण्याचा प्रसंगही तू योजलास. तिच्या आजूबाजूच्या दोन्ही बाया तर चक्क परकर-पोलक्यात होत्या. त्यांच्या त्या तसल्या अवस्थेवरही तुमची शब्दकळा कोसळलीच.

रंगसंगतीची बकाल थट्टा करणाऱ्या भडक बाजारू रंगाची परकर-पोलकी घालून त्या दोघी अर्चनाच्या डावी-उजवीकडे उभ्या होत्या. अंगावर साडी नव्हती. त्यामुळे पुन्हा पुन्हा पदर ढासळवण्याचा प्रश्नही नव्हता. अर्चना शरमेनं अर्धमेली झाली होती. राहून राहून तिची भेदरलेली नजर डाव्या-उजव्या बाजूला होत होती. मनात असलं तर अशावेळी हातांचा उपयोग थोडाफार पदरासारखा करता येतो. लाज झाकण्यापुरता, पण हे त्या बायांच्या खिजगणतीतही नव्हतं. जणू उघडी पडली आहे ती लाज नसून, ते त्यांच्या धंद्याचे परवाने असल्यासारख्या त्या ते मिरवत उभ्या होत्या. मुळात हा सगळा अनुभवच त्यांना नवा नव्हता. पुढे काय काय होणार आहे, हे ठाऊक असल्यासारख्या त्या बेफिकीरपणे उभ्या होत्या. अर्चनाची एकीशी चुकून दृष्टिभेट होताच ती बया चक्क डोळा घालून हसली. त्यांच्याजवळ उभ्या असलेल्या अर्चनाला आता गरगरू लागलं. तिचे हात-पाय कापू लागले. जीव घाबरा झाला.

त्या वेळी अर्चना चक्कर येऊन खाली कोसळली होती. कारण?- कारण उघड आहे. करंबेळकरसाहेबांना आता कथा हळूहळू गुंडाळायची होती. एवीतेवी 'भल्यासाठी थोबाडीत भडकावण्याची' लेखकीय 'पोज' करंबेळकरानं घेतली होतीच. त्याचं मुख्य काम झालंच होतं. म्हणजे इतकी आमची संभावना करून पुन्हा 'ऑल इज गुड, व्हेअर द एन्ड इज गुड' आहेच. त्या बाजारबसव्यांच्या रांगेत ज्या बाजारू पद्धतीनं अर्चनालाही उभं केलं गेलं, ते सारं आम्ही विसरायचं. कारण फायनली त्या बायांबरोबर पोलिसांच्या व्हॅन्समधून पोलिस ठाण्यावर जायची वेळ आमच्यावर नाही आली नाऽऽ? बऽऽस्! हेच खूप झालं!

अर्चना चक्कर येऊन कोसळली. धाड घालण्याच्या नेमक्या क्षणांतलं पोलिसी थैमानही आता बरंच निवळलं. इन्स्पेक्टरसाहेबांनीसुद्धा बहुधा लॉजिकली विचार करायला सुरुवात केली असावी आणि सगळ्यांत महत्त्वाचं म्हणजे चंद्रदत्त करंबेळकराला कथेचा शेवट नेमका कसा करावा हे सुचलं असावं. त्याला ते सुचलं आणि...

वीज चमकावी तशी अजितला अकस्मात शिंदेकाकांची आठवण झाली. पोलिस प्रॉसिक्युटर लक्ष्मणराव शिंदे! बाबांचे मित्र! हे सगळं कळल्यावर ते भरपूर शिव्या घालणार हे नक्की, पण ते सगळं सगळं परवडलं! शिंदेकाकांच्या

शिव्या पचवण्याचा एकदा निर्धार केला आणि मग मात्र अजितनं वेळ वाया जाऊ दिला नाही. ताबडतोब त्यानं इन्स्पेक्टरसाहेबांजवळ विनंती केली,

'इन्स्पेक्टरसाहेब, जरा शिंदेसाहेबांना फोन लावून द्याल का?'

'कोण शिंदेऽऽ?' इन्स्पेक्टर गुरकावलेल्या स्वरात म्हणाला.

'आय थिंकऽऽ यू माईट बी नोइंग हिम व्हेरी वेल! पोलिस प्रॉसिक्युटर एल. एन. शिंदे!'

'ओऽऽ येस! एल. एन. शिंदेसाहेबऽऽ! त्यांचा-तुमचा काय संबंध?' आता इन्स्पेक्टरचा स्वर नाही म्हटलं तरी जरा मवाळ झाला होता.

'ते माझे मामा आहेत. म्हणजे हिचे सासरे!'

'रिअलीऽऽ? माय गुडनेस!'

यानंतर आता वेगळं असं काही सांगायचं राहिलं आहे, असं मला वाटत नाही. तेवढ्या त्या सगळ्या तपशिलात तुम्हाला 'इंटरेस्ट' असला, तरी मला नाहीये. एवढंच सांगतो, की, पोलिसांच्या जीपमधून, इन्स्पेक्टरसाहेबांच्या बाजूला बसून, पोलिस प्रॉसिक्युटर शिंदेसाहेबांच्या... चुकलो शिंदेमामांच्या बंगलीच्या दिशेनं आम्ही भरधाव निघालो असतानाच ही कथा ९९ टक्के संपली होती. उरलेला एक टक्का उगीच आपलं! सहानुभूतीचा तुकडा म्हणून म्हणा, किंवा करंबेळकराच्या कल्पनेतली 'स्वीट डिश' म्हणा-

शिंदेमामांच्या बंगलीतल्या खऱ्याखुऱ्या निवांत गेस्टरूमचं दार लावत अर्चना मागे वळली. अजित इझी चेअरमध्ये पडल्या पडल्या तिच्याकडेच पाहत होता. त्याचा चेहरा मलूल दिसत होता. अर्चनाकडे पाहता पाहता तो खिन्नपणे हसला. तशी अर्चना धावतच त्याच्या मिठीत शिरली आणि स्फुंदू लागली. अजितनं तिला जवळ घेतलं आणि हळुवारपणे तो तिला थोपटू लागला. हळूहळू ती शांत झाली. खरोखर आतापर्यंत तिनं फार मनस्ताप भोगला होता.

काही क्षण असेच गेले असतील-नसतील, तोच अचानक गेस्टरूमचं दार हळूच ठोठावलं गेलं. अजित आणि अर्चना क्षणकाल थरारले, पण लगेच सावरले. दोघांच्याही चेहऱ्यावर स्मित उमटलं. ही शिंदेमामांची बंगली आहे. पोलिस प्रॉसिक्युटर लक्ष्मणराव शिंदे!

अजितनं दार उघडलं. दाराबाहेर पाण्याचा जग घेऊन मिश्कील चेहऱ्याचे शिंदेमामा उभे होते.

चंद्रदत्त करंबेळकराची कथा ही अशी संपली. अगदी शेवटून का होईना, अरिष्ट वाचलं. पण तोपर्यंत आम्ही जे काही भोगलं, ते कमी होतं काय? छ्या! या सगळ्यांतून अर्चनानं पुन्हा जावं अशी माझी अजिबात इच्छा नाही. कारण करंबेळकरानं कथा लिहून पूर्ण केली असली, तरी ती अजून 'फेअर' व्हायची

आहे. फेअर करता करता, तो काही 'फायनल टचेस' देईल. त्याच्याच पद्धतीनं बोलायचं, तर शेवटचा हात फिरवील. कदाचित काही प्रसंग त्याला नवे सुचतील. न जाणो, काही नेमके प्रसंग पुरेसे नाट्यमय किंवा रंगतदार झालेले नाहीत, असंही त्याला वाटण्याची शक्यता आहे. एकूण अजूनही काही खरं नाही आणि आता त्या सगळ्याची आम्हाला आठवणसुद्धा नको. अगदी मुळीच नको.

म्हणून चंद्रदत्त करंबेळकर झोपलेला आहे ही संधी साधून मी आणि अर्चना त्याच्या कथेतून चक्क पळून आलेलो आहोत.

कर बेट्या, काय 'फेअर' करतोस ते!

– आणि हो, शेवटी एक विनंती तुम्हा मंडळींना, अगदी विनम्रपणे! दोन्ही हात जोडून! हे सगळं जे तुम्हाला आपलेपणानं आम्ही सांगितलं आहे, ते तुमच्याजवळच राहू द्या. नाहीतर तुमच्यापैकी कुणाचं तरी डोकं चालेल आणि याच सगळ्यावर एखादी कथा जन्म घेईल. नेम काय होऽऽ!

तेव्हा प्लीज...!

(पूर्वप्रसिद्धी : मेनका, मार्च १९८७)

कल्याण

ॲड. देविका साने

''आवारातच कार लाव'' उतरता उतरता सुचित्रानं ड्रायव्हरला बजावलं. ''आणि हे बघ, मला सी. एम. साहेबांकडे ताससुद्धा लागेल. पण तू कार लावून पानपट्टीच्या दुकानावर जाऊ नकोस.''

''बरं बाई.''

मंत्रालयातला लिफ्टमन सुचित्राकडे पाहून कळत नकळत हसला. इतरांना त्यानं उर्मटपणानंच कितव्या मजल्यावर जायचंय, असं विचारलं. सुचित्राला सी. एम. साहेबांच्या मजल्यावर जायचं असतं, हे त्याला ठाऊक होतं.

सी. एम.च्या मजल्यावर नेहमीसारखीच गर्दी होती. काही लोक घोळका करून, तर काही काखेत फायली घेऊन एकेकटे उभे होते.

पांढऱ्या कपड्यांतले, पान चघळणारे आणि तंबाखू मळणारे आमदार व्ही. आय. पी. वेटिंग रूममध्ये जागा अडवून बसले होते.

लिफ्टमधून उतरताना सुचित्रानं लिफ्टमधल्या आरशात झटकन नजर टाकली. सकाळीच ती पार्लरमध्ये जाऊन केस सेट करून आली होती. हेअर स्प्रे मारल्यामुळे केस अगदी जाग्यावर आणि ठीकठाक होते. डाव्या हाताच्या करंगळीनं तिनं आपली केसांची बट कपाळावर आणखीनच खेचली.

एकदा बोलता बोलता सी. एम. तिला म्हणाले होते, की गुलाबी रंग सुचित्राच्या गोऱ्या रंगाला खूप उठून दिसतोय आणि त्यामुळे आज लक्षात ठेवून ती गुलाबी, चंदेरी साडी नेसली होती. चंदेरी साडीच्या एकेरी पदरातून

तिचं गुलाबी कटोरी ब्लाऊज जरा अधिकच स्पष्ट दिसत होतं. त्यातल्या गोलाईसह! समोरून तर ब्लाऊजचा गळा जरा खोल होताच, पण मागच्या बाजूनं तर जास्तच खोल होता. सुचित्रानं मुद्दामच दोन्ही खांद्यांवरून पदर लपेटून घेतला होता, पण मुळात पदर पारदर्शक आणि एकेरी असल्यामुळे तिच्या पाठीची पन्हळ खोलपर्यंत रुतलेली दिसत होती.

सुचित्रा जेव्हा लिफ्टमधून उतरली, तेव्हा लिफ्टमध्ये 'पॉयझन' सेंटचा वास भरून राहिला. सुचित्राला पॉयझन एवढं आवडत नसे. तिला 'नीना रिक्की'च जास्त प्रिय होतं. पण सी. एम.ना 'पॉयझन'चा वास खूप आवडायचा. त्यामुळे हिंगोरानीनं सुचित्राच्या घरी अर्धा डझन पॉयझन सेंटच्या बाटल्या भेट आणून दिल्या होत्या.

हिंगोरानी एक बिल्डर होता. काहीजण तर असंही म्हणत, की हिंगोरानी स्मगलिंगमध्ये गुंतला होता. अर्थात, कुणी काहीही बोलो, हिंगोरानीला त्याची पर्वा नव्हती.

फाळणीच्या वेळी जेव्हा हिंगोरानीला घेऊन त्याचे वडील मुंबईला आले, तेव्हा हिंगोरानी फक्त एक वर्षाचा होता. आईच्या तोंडून कराचीमधल्या त्यांच्या खानदानी श्रीमंतीची वर्णनं तो ऐकत होता. पण हिंगोरानीचं सर्व बालपण चुनाभट्टीतल्या एका चाळीत गेलं होतं. कराचीहून मुंबईला आल्यावर हिंगोरानीच्या वडलांनी साबण करून विकायचा धंदा सुरू केला. वडलांनी तयार केलेलं फिनाईल, साबण हिंगोरानी व भावंडं दारोदार विकत. साबण आणि फिनाईल विकून किती कमाई होणार? पण हिंगोरानीचे वडील स्वत: अशिक्षित असले, तरी मुलांनी शिकावं ही त्यांची इच्छा होती.

वयाच्या अठराव्या वर्षी हिंगोरानी एका फाईव्हस्टार हॉटेलमध्ये वेटर म्हणून नोकरी करत होता आणि दिवसा कॉमर्स कॉलेजला जात होता. फाईव्हस्टार हॉटेलमध्ये वेटर म्हणून काम करताना त्याला एक जाणवलं होतं, की लोकांशी मिट्ठास बोललं, गिऱ्हाइकाच्या मनाप्रमाणे व मर्जीप्रमाणे काम केलं, तर खूष होऊन गिऱ्हाईक कितीतरी जास्त बक्षिसी देऊन जात होतं.

अर्थात, हॉटेलच्या झगमगाटी दुनियेत त्याला इतरही अनेक गोष्टी कळल्या. कित्येकदा जी बिझनेस डील्स बोर्ड-रूममध्ये होऊ शकत नव्हती, सुटू शकत नव्हती, ती डील्स रात्री एअर कंडिशन्ड रूममध्ये गुबगुबीत गादीवर एखाद्या सुंदरीमार्फत झटकन् सुटत असत. हे गणितच और होतं. सामान्य माणसाच्या आकलनाबाहेरचं होतं, पण फाईव्हस्टार संस्कृतीला, पॉवर गेम्सला लागू होत होतं.

हिंगोरानी वेटरची आदब आणि हसरा स्वभाव मुंबईतला एक मोठा बिल्डर आणि एक मिनिस्टर या दोघांचाही आवडता होता. हे दोघंही मॅनेजमेंटला रिक्वेस्ट करून रूम सर्व्हिससाठी नेहमी हिंगोरानी वेटरला मुद्दाम बोलावून घेत.

हॉटेलच्या खास सूटमध्ये त्या दिवशी रतनचंदानी बिल्डरची खास लोकांसाठी पार्टी होती. हिंगोरानी वेटरला रतनचंदानीनं मागून घेतलं होतं. पार्टी संपली. सकाळी सहा वाजता उठून रतनचंदानी त्याच्या बंगल्यावर निघून गेला, पण जाताना त्याचं पाऊच रूमवरच विसरला. हिंगोरानी जेव्हा खोलीतले ग्लासेस, बश्या उचलायला खोलीत आला, तेव्हा त्याला ते पाऊच दिसलं. पाऊच न उघडताच त्यानं हॉटेलच्या मॅनेजमेंटकडे पोचवलं. सात वाजता रतनचंदानी पाऊच नेण्यासाठी हॉटेलवर आला. पाऊचमध्ये पन्नास हजार रुपये तर होतेच, पण दोन–तीन लाख रुपयांचे हिरेही होते. रतनचंदानीच्या दृष्टीनं ही रक्कम मोठी नव्हती, पण हिंगोरानीची सचोटी त्याच्यासाठी मोठी होती.

महिन्याभरातच हिंगोरानी रतनचंदानी बिल्डरच्या ऑफिसमध्ये काम करू लागला. एव्हाना हिंगोरानीला बी. कॉम.ची डिग्रीही मिळाली होती.

दहा वर्षांत कन्स्ट्रक्शन बिझनेसमधलं जेवढं शिकण्यासारखं होतं, तेवढं सर्व हिंगोरानी शिकून गेला होता.

दहा वर्षांनी हिंगोरानीनं स्वत:चा कन्स्ट्रक्शन बिझनेस सुरू केला. रतनचंदानीनं अर्थातच त्याला मदत केली. एका सिंधी माणसानं दुसऱ्या सिंधी माणसाला मदत करणं त्यांच्या रक्तातच होतं.

हिंगोरानी रिझर्व्हेशनमधले प्लॉट्स घेत असे. हे प्लॉट्स शाळा, उद्यानं, हॉस्पिटल इत्यादी सार्वजनिक सुविधांसाठी राखीव ठेवलेले असत. यावर कुणाला घरं किंवा शॉपिंग कॉम्प्लेक्स बांधणं शक्य नसे, पण हे रिझर्व्हेशन महसूलमंत्र्यांच्या एका सहीमुळे उठू शकत होतं. उद्यानासाठी ठेवलेल्या जागेत शॉपिंग कॉम्प्लेक्स बांधण्याचा चमत्कार या सहीमुळे होऊ शकत होता. अर्थात, त्या सहीची किंमतही जबरदस्त होती.

हिंगोरानीच्या आतापर्यंत चार स्कीम्स अशाच बांधून झाल्या होत्या. पाचवी स्कीम मात्र अडली होती. या फाईलवर सही करायला महसूलमंत्री घाबरत होते. पेपरवाले आधीच त्या मंत्र्याच्या मागावर होते. त्यामुळे त्यांनी हिंगोरानीची फाईल क्लीअरन्ससाठी सी. एम.कडे पाठवून दिली होती. या रिझर्व्हेशनच्या प्लॉटमध्ये हिंगोरानीचे लाखो रुपये गुंतून बसले होते.

हिंगोरानी सी. एम.च्या पी. ए.तर्फे सी. एम.नाही अ‍ॅप्रोच झाला होता, पण

सी. एम.ही सध्या खूपच सावध झाले होते. थोडक्यात म्हणजे हिंगोरानीच्या मंत्रालयातल्या खेपा वाढत होत्या, पण काम होत नव्हतं.

दोन महिन्यांपूर्वी साहेबांच्याच एका असिस्टंट पी. ए.नं सुचित्रा सावंतचा पत्ता हिंगोरानीला दिला होता.

''साहेबांचं नवीन पाखरू का?''

''नवीन खरं, पण एरवी साहेब जाळं टाकतात अन् पाखरं जाळ्यात अडकतात. पण या वेळी पाखरानं जाळं टाकलंय अन् साहेब घट्ट अडकलेत!''

हिंगोरानी मग एका सकाळी फुलांची परडी आणि फळांची करंडी घेऊन सुचित्राच्या फ्लॅटशी उभा राहिला.

त्याचं आगतस्वागत करून व त्याचा हेतू जाणून घेतल्यावर ती म्हणाली, ''आय कॅनॉट प्रॉमिस यू एनिथिंग. मी साहेबांशी बोलून बघते.''

''तुम्ही मनावर घेतलंत, फिर मुझे फिक्र नही। मेरा काम तो बन गया।''

''तुमचं काम झाल्यावर मला विसरू नका.'' सुचित्रानं हातात चहाचा कप खेळवला.

''ऐसा कभी हुआ? आम्ही सिंधी माणसं बिझनेसला पक्के! तुमच्यामुळे काम जसं होऊ शकतं, तसं दुसरं काम बिघडूही शकतं, हे काय मला माहीत नाही?''

हिंगोरानीच्या भेटीनंतर चौथ्या दिवशी सी. एम. सुचित्राच्या घरी डिनरला आले होते. खरंतर एरवी सी. एम. जास्त घ्यायचे नाहीत. एखाद–दुसरा पेग घेतला की बस्स! मद्य पिऊन दुसऱ्याला बोलतं करायचं आणि स्वत: सिगारेट तोंडात ठेवून सर्व ऐकायचं हा त्यांचा खाक्या. पण त्या दिवशी सुचित्रानं त्यांच्या आवडत्या व्हिस्कीचा ब्रँड हिंगोरानीकडूनच मागवून ठेवला होता. सी. एम.ना मनापासून नॉनव्हेज आवडायचं, पण बंगल्यावर नॉनव्हेज करायला शालिनीबाईंचा– त्यांच्या पत्नीचा– सक्त विरोध होता. नाही म्हटलं तरी त्यांचं सोवळंओवळं जरा जास्तीच होतं. मंगळवारी, शुक्रवारी तर त्या उपास करायच्याच, पण चतुर्थीही करायच्या. साहेबांच्या इलेक्शनचे दिवस असले, की त्यांच्या चतुर्थी कडकडीत व्हायच्या. निर्जळीसुद्धा! 'आपण तर एवढं पाप करतो, पण बायकोचं पुण्य आपल्याला तारून नेत असेल बहुधा' हा विचार सी. एम.च्या मनात

बऱ्याचदा डोकावून जात असे.

व्हिस्की आणि शीक कबाब हे सी. एम.च्या समोर ठेवून सुचित्रानं चित्रा सिंग-जगजित सिंगची लेटेस्ट गझलची कॅसेट मंद आवाजात लावली.

''नवीन गझला दिसताहेत?''

''जी! जनाबांसाठी कालच एच.एम.व्ही.च्या दुकानातून घेऊन आले.''

''आमची सर्व आवड तू अगदी मनापासून लक्षात ठेवतेस हं!''

''मला मनापासून आवडतं ते.''

सुचित्रा सी. एम.च्या अगदी शेजारी बसली, लगटून!

सी. एम.नाही प्रेमाचं भरतं आलं. त्यांनी तिला मिठीत घेतलं.

''एक छोटंसं काम होतं.''

''आता हे चालू काम सोडून काय काम बुवा?'' सी. एम. हसले.

''खरं म्हणजे मी आत्ता सांगणार नव्हतेच, पण कधीकधी पंधरा-पंधरा दिवस तुमची फोनवरसुद्धा भेट होत नाही.''

''कशी होणार? सध्या दुष्काळाची कामं जोरात आहेत, दुष्काळग्रस्त भागांतून दौरे केले नाहीत तर तिथली मतं कशी मिळणार? खूप भुकेले, तहानलेले लोक असतात ते. मी गेलो, त्यांच्याशी बोललो की तेवढंच बरं वाटतं त्यांना!''

''पण तुमच्या भेटीसाठी कुणी तहानलेलं असतं, याचा विसर पडतो मात्र.''

''तू तर माझ्या नेहमीच आठवणीत असतेस.''

''तर- मी काय म्हणत होते... हिंगोरानी म्हणून माझ्या ओळखीचा एक बिल्डर आहे.''

''तो. येस येस!''

''हं! त्याची बिचाऱ्याची एक फाईल अडकली आहे मंत्रालयात.''

''हिंगोरानी अन् बिचारा?'' सी. एम. मनापासून हसले.

''आता चार महिने मंत्रालयात दररोज खेटे घालतोय, मग बिचारा नाही तर काय? आता जे मुख्यमंत्री आहेत त्यांना काय कळणार की मंत्रालयातले खेटे म्हणजे काय?''

''मी पण कार्यकर्ता असताना, आमदार असताना मंत्रालयात खूप खेटे घातले आहेत, विसरू नकोस.''

''पण मी तर आता तुम्हाला फक्त सलाम घेतानाच पाहते.''

''माहीत नाही किती सलाम घ्यायचेत आणि कधी श्रेष्ठींकडून धक्का

खायचाय.''

''म्हणूनच म्हणते हिंगोरानीची ती फाईल क्लीअर करून टाका.''

''अं! उद्याच देशपांडेला सांगतो की फाईल काढ म्हणून.''

''तुमचा या देशपांड्यांवर फार विश्वास आहे नाही?''

''हो, खूप लॉयल आहे तो माझ्याशी.''

इतक्यात सुचित्राच्या बेडरूममधला फोन वाजला. हे टेलिफोन कनेक्शन स्पेशल होतं. याचा टेलिफोन नंबर डिरेक्टरीत नव्हता. तो खूप कमी लोकांना माहीत होता. जवळ जवळ कुणाला नाहीच.

''हॅलो! मॅडम, मी देशपांडे बोलतोय. साहेब आहेत ना तिथे?''

''अं!''

''प्लीज, त्यांना फोन देता?''

सुचित्रानं कॉर्डलेस टेलिफोन बाहेर आणला.

''हॅलो साहेब, मी देशपांडे.''

''बोला!''

''वल्लभसिंह दोन तासांपूर्वीच दिल्लीहून परतलेत.''

''मग?''

''श्रेष्ठींशी भेट मिळाली त्यांना. बोलणीही झाली म्हणे! आज रात्री अकरा वाजले तरी दिल्लीला फोन करायला हवा. तुम्ही कदाचित मध्यरात्रीनंतर बंगल्यावर परताल, म्हणून आपल्याला इथे फोन करून त्रास दिला.''

''हं!'' सी. एम.नी फोन खाली ठेवला.

''काय झालं?''

''तसं काही नाही. वल्लभसिंह दिल्लीहून आजच परतला म्हणे! श्रेष्ठींची भेटही मिळाली.''

''मग?''

''श्रेष्ठी सहसा त्याला भेट देत नाहीत, पण हा गेला महिनाभर प्रयत्न करतो आहे, तेव्हा आज भेट मिळालेली दिसतेय.''

''पण भेट झाली तर काय झालं?''

''तो श्रेष्ठींच्या मनावर सारखं बिंबवण्याचा प्रयत्न करतो आहे की दुष्काळी परिस्थिती सी. एम.ला हाताळता आली नाही. स्थिती हाताबाहेर जाते आहे. राज्य टिकवायचं असेल तर सी. एम. बदला.''

'दुष्काळ' हा विषय सी. एम.चा पिच्छा सोडत नव्हता. तसं बघितलं तर एक-दोन, एक-दोन वर्षांआड राज्यात दुष्काळ हा पडतच होता. प्रत्येक

सी. एम. आपापल्या परीनं या दुष्काळाशी सामना करतच होता, पण गेली काही वर्षं पत्रकार या दुष्काळाचं मोठं भांडवल करत होते. जणू काही पाऊस पाडणं हे निसर्गाचं नसून, सी. एम.चं काम होतं.

या वर्षीही अशीच बाब होती. मार्च महिन्यापासून विदर्भातली खेडी तापायला लागली होती. शेतं सुकायला लागली होती. जमिनीत भेगा पडायला लागल्या होत्या.

सी. एम.नी जानेवारीपासूनच या विषयात लक्ष घातलेलं होतं. दुष्काळी कामं सुरू झाली होती. विहिरी खोदणं सुरू झालं होतं. जलसंवर्धन योजना राबवली जात होती, पण केंद्राकडून म्हणावी तितकी मदत राज्याला मिळत नव्हती. जी आर्थिक मदत मिळत होती ती राज्याच्या मंत्र्यांपासून ते शेतकऱ्यांपर्यंत जाईपर्यंत पाझर तलावांसारखी पाझरत होती. सी. एम.नी यासाठीही अनेक खबरदाऱ्या घेतल्या होत्या. जिल्ह्याच्या कलेक्टरतर्फे ते अचानक अनेक फाईल्स मागवून घेत होते. कलेक्टरला सांगून अचानक इन्स्पेक्शन घेतलं जात होतं. कागदपत्रं सर्व ठीक होती, फाईल्स 'इन् ऑर्डर' होत्या, पण शेतकऱ्याला दिलासा मिळत नव्हता.

आतासुद्धा जूनचा पहिला आठवडा उजाडला होता, पण पाऊस पडत नव्हता.

उन्हाळी अधिवेशनानंतर तर विरोधी पक्षांनी सी. एम.ला दुष्काळी परिस्थितीवरून कडाडून हल्ले चढवून भंडावून सोडलं होतं. त्यासाठी विरोधक वारंवार सभात्याग करत होते. शेतकऱ्यांना मुंबईला आणून विधान भवनाला घेराओ घातला जात होता.

एकंदरीत दुष्काळ हा सी. एम.ना घेरून होता.

दुष्काळ हा विषय विसरण्यासाठी तहानलेले सी. एम. सुचित्राकडे येत होते.

सी. एम. बंगल्यावर निघाले, तेव्हा रात्रीचे पावणेअकरा वाजले होते. अकरा वाजता त्यांना श्रेष्ठींना फोन लावायचा होता.

सुचित्राच्या फ्लॅटच्या बाहेर सिक्युरिटीचे दोन इसम उभे होते.

फ्लॅटच्या मुख्य दाराच्या अलीकडे एक फुटावर सुचित्रा थांबली. नाईट गाऊनच्या बाह्या वर करत तिनं नाजूकपणे आळस दिला.

''हिंगोरानीचं विसरू नका हं!''

''अं!''

फ्लॅटचं दार उघडलं गेलं. सिक्युरिटीच्या माणसानं झटकन लिफ्टचं

दार उघडलं. लिफ्ट खाली गेली.

सात दिवसांतच हिंगोरानीनं दिलेल्या हिऱ्याच्या कुड्या सुचित्राच्या कानांत चमकू लागल्या.

आता मंत्रालयातल्या लिफ्टमधून 'पॉयझन'चा वास सगळीकडे मागे टाकत सुचित्रा मुख्यमंत्र्यांच्या दालनाकडे वळली. बाहेरच्या कॉरिडॉरमध्ये गर्दी होतीच.

साहेबांच्या असिस्टंट पी.ए.नं सुचित्राला पाहून ओळखीचं स्मित केलं.

''साहेब अँटी-चेंबरमध्ये आहेत.''

''कुणी आहे बरोबर?''

''वल्लभसिंह आहेत.''

''मग?'' सुचित्रा घुटमळली.

''तुम्हाला मधल्या खोलीत बसवतो ना.''

सुचित्रा मधल्या खोलीत जाऊन बसली. बाहेरचे लोक सुचित्राचा नंबर त्यांच्याआधी लावला म्हणून जरा रागावले. एक आमदार जरा आवाज चढवूनच बोलायला लागले. दुसऱ्या आमदारांनी त्यांचा शर्ट खेचला.

''हे काम निराळं आहे. दुष्काळी नाही. आपल्याला थांबावंच लागणार.''

''कोण ही बाई?''

सुचित्राचा इतिहास मग तिथे चघळला जाऊ लागला...

''नवऱ्याला सोडलंय हिनं. एक पोरगी होती दहा वर्षांची, ती पण नवऱ्यानं आपल्याकडे ठेवली.''

''म्हणजे पाखरू फिरायला मोकळं!''

सी. एम.ना भेटायला वेळ लागणार हे नक्की झाल्यावर आमदारांनी खिशातली तंबाखू-चुन्याची डबी काढली आणि तोंडात तंबाखूची चिमूट सारली.

सुमित्राचं पाखरू इतक्या सहजगत्या मोकळं झालं नव्हतं.

तसं बघितलं तर पंधरा वर्षांपूर्वी लग्न झाल्यापासूनच सुचित्राचं आणि तिच्या नवऱ्याचं फारसं पटत नव्हतं. एका इंजिनीअरिंग कंपनीत तो इंजिनीअर म्हणून काम करत होता. इमानेइतबारे तीन हजार पगार घरी आणत होता, पण त्यात हिऱ्याच्या कुड्या आणि चंदेरी साड्या येणार नव्हत्या.

सुचित्राचे वडील जिवंत असेपर्यंत सुचित्रा थोडी दबकून होती. आपल्या

एकुलत्या एका मुलीनं सरळमार्गी जावयाशी उगाचच भांडाभांडी करणं त्यांना पटत नव्हतं आणि त्यामुळे सुचित्राच्या तक्रारी ते ऐकून घेत नसत.

''पपा, जयंतला काही ॲम्बिशनच नाही. नोकरी एके नोकरी! याशिवाय तो कुठला साईड बिझनेसही करायला तयार नाही. मी त्याला म्हटलं, तुला बिझनेस नसेल करायचा तर मी करते पपांकडून भांडवल घेऊन. तर त्यालाही कबूल नाही.''

''बिझनेस करायचा जयंतचा स्वभाव नाही. तो नोकरीतच बरा आहे.''

''मग आम्ही डोंबिवलीच्या तीन रूम फ्लॅटमधून वरळीला कधीच येऊ शकणार नाही.''

''तुझ्या आईच्या व माझ्या संसाराची सुरुवात एका रूममध्येच झाली होती.''

''पण माझ्या आठवणीत आपण नेहमीच इथे राहिलो.''

सुचित्रा ही तिच्या आई–वडलांना पंधरा वर्षांनी झाली होती. सुचित्राच्या जन्माच्या वेळी तिची आई पस्तीस वर्षांची होती. एकुलती एक, सुंदर आणि इतक्या उशिरा झालेली मुलगी म्हणून सुचित्राच्या आईनं तिचे खूप लाड केले होते.

सुचित्राच्या लग्नाला दहा वर्षं झाली. तिनं ही वर्षं डोंबिवलीच्या फ्लॅटमध्ये घुसमटूनच काढली होती. तिची मुलगी चेतना सात वर्षांची झाली असताना सुचित्राचे पपा वारले. सुरुवातीला आईला दिलासा द्यायला, नंतर पपांचा कारभार सांभाळायला असं म्हणून सुचित्रा महिन्यातले वीस दिवस माहेरी राहायला लागली. चेतनाची शाळा बुडायला लागली म्हणून आईच्या घराजवळच्या शाळेत ती ॲडमिशन घेऊ लागली, तर चेतनानं जुनी शाळा, मैत्रिणी आणि मुख्य म्हणजे तिचे बाबा आणि आजी यांना सोडायला स्पष्ट नकार दिला. तरी जवळ जवळ वर्षभर सुचित्रा महिन्यातले चार–पाच दिवस डोंबिवलीला जाऊन–येऊन होती.

उरलेले पंचवीस दिवस ती तिच्या पपांच्या ऑफिसमध्ये लक्ष घालत होती, पण इतक्या वर्षांनंतर ऑफिस नीट चालत होतंच. अगदी सुचित्रा नसतानाही. मग सुचित्रा पपांच्या क्लबवर जाऊ लागली. तिथे लवकरच इतर हाय सोसायटीतल्या बायकांशी परिचय झाला. कुणी लग्नाबद्दल विचारलं, तर ती 'जयंत परगावी राहतो' असं सांगायची.

पुढे नवऱ्याकडे चार–पाच दिवसही जायचा तिला कंटाळा येऊ लागला. तिथे जाऊन करायचं काय? सगळे आपापल्या कामात.

पूर्वीचे डायव्होर्सचे विचार पुन्हा जोमानं उफाळून येऊ लागले. ती वकिलांकडे गेली.

''तुमच्या नवऱ्याशी भांडाभांडी करायच्या अगोदर त्यांना विचारा, की परस्पर-संमतीनं ते घटस्फोट देतात का?''

जयंतला विचारल्यावर तो 'हो' म्हणाला.

''माझ्या चेतनाची कस्टडी माझ्याकडे कायमची राहील. आई-बाबांना तिचा खूप लळा आहे. ती तुझ्याकडे आली, तर आम्हाला कुणालाच करमणार नाही.''

''पण मला ती भेटेल की नाही?''

''अर्थात! तू खुशाल तिला भेट, पण राहील ती आमच्याकडेच.''

कोर्टात सर्व काही सामंजस्यानं पार पडलं.

महिन्यातून एखाद्या रविवारी चेतनाबेबीला डोंबिवलीहून वरळीला आणण्यासाठी सुचित्राचा ड्रायव्हर डोंबिवलीला जाऊ लागला.

पपांच्या क्लबमध्येच सुचित्रा आणि मिसेस रतन दळवींची ओळख झाली होती. मिसेस दळवी सोशल वर्कसुद्धा करायच्या- हॉबी म्हणून. गरीब वस्त्यांमधून कपडे वाटताना, मुलांच्या शाळेत पुस्तकं वाटताना, असे मिसेस दळवींचे फोटो पेपरमध्ये अधूनमधून झळकायचे.

मिसेस दळवींच्या एका संस्थेला मुख्यमंत्री निधीतून काही निधी हवा होता आणि त्यामुळे मिसेस दळवींना मुख्यमंत्र्यांची भेट घ्यायची होती. एकटं जायला नको म्हणून त्यांनी कंपनी म्हणून सुचित्रालाही आपल्याबरोबर घेतलं होतं.

आणि अशा तऱ्हेनं अनायासे सुचित्राची आणि सी. एम.ची गाठ पडली होती. पस्तिशीतल्या सुचित्रानं आपला बांधा अतिशय आखीव-रेखीव ठेवला होता. खांद्यावरून रुळणारे बॉब्ड्-केस, कोरलेल्या भुवया, पाणीदार डोळे, नाजूक जिवणी आणि सर्वांवर मात करणारा तो गोरा-गुलाबी रंग! सी. एम.ना भुरळ घालणारंच कॉम्बिनेशन होतं ते.

सी. एम.च्या भेटी मग शालिनीबाई नसताना सी. एम.च्या बंगल्यावर, कधी मित्राच्या रिकाम्या फ्लॅटवर, तर कधी परगावी मध्यरात्रीनंतर एखाद्या गेस्ट हाऊसवर रंगू लागल्या. शिवाय सुचित्राचा फ्लॅट होताच. सुचित्राच्या फ्लॅटमध्ये तिच्या आई जरी असल्या, तरी सत्तराव्या वर्षी आणि नवरा वारल्यावर त्यांनी सर्वांतून लक्ष काढून घेतलं होतं. सुरुवातीला सी. एम.च्या आणि सुचित्राच्या भेटींना त्यांनी हरकत घेऊन पाहिली, पण काही उपयोग

होत नाही म्हणून त्या गप्प बसल्या.

सुचित्राच्या बिल्डिंगमध्ये ते उघड गुपित होतं, पण सुचित्राच्या एक-दोन फोन्समुळे बिल्डिंगच्या चेअरमन, सेक्रेटरीची कामं होत असल्यामुळे ते सर्वच गप्प असत. शिवाय इतक्या हाय सोसायटीत कोण कुणाविरुद्ध बोलणार?

सी. एम.च्या बाहेरच्या खोलीत सुचित्राचा इतिहास चघळला जात असतानाच सी. एम.च्या अँटी-चेंबरचं दार उघडलं आणि मिनिस्टर वल्लभसिंह बाहेर पडले.

वल्लभसिंहांना पाहताच सुचित्रा उठली आणि त्यांच्याकडे पाहून लाडिक हसली.

एवढ्यात सी. एम.चे खासगी सचिव श्री. देशपांडे खोलीत आले आणि त्यांनी अँटी-चेंबरचं दार सुचित्रासाठी उघडलं. पदर थोडा ढळता ठेवून आणि केसांवरून हात फिरवत सुचित्रा आत शिरली. सी. एम. कुणाला तरी फोन करत होते. त्यांनी हातानंच तिला बसायची खूण केली.

''हं, इथे कसं काय येणं केलं?''

सी. एम.ना सुचित्रा मंत्रालयात आलेली फारशी आवडत नसे.

''गेले सात दिवस तुम्ही दौऱ्यावर होतात. आज सकाळी देशपांड्यांशी बंगल्यावर बोलले तर ते म्हणाले, साहेब आज दिल्लीला जाणार.''

''खरंय!''

''मग तुमची इतकी आठवण यायला लागली. की सरळ गाडी काढली न आले इथे. नाहीतर पुढचे सात दिवस भेटही झाली नसती.''

''हं!''

''तुम्हाला चैन पडतं माझ्याशिवाय?''

''नाही पडत, पण कामच इतकं असतं...''

''कामावरून आठवलं, त्या बालकल्याण आयोगाबद्दल मागे आपली चर्चा झाली होती.''

''हो, सध्या त्याची फाईल होते आहे.''

राज्यस्तरावर मुलांच्या कल्याणासाठी बालकल्याण आयोग स्थापन होणार होता. राष्ट्रीय स्तरावर त्याची स्थापना होऊन, दिल्लीत त्याचं कामही सुरू झालं होतं. पण राज्यस्तरावर अद्याप फाईल हलली नव्हती.

बालकल्याण आयोगाच्या अध्यक्षाला वेगळी गाडी, फोन, ऑफिस स्टाफ असं सर्व काही मिळणार होतं. मुलांच्या हिताचा प्रश्न असल्यामुळे

आयोगाची अध्यक्ष महिला राहणार होती.

सुचित्राची या अध्यक्षपदावर गेले कितीतरी दिवस नजर होती.

क्लबमध्ये, इमारतीत, शेजाऱ्यापाजाऱ्यांत ती श्रीमंत आहे हे माहीत होतं, पण टी.व्ही.वर तिचं दर्शन घडत नव्हतं, किंवा मासिकांतून तिचे फोटो व इंटरव्ह्यू झळकत नव्हते.

बालकल्याण आयोगाची अध्यक्ष म्हणून तिचं नाव खूपच पुढे येणार होतं. पैसा सुचित्राकडे खूप जमला होता. आता तिला प्रसिद्धी व सत्ता हवी होती.

'बालक दिन' महिन्यावर आला होता आणि बालक दिनी आयोगाची स्थापना होईल, अशी मुख्यमंत्र्यांनी घोषणा केली होती.

महिन्याभरात सुचित्राला खूपच हालचाल करावी लागणार होती. त्यातून सी. एम. पुढले सात दिवस नसले, तर सात दिवस ती फाईल रेंगाळणार होती. सुचित्राशी बोलता बोलता सी. एम.नी सिगारेट पेटवली. सुचित्रानं लाडिकपणे ती काढून टाकली.

''किती सिगारेट ओढायची ती! जरासुद्धा तब्येतीला जपत नाही तुम्ही. आता आलात की पुन्हा चेकअप करून घ्या बरं!'' असं म्हणून ती उठली. अँटी-चेंबरचं दार उघडत म्हणाली, ''बालकल्याण आयोगाचं विसरू नका.''

सी. एम. त्या दिवशी रात्रीच दिल्लीला रवाना झाले. वल्लभसिंह संध्याकाळच्या फ्लाईटनं दहा-पंधरा आमदारांना घेऊन अगोदरच दिल्लीला रवाना झाले होते.

वल्लभसिंह सुरुवातीला श्रेष्ठींना भेटले नाहीत, पण पी.एम.च्या पोलिटिकल सेक्रेटरीला भेटले. महाराष्ट्रात नेताबदल कसा आवश्यक आहे, हे वल्लभसिंहांच्या बरोबरच्या आमदारांनी पुन्हा पुन्हा आणि ठासून सांगितलं.

पोलिटिकल सेक्रेटरीकडे धरणं धरून बसल्यावर श्रेष्ठींशी वल्लभसिंहांना दहा मिनिटं भेट मिळाली. या वेळी वल्लभसिंहांबरोबर इतरही एक-दोन केंद्रीय मंत्री होते. सर्वांनीच महाराष्ट्रातल्या नेताबदलाची शिफारस केली. पी. एम. सर्व ऐकून घेत होते.

चार दिवसांनी वल्लभसिंह आणि सी. एम. लागोपाठच्या विमानांनीच दिल्लीहून परतले. वल्लभसिंह आणि मंडळी आनंदात होती, तर सी. एम.

गंभीर होते. महाराष्ट्रात नेताबदल अटळ होता.

वल्लभसिंहांनी एक उत्तम शक्कल लढवली होती.

विदर्भातल्या एका गावी दुष्काळ होता, तशी तापाची साथही होती. या साथीत गावातली माणसं हॉस्पिटलमध्ये पटापट मरत होती. बघता बघता अर्धं गाव ओसाड झालं होतं.

वल्लभसिंहांना गाव ओसाड पडत चालल्याची बातमी कळली. रातोरात गावी फोटोग्राफर्स पाठवले गेले. भेगा पडलेल्या जमिनींच्या, ओसाड विहिरींच्या पार्श्वभूमीवर आजारी गावकऱ्यांचे फोटो खेचले गेले. एवढंच करून उपयोग नव्हता.

हॉस्पिटलची रेकॉर्ड्स भरपूर पैसे चारून बदलली गेली. तापानं मेलेले गावकरी दुष्काळानं–पाण्याशिवाय तडफडून मेले अशी रेकॉर्ड्स निर्माण केली गेली.

ते फोटो आणि रेकॉर्ड्सच्या झेरॉक्स प्रती एका वार्ताहराला दिल्या गेल्या. त्या स्थानिक वृत्तपत्राच्या संपादकांचा सी. एम.वर विलक्षण राग होता. सी. एम.वर टीका करायची एकही संधी ते सोडत नव्हते. ते फोटो आणि हॉस्पिटलचं रेकॉर्ड यावरून सी. एम.वर घणाघाती हल्ला होऊ शकत होता.

आणि खरंच दुसऱ्या दिवशी त्या वृत्तपत्राच्या पहिल्या पानावर ते रेकॉर्ड आणि फोटो छापले गेले.

'सी. एम. राजीनामा द्या!' हा मोठा मथळा होता.

ज्या राज्यात दुष्काळामुळे लोक मरत होते त्या राज्याचा सी. एम. हा नालायक होता, त्यानं राजीनामा द्यायलाच हवा होता.

ते संपादक केवळ संपादकीय लिहून थांबले नव्हते. त्यांनी वेगवेगळ्या स्तरांतल्या लोकांच्या मुलाखती घेतल्या होत्या. वल्लभसिंहांचीही मुलाखत घेतली होती.

'यात आमच्या माननीय मुख्यमंत्र्यांची काहीही चूक नाही. त्यांनी दुष्काळग्रस्तांच्या मदतीसाठी सर्व योजना राबवल्या आहेत. सी. एम.ना हुसकवायचा हा विरोधकांचा प्रयत्न आहे, पण आम्ही तो सफल होऊ देणार नाही', असं वल्लभसिंहांनी साळसूदपणे आपल्या मुलाखतीत सांगितलं होतं.

हे सर्व वर्तमान श्रेष्ठींच्या कानांवर पोचेल अशी व्यवस्था झाली होती.

म्हणूनच सी. एम.ना दिल्लीला बोलावलं गेलं होतं.

आता सी. एम. दिल्लीहून परतत होते.

सी. एम.ना एअरपोर्टवर रिसिव्ह करायला काही कॅबिनेट मंत्री तर होतेच, पण देशपांडेही होता.

''देशपांडे, सुचित्रा सावंतांकडे फोन करून सांगा, की रात्री मी त्यांच्याकडे जेवायलाच जाईन.''

बंगल्यावरील मंत्रिमंडळाची बैठक संपल्यावर सी. एम.ची गाडी सुचित्राच्या फ्लॅटकडे धावू लागली. सी. एम.ना आज सुचित्राच्या सहवासाची खूप आवश्यकता भासत होती. इतर मंत्र्यांवर–सहकाऱ्यांवर त्यांचा भरवसा नव्हता. शालिनीबाईंना त्यांचं राजकारण कळत नव्हतं. एकट्या सुचित्राकडे ते मन मोकळं करू शकत होते.

ते सुचित्राकडे पोचले, तेव्हा ती वाटच पाहत होती.

त्यांची आवडती व्हिस्की, मटण बिर्याणी, तळलेले मासे, खारवलेले काजू– सर्व बेत तयार होता.

जोधपुरी कोटाचा बंद गळा सैल करत मुख्यमंत्र्यांनी रिलॅक्स होत बैठक जमवली.

''आज बरं वाटत नाही का?'' सुचित्रा नेहमीसारखी खेटून बसली.

''तब्येत ठीक आहे. मन अस्वस्थ आहे.''

''का? काही खास कारण?''

''तो वल्लभसिंह स्वत:ही स्वस्थ बसत नाही आणि मलाही स्वस्थ बसू देत नाही.''

''त्याला कोण काडीची किंमत देतं? श्रेष्ठी तर भेट पण देत नाहीत त्याला. दाराबाहेरच उभं करतात, असं आपणच म्हणत होता.''

''पूर्वी असेल, पण आता तसं नाही. त्यानं आणि त्याच्या लॉबीनं श्रेष्ठींवर चहूकडून प्रेशर आणलं आहे. दुष्काळाचं निमित्त करून मला काढून टाकतील किंवा राजीनामा द्यायला लावतील.''

''इतकं?''

''हो. आज श्रेष्ठींच्या पोलिटिकल सेक्रेटरीनं मला तशी कल्पना दिली. त्यामुळे मला त्यांनी काढून टाकण्याऐवजी मीच प्रकृती अस्वास्थ्याचं कारण करून पुढल्या एक–दोन दिवसांत राजीनामा देईन.''

''ओह!''

सुचित्रा क्षणभर मागे सरकली.

''आज खूप थकवा आला आहे. मनानं आणि शरीरानं– दोन्हीनं!''

सी. एम.नी हात पुढे केला, पण सुचित्रा आळस देत बाजूला सरली.

''आता खूप रात्र झालीय. माझीही तब्येत बरी नाही.''

सी. एम.नी क्षणभर डोळे मिटले आणि दुसऱ्याच क्षणी ते उठले. फ्लॅटचं दार उघडलं गेलं. बाहेर सिक्युरिटी होती. त्यांनी झटकन लिफ्ट बोलावली.

सुचित्रा बेडरूममधल्या डबल बेडवर पडली. वल्लभसिंह आता सी. एम. होणार होते हे उघड होतं. बालकल्याण आयोगाची फाईल क्लीअर करणं वल्लभसिंहांकडे राहणार होतं. सर्व मंत्रालय वल्लभसिंहांच्या तालावर नाचणार होतं.

पुढील काही महिने वल्लभसिंह हा अनभिषिक्त राजा होता... बालकल्याण काय, तो कुणाचंही कल्याण करू शकणार होता.

ती रात्र सुचित्रा जवळ जवळ जागीच होती. बालकल्याण आयोगाचं अध्यक्ष होणं तिच्या दृष्टीनं फार महत्त्वाचं होतं. ती टीव्हीवर झळकणं महत्त्वाचं होतं. मासिकांतून तिचे फोटो आणि इंटरव्ह्यू येणं महत्त्वाचं होतं.

या सर्वांवर एकच उपाय होता- वल्लभसिंह!

तिनं आठपर्यंत कशीबशी वाट पाहिली आणि नेहमीप्रमाणे सी. एम.च्या बंगल्यावर त्यांना प्रायव्हेट लाईनवर फोन न करता, आज मिनिस्टर वल्लभसिंह यांचा प्रायव्हेट नंबर फिरवला–

''हॅलो! मी सुचित्रा सावंत बोलते आहे. साहेब आहेत का?''

(ही कथा संपूर्ण काल्पनिक आहे. यातल्या पात्रांशी कुणाचं साधर्म्य आढळल्यास तो केवळ योगायोग समजावा.)

(पूर्वप्रसिद्धी : मेनका, एप्रिल १९९३)

बळीचं तळं

स्नेहल जोशी

ते एक तळं होतं. कोकणातल्या चोळणा गावातल्या लक्ष्मीनारायणाच्या देवळापुढचं ते तळं.

त्या तळ्याला चांगल्या पंधरा-वीस पायऱ्या होत्या. पावसाळ्यात या साऱ्या पायऱ्या बुडून जायच्या. इतक्या की तळ्याला पायऱ्या आहेत हे सांगावं लागायचं.

पावसाळ्यात तळ्याच्या पायऱ्या बुडाल्या, तळ्याची मूस वाहायला लागली, की तळ्याच्या दोन्ही बाजूंना लागलेल्या चिऱ्याच्या खाणीत कमळांची दाटी व्हायची. खाणीच्या चिरेकपाऱ्या इथे आहेत हे त्या कमलिनी आपल्या अस्तित्वानं दाखवून द्यायच्या. तळ्याचा मधला गोल मात्र अबाधित राहायचा.

पावसाळ्यात तळ्याच्या बाजूला हिरवंकंच गवत उगवायचं. निळ्याभोर आकाशाचं आणि बाजूच्या हिरव्यागार सृष्टीचं प्रतिबिंब त्यात उमटायचं आणि तळ्याचं पाणी निळसर हिरवट भासायचं.

आकाश काळ्या मेघांनी व्यापलेलं असलं, की तळ्याचं पाणी हिरवट, राखाडी वाटायचं आणि सूर्यप्रकाश असला, की तेच पाणी पिंगट रंगाचं वाटायचं. भाद्रपदात धो धो पाऊस कोसळत असला, की पावसाच्या सरींनं तळ्याच्या पाण्याचा रंगच पुसला जायचा. त्या तळ्याची खोली आणि पाण्याचा रंग हे एक गूढच वाटायचं. घाऱ्या माणसाच्या डोळ्यांच्या रंगाच्या बदलणाऱ्या छटांसारखे त्या पाण्याचे ते बदलते रंग.

तळ्याचं हे मायावी रूप राहायचं फक्त चारच महिने. पावसाळ्यात तळ्यातले झरे पालवायचे. आजूबाजूचं पाणी तळ्यात यायचं. पण पावसाळा कमी होऊ

लागला, की तळ्याचं पाणी ओसरायचं. तळ्याची एकेक पायरी दिसू लागायची. उन्हाळ्यात एखाददुसरा झरा फक्त वाहत असायचा. तळ्यावर धुणी धुवायला येणाऱ्या बायका पार सर्व पायऱ्या उतरून जायच्या, तेव्हा कुठे जेमतेम पाणी मिळायचं. तळ्याचं अंतरंग असं पार उघडं पडलेलं असायचं. तळ्याच्या दोन्ही बाजूला खाणकामगार चिरे काढण्यात दंग असायचे.

कधीकधी खूप उन्हाळा आला, पावसाला उशीर झाला, की करंगळीएवढा झरा सोडला तर तळं पार कोरडं पडायचं आणि मग कधी कुठे कुत्र्याचा, तर कधी गाई–म्हशीचा सापळा आढळायचा तळ्याच्या बुडाशी.

असं झालं रे झालं, की वर्गातली मैना रिसबूड काहीतरी विशेष घडल्यागत शाळा सुरू झाल्याबरोबर बातमी द्यायची. मग बळीचं वर्णन, त्या तळ्याला दर तीन वर्षांनी लागणारा बळी, त्याबद्दलच्या अनेक वदंता ती सांगायची, माणसाचा बळी मिळाला नाही की असा कुत्र्या–मांजराचा, गाईगुराचा जाणारा बळी. पण बळी घेतल्याशिवाय न राहणारं ते तळं. बळीचं तळं. चोळणा गावातल्या लक्ष्मीनारायणाच्या देवळापुढचं ते तळं...

तळ्याबद्दलच्या या वदंता पाऊस सुरू झाला, की पडणाऱ्या पावसाच्या सरींत वाहून जायच्या. ते तळं ते मायावी सुंदर रूप धारण करायचं. तळ्याची मूस वाहू लागायची आणि मग एक दिवस मैनाच तळ्याची मूस वाहू लागल्याची बातमी द्यायची. आजूबाजूच्या पंचक्रोशीत हे एकच तळं होतं. पोहणाऱ्यांची मग त्यावर झुंबड उडायची.

त्या वर्षी पाऊस तसा उशिराच सुरू झाला होता. वर्गातल्या मैनानं बळीच्या तळ्याबद्दल अशीच काहीतरी बातमी दिली होती आणि मी शहारले होते. ज्येष्ठ सरताना पावसानं झोडपून घेतलं होतं. तोपर्यंत तळ्यावर पोहायला जायचं की नाही, हा निश्चय झाला नव्हता, पण आषाढात तळ्याची मूस वाहायला लागल्यावर राहवलं नव्हतं आणि मग एका सकाळी सायकल दामटत मी चोळणा गाठलं होतं.

सायकल दामटत मी बळीच्या तळ्याकडे जाणाऱ्या बोळात वळले आणि नेमकं मला पावसानं गाठलं. सायकल लावून मी एका झाडाखाली थांबले असताना सहज माझं लक्ष जवळच्या झाडाकडे गेलं होतं.

बकुळीचं ते ठेंगणंठुसकं झाड आणि वर असलेली पिवळीधमक बकुळं. अजूनपर्यंत ही बकुळं शिल्लक राहिलीच कशी याचं मला आश्चर्य वाटलं होतं. पाऊस थांबताच मी ती बकुळं काढण्याचा प्रयत्न करू लागले. हातातली छोटी काठी बकुळापर्यंत पोचत नव्हती खरी.

तेवढ्यात तिकडून संध्यावहिनी येताना दिसली. तिला काही मी प्रथमच

पाहत नव्हते, पण त्या दिवशी मी वेड्यासारखी तिच्याकडे पाहतच राहिले होते. पावसाळ्यातल्या हिरव्यागार सृष्टीसारखी हिरवी साडी-चोळी नेसली होती ती. तिचा गोरापान रंग, तिचे घारे पण आता निळसर, हिरवट वाटणारे ते डोळे, तिचं ठसठशीत लाल कुंकू... सारंच पाहत राहण्यासारखं होतं आणि मग लक्षात आलं होतं, की हिच्याही डोळ्यांत त्या तळ्याच्या पाण्यासारख्या निरनिराळ्या छटा आढळतात. त्या तळ्याच्या पाण्याच्या रंगाचं गूढ उमगल्यासारखं वाटलं होतं तेव्हा.

वहिनीचं ते सुंदर रूप मी पाहत राहिले होते. मनात आईचं बोलणं आठवत होतं, 'राजाची राणी व्हायची असं रूप आहे, पण गरिबाची पोर पडली म्हणून अनंतासारख्या अर्ध्या वयाच्या बीजवराशी लग्न करावं लागलं हिला...'

अनंतदादा हिला नवरा शोभत नाही हे पहिल्यांदाच तिला पाहिल्यावर मला जाणवलं होतं, पण त्या घडीला तिचं ते रूप पाहिल्यावर मला ते तीव्रतेनं जाणवलं होतं खरं.

विचारांच्या नादात बहुधा मी तिच्याकडे रोखून पाहत होते, कारण तिनंच मला हाका मारल्या होत्या.

''अहो वन्सं, नव्यानं पाहिल्यागत काय पाहताय?''

खरं म्हणजे लग्न होऊन ती चोळण्याला आली, तेव्हा आमच्या घरातल्या मीच प्रथम तिला भेटले होते, पण नवव्या-दहाव्या वर्षी दूरची असली तरी वहिनी म्हटलं, की जरा लाजच वाटते. मी तिच्याशी फारशी बोलत नसे. मला चिडवण्यासाठी म्हणून मग तीच मला 'वन्सं' म्हणून हाका मारायची. मला ते बिलकूल आवडत नसे.

''आणि हे काय? ही काठी कशाला?''

''बकुळं पाडतेय.''

''कुठे आहेत?''

''ही काय!'' मी वर झाडाकडे बोट दाखवलं.

''त्याचं काय करणार?'' तिनं आश्चर्यानं विचारलं.

''काय करणार म्हणजे? खाणार! तुला माहीत नाही? मस्त लागतात.''

''मला कुठून माहीत असणार? आमच्या पुण्याला असली झाडंच नव्हती.''

आणि तेवढ्यात तिनं माझ्या हातातून काठी घेऊन धडाधडा बकुळं खाली पाडली. एक फांदी वाकवून शेंदरी बकुळांचा गुच्छ माझ्या हातात दिला.

बकुळं खाता खाता दोन-चार बकुळं मी तिच्यापुढे केली.

''खा ना, छान लागतात. कच्ची नको हं खाऊ. घास लागतो.'' मी

माहिती पुरवली आणि शेंदरी बकुळांचा पानांसह गुच्छ तिच्यापुढे केला. तिचे वनदेवीसारखे असलेले लांब केस... तिला खाली वाकायला लावून तो गुच्छ मी तिच्या केसांत माळला.

''मस्त दिसतेयस हं तू!''

मला टपली देत ती म्हणाली, ''मला वाटलं होतं की तुम्हाला बोलताच येत नाही, पण तुम्हाला तर अगदी छान, गोडगोड बोलता येतं की! बरं, स्वारी निघाली कुठे? आमच्याकडे? आणि ही पिशवी कसली? राहायला आलात का वन्सं?''

मी गाल फुगवून म्हटलं, ''काही सांगणार नाही. 'वन्सं, वन्स' काय करतेस? सरळ मीना म्हण ना! मग सांगेन.''

''बरं बाई, बोला!''

''बोला नाही– बोल म्हण. मी तळ्यावर पोहायला आले होते.''

''तळ्यावर? कुठल्या?'' तिनं आश्चर्यानं विचारलं.

''कमालच केलीस तू! एवढं जवळ तळं असून तुला माहीत नाही? माझं घर इतकं जवळ असतं, तर मी रोज पोहायला गेले असते.''

''अग, कुठलं तळं?''

''ते गं, लक्ष्मीनारायणाच्या देवळाजवळचं. आता तरी आठवलं का? नाही तर विचारशील लक्ष्मीनारायणाचं देऊळ कुठलं?''

तिच्या लग्नाला सहाच महिने झाले होते. चोळण्याला ती नवीनच होती, पण लक्ष्मीनारायणाचं देऊळ तिनं पाहिलेलं होतं हे मला पक्कं ठाऊक होतं.

त्याचं असं झालं, अनंतदादानं लग्न केलं आणि पुण्याहून त्याचं पत्र आईला आलं होतं. त्याची पहिली बायको मूल न होताच वारली होती म्हणूनही असेल, नव्या नवरीच्या स्वागतासाठी त्यानं आईला व आम्हा मुलांना मुद्दाम बोलावलं होतं.

पुण्याहून एस. टी. संध्याकाळी येते. आईनं त्याच्या घराच्या दाराला तोरण बांधलं होतं. उंबरठ्यावर भरलेलं माप ठेवलं होतं. माझ्या बहिणी कवाडीशी थांबून वाट पाहत होत्या. मी घरात लुडबुडत होते. तेव्हा आईनंच मला निरोप घेऊन जाईच्या जंगलाजवळील तोडणकरांच्या बंगल्याशी पिटाळलं होतं. तिच्या मते, वरात आधी लक्ष्मीनारायणाच्या देवळात जायला हवी होती.

त्या दोघांबरोबर मीच बैलगाडीतून लक्ष्मीनारायणाच्या देवळात आले होते. त्या वेळीही बऱ्याच गोष्टी जाणवल्या होत्या. घारी, गोरी आणि खूपच सुंदर वाटणारी वहिनी... अनंतदादासारखा तिला न शोभणारा नवरा, त्यांच्या

वयातलं अंतर सारंच जाणवलं होतं. मी तिच्यावर बारकाईनं नजर ठेवून होते. शेवाळ वाढलेलं, ते विद्रूप तळं पाहून तिनं क्षणभर डोळे गच्च मिटून घेतले होते आणि मग नेमकी तिची नजर ज्या कोपऱ्यात कमळाची फुलं उगवायची तिथे पडलेल्या मेलेल्या गुराच्या सांगाड्यावर स्थिरावली होती. तिचं शहारणं माझ्या नजरेतून सुटलं नव्हतं.

मला हे सारं आठवलं होतं आणि बहुधा संध्यावहिनीलाही. पण तिला पुढे बोलू न देताच मी म्हटलं, ''ए, उन्हाळ्यातलं ते तळं नाही आता. पावसाची जादू होते आणि ते तळं दुथडी भरून वाहू लागतं.''

पण तिचं माझ्याकडे लक्षच नव्हतं.

कुठेतरी एकटक पाहत ती म्हणाली, ''अशी जादू...? कधी शक्य आहे हे?''

तिचं बोलणं त्या वयात कळलं नव्हतं, पण त्यातली निराशा जाणवली होती.

''अगं, हो गं! त्या तळ्यात जलपरी आहे म्हणून जादू आहे. चल तू.''

आणि मीच तिला आग्रहानं तळ्याजवळ आणलं होतं आणि तिथे असलेल्या बर्वेकाकूंच्या ताब्यात तिला दिलं होतं. कुणीतरी तेवढ्यात सुखडी दिली आणि मी तिचे कपडे आणण्यासाठी अनंतदादाच्या घराकडे वळले, तेव्हा संध्यावहिनी पोहण्याची कसरत करू लागली होती.

त्या वर्षी संध्यावहिनीनं पहिल्यांदा पोहण्याचे धडे घेतले, पण बघता बघता ती त्यात पटाईत झाली. संधी मिळेल तेव्हा ती पोहायला जायची. परिस्थितीवर मात करणं तिला जमलं नव्हतं म्हणून की काय त्या तळ्याच्या अथांग पाण्यावर सूड घेतल्यागत तिनं मात केली होती. पोळ्यावरून उड्या मारणं, सूरपारंब्या खेळणं, सारे सारे खेळ तिनं खेळले होते. त्या पावसाळ्यात तिची आणि तळ्याची चांगलीच गट्टी जमली होती.

शनिवारी सकाळी अकराची शाळा संपली, की मी घरी येऊन घाईगर्दीनं अभ्यास पुरा करायची आणि त्याच संध्याकाळी संध्यावहिनीकडे राहायला जायची. शनिवारच्या माझ्या येण्याकडे तिचे डोळे लागलेले असत. कधी उशीर झाला की ती म्हणायची, ''मला वाटलं आज येतेस की नाही?''

अनंतदादाच्या कपाळावर मात्र आठ्या दिसायच्या. अर्थात वरकरणी तो प्रेमानं स्वागत करायचा.

रात्री जेवणं झाली, की आमची दोघींची पथारी आत माजघरात असायची. पहिल्यांदा मी राहायला गेले, तेव्हा झोपताना ती म्हणाली, ''मी तुझा हात घट्ट

धरून ठेवलाय. सोडू नको हं! मला फार भीती वाटते.''

जेमतेम दहा वर्षांची मी असेन तेव्हा. नवीन जागा. त्यात अनंतदादाची पहिली बायको भूत झालीय अशी वदंता. खरं म्हणजे मीच घाबरून तिला असं सांगायला हवं होतं, तर उलट तिनंच माझा आधार घेतला होता आणि मग उगाचच फुशारून जाऊन मी म्हटलं होतं, ''तू काळजी करू नकोस. स्वस्थ झोप. मी आहे ना!''

अंधारात आईचं बोट धरून जाताना ती जसं सांगायची तसंच मी तिला सांगितलं होतं आणि न राहवून विचारलं होतं, ''कसली भीती वाटते तुला?''

''आईला सांगणार नाहीस ना? शपथ घे! मला ना रात्रीची भीती वाटते गं!''

''हात्तेच्या! अंधार असतो म्हणून होय? मग दिवा लावायचा. उजेडाची छोटीशी तिरीपसुद्धा अंधाराला पळवून लावते.''

''पण तशी तिरीप कुठे नसलीच तर?''

मला तिचं बोलणं कळत नसे, पण तिचा कसनुसा चेहरा... मी तिचा हात थोपटत राहायचे आणि ती गाढ झोपी जायची.

तिचं संरक्षण करायचं ही एकच भावना त्या रात्री मनात असायची. त्यामुळेच नेहमी दारावर कुणी थाप मारली, तर चटकन उठून बसायचं. वहिनी बाजूला असायची. त्या आधारावर मी मोठ्यानं ओरडायचे, ''कोण आहे तिकडे?''

घाबरलेल्या वहिनीला मी सांगायची, ''देवाचं नाव घे. झोप.''

ती मग माझी पापी घ्यायची आणि मला कुशीत ओढायची आणि मग आम्ही निवांत झोपायचो.

पावसाळा संपला आणि माझ्या चोळण्याच्या खेपाही थांबल्याच. अधूनमधून दापोलीला बाजारहाटासाठी वहिनी आली की आमच्याकडे यायची. कधी राहायचीही. आईच्या हाताखाली ती चटचट कामं उरकायची. वहिनीच्या लग्नाला आता वर्ष होत आलं होतं. ती गेल्यावर आई तिच्या नशिबावरून हळहळायची. अर्ध्या वयाचा मरतुकडा अनंतदादा, त्याची पहिली झिजून मेलेली बायको, तिचं झालेलं भूत आणि आता या दावणीला बांधलं गेलेलं संध्यावहिनीचं नशीब.

आईचं हे बोलणं तेव्हा मला कळत नसे. फक्त संध्यावहिनीवर फार अन्याय झालाय एवढंच जाणवायचं. तिच्या आपण रक्षणकर्त्या आहोत ही कल्पना आता मनात ठाम रुजली होती. फक्त नेमकं यासाठी काय करायला हवं ते मात्र मला त्या वेळी तरी कळलं नव्हतं.

दिवस पळतच होते. पुन्हा पावसाळा आला. या वर्षी उन्हाळ्यात सुरू

झालेली पाहुण्यांची रांग पावसाळा सुरू झाला तरी संपली नव्हती. दापोली मध्यवर्ती ठिकाण. त्यात आमचं घर एस. टी. स्टँडपासून जवळ. शेवटचा पाहुणा जातोय न जातोय तर बाबांच्या मित्राचं पत्र आलं. त्यांचा मुलगा कोकण पाहण्याच्या निमित्तानं येणार होता.

आई म्हणालीही, ''आता पावसाळ्यात?''

''कोकण पाहण्याचं निमित्त आहे. मुलगा बी. एस्सी. झालाय. मार्क्स चांगले आहेत, पण नोकरी मिळत नाही म्हणून फ्रस्टेटेड आहे. मध्यंतरी आजारीही होता. थारेपालटासाठी येतोय.''

फ्रस्टेटेड आणि आजार हे दोन्ही शब्द ऐकून आई जरा घाबरलीच.

''घरात ही छोटी मुलं. तुम्ही सारखे दौऱ्यावर. म्हणजे घरात तशी मी एकटीच.''

मी कानचिपळेपणा करतेय हे बघून आईनं मला तिथून घालवलं होतं, पण या सुरेशदादाबद्दलची माझी उत्सुकता वाढली होती. तो विचित्र असावा असं आईच्या बोलण्यावरून तरी वाटलं होतं.

सुरेशदादा आल्यावर आई त्याला म्हणालीही, ''कोकण पाहायला यायचं ते निदान उन्हाळ्यात आंबे-काजू असताना तरी यायचं. गावात पाहुण्यांची रेलचेल असते. सिनेमा थिएटर सुरू असतं. या वर्षी तर नाटक कंपनीही आली होती. आता पावसाळ्यात फक्त पावसाची रिपरिप. कंटाळशील चार दिवसांत.''

आईचं हे सूतोवाच त्याला कळलं होतं की नाही कुणास ठाऊक! कोकणामध्ये थारेपालट करायला आलेल्या दादाला पावसानं मात्र आपला हिसका दाखवायचं ठरवलं होतं. चार-आठ दिवस तरी पावसाला खळ नव्हता.

सुरेशदादा वेड्यासारखा त्या पावसाच्या संततधारेकडे पाहत बसायचा. बाहेरच्या गजांच्या पडवीत पावसाची झड अंगावर घेत तो पावसाकडे तरी पाहत राहायचा, नाहीतर बरोबर आणलेली पुस्तकं तरी वाचत बसायचा.

चार-आठ दिवस तरी असेच गेले. आई त्यामुळे जरा बेचैनच होती, पण हळूहळू तो आमच्या घरात रमला. कधी सायकलवर टांग मारून तो बाजारातून आईला सामान आणून द्यायचा, तर कधी आम्हा बहिणींना अभ्यासात मदत करायचा. बेचैन असलेल्या आईचं मत आता बदललं होतं. तो सीधा, सज्जन, चांगला मुलगा आहे, असं बाबांच्या पत्रात तिनं लिहिलं होतं.

त्या वर्षी संततधार कोसळणाऱ्या पावसानं तळ्याची मूस लवकरच वाहायला लागली. शुक्रवारीच वर्गातल्या मैना रिसबूडनं ही बातमी दिली होती, त्यामुळे शनिवारच्या आठवड्याच्या परीक्षेच्या अभ्यासातही माझं धड लक्ष नव्हतं.

शनिवारचा पेपर मी कसाबसा देऊन घरी परतले होते.

जेवण होताच मी संध्यावहिनीकडे जाण्यासाठी कपड्यांची पिशवी भरली आणि आईनं चक्क नकारच दिला.

''अगं, पण का नाही जायचं? गेल्या वर्षी तर पाठवलं होतंस की!''

''तेव्हाची गोष्ट वेगळी आणि आत्ताची वेगळी. दहावं संपेल, पण जरा अक्कल कशी ती नाही हिला.''

हा आईचा शेरा. त्यामुळे आईचा नकार बदलणं शक्यच नव्हतं. आता रविवारी सकाळी सायकल दामटत जायचं म्हणजे परत येताना ओल्या कपड्यांचं ओझं घेऊन येण्याशिवाय गत्यंतर नव्हतं. मी त्यावरून बडबडल्यावर सुरेशदादा म्हणाला, ''मी येईन ना बरोबर. मग तर झालं?''

आणि ठरल्याप्रमाणे दुसऱ्या दिवशी सकाळी सुरेशदादा आणि मी पोहण्यासाठी बाहेर पडलो. तीन–चार मैलांचा रस्ता, सायकलनंसुद्धा अर्धा तास सहज लागला.

जाताना आमच्या बऱ्याच गप्पा चालल्या होत्या. त्यात ओघानंच संध्यावहिनीचा विषय निघाला होता आणि आईच्या थाटात संध्यावहिनीची बरीचशी माहिती मी दादाला दिली होती.

तळ्याशी आम्ही आलो. लक्ष्मीनारायणाच्या देवळात आमच्या कपड्यांच्या पिशव्या ठेवून मी तळ्याकडे आले, तरी दादा पायरीवरच उभा होता. मी सायकलवरून येताना त्याला बजावलं तेच, पुन्हा त्याला सांगितलं, ''तुला पोहता येत नाही तर उतरू नकोस हं तू! आमच्या संध्यावहिनीला बर्वेकाकूंनी पोहायला शिकवलं, अवघ्या चार दिवसांत शिकली ती. तुला मंडपेकाका शिकवतील. या तळ्याशी नसता धोका पत्करू नये. बळीचं तळं आहे. या पाण्यात एक जलपरी आहे.''

तेवढ्यात संध्यावहिनी मला पाहून पाण्यातून बाहेर येत पायऱ्यांवर टेकली. सुरेशदादा मिश्कीलपणे हसतोय हे पाहिल्यावर तिची साक्ष घेत मी म्हटलं, ''खरं की नाही संध्यावहिनी? हे बळीचं तळं आहे की नाही?''

''ए मीने, नाही कोण म्हणतंय? आपला बळी तर केव्हाच गेला बघ.'' म्हणत सुरेशदादा हसत सुटला.

''मॅड आहेस! हसतोस काय? संध्यावहिनी, तूच सांग. या तळ्यात जलपरी आहे की नाही? ती माणसाला खाली खोल खोल भोवऱ्यात घेऊन जाते हो ना.''

''परी ना? पाहिली की मी. तिनं मला केव्हाच आपल्या भोवऱ्यात खोल खोल गुंतवलं.'' दादा बोलला.

''मॅड आहे ना आमचा हा सुरेशदादा?''

मी असं म्हटल्यावर वहिनीनं हळूच डोळ्यांच्या कोपऱ्यातून सुरेशदादाकडे पाहिलं. पोहल्यामुळे म्हणा किंवा आकाशात दिसणाऱ्या लाल ढगांच्या तिरपेमुळे म्हणा तिचा चेहरा एकदम लाल गुलाबी वाटत होता. त्या वेळी मनात आलंच, किती सुंदर आहे वहिनी! एकमेकांच्या बाजूबाजूला उभी असलेली ती दोघं... सुरेश आणि संध्यावहिनी. या सुरेशदादासारखा धडधाकट देखणा नवरा संध्यावहिनीला मिळाला असता तर... हा विचार मनात डोकावलाच.

तेवढ्यात संध्यावहिनीनं सूर मारला आणि पाठोपाठ सुरेशदादानंही. तो अट्टल पोहणारा आहे याची कल्पना मला नव्हती. तेवढ्यात मैना रिसबूड, सुरेश वैद्य वगैरे भेटले आणि मीही पोहण्यात रंगले.

वेळेचं भान आलं ते संध्यावहिनीनं हाका मारल्यावर. देवळाच्या मागच्या बाजूच्या पडवीत स्त्रियांची कपडे बदलण्याची जागा होती. कपडे बदलता बदलता संध्यावहिनीनं मला विचारलं, ''हा कोण गं सुरेशदादा?''

मला चावी देण्याचाच अवकाश होता. कदाचित मला सख्खा भाऊ नव्हता म्हणूनही असेल– या दादाची इत्थंभूत माहिती मी वहिनीला दिली. त्याचं शिक्षण, त्याला मिळत नसलेली नोकरी, त्याचं पुस्तक वाचणं किंवा पावसाकडे बघत बसणं... सारं सारं सांगितलं. शेवटी आईसारखंच सांगितलं, ''सारं विचित्रच वाटायचं सुरुवातीला, पण तसा खूप चांगला आहे गं सुरेशदादा!''

''हं! म्हणूनच काल शनिवार असूनही राहायला आली नाहीस. दादा एकंदरीत खूपच आवडलेला दिसतोय!''

''खरंच खूप छान आहे गं दादा! खूप हुशार आहे. बी. एस्सी. फर्स्ट क्लास आहे. लागेल त्याला नोकरी गं. पण उगाचच काळजी करून आजारी पण झाला होता म्हणे.''

आम्ही देवळातून बाहेर पडलो. रस्त्यावर सुरेशदादा वाट पाहत उभा होता.

''मीना, घरी येणार ना? भूक लागली असेल. चहा–पोहे खाऊन जा.''

मी जरा विचारातच पडले होते. पण तेवढ्यात सुरेशदादाच म्हणाला, ''मीने, तू हावरट म्हण नाहीतर काही म्हण, मला फार भूक लागलीय बघ.''

घरून निघताना 'सरळ घरी ये' असं आईनं बजावलं होतं, पण आता नाईलाजच होता.

संध्यावहिनीनं ढकललेली कवाडी उघडली.

अनंतदादा खोकत, चवाळ्या पंचा लावून उघड्या अंगानं जानव्यानं पाठ खाजवत पुढच्या पडवीत बसलेला असेल असं वाटलं होतं, पण पडवीत कुणीच

नव्हतं.

''हे काय, अनंतदादा कुठे आहे?'' बाहेरच्या दरवाजाचं कुलूप उघडणाऱ्या वहिनीला मी विचारलं.

''टाळसूरला गेलेत. उघाडी पडली की बागेला रंग शिंपडून घेणार असं म्हणत होते. या वेळी महिना-पंधरा दिवस तरी मुक्काम असेल तिकडेच.''

''मग घरात एकटीच राहतेस? भीती नाही वाटत? त्यापेक्षा आमच्याकडे ये ना.''

गेल्या वर्षी मी असताना दारावर बसणाऱ्या धडका, अनंतदादाच्या पहिल्या बायकोचं झालेलं भूत... त्या आठवणीनं मी विचारलं होतं.

''कशी येणार गं? गाईला कालवड झाली आहे. गोठ्यात आहे बघ. त्यात मांजरीनंही पिल्लं घातलीत. देवघरात टोपलीत आहेत.''

आणि हे ऐकून मी देवघरात धावले होते. मांजरीची निळ्या डोळ्यांची कसंबसं पोट सावरत लुटूलुटू चालणारी पोरं. त्यात मी रमले होते. गोठ्यातल्या कालवडीच्या पाठीला हात लावताच शिरशिरणारी तिची काया पाहून हरखले होते. या अनोळखी घरात सुरेशदादा एकटाच आहे याचं भानच नव्हतं मला.

मी स्वयंपाकघराकडे वळले तेव्हा लक्षात आलं, आपण नव्हतो तरी फारसं काही अडलं नव्हतं. चुलीजवळ पाट मांडून दादा बसला होता. वहिनी हसत होती. भलतीच खूष दिसत होती ती. तिचे डोळे चमकत होते. सूर्यप्रकाशात दिसणाऱ्या तळ्याच्या पाण्यासारखे पिंगट वाटत होते ते. चहा-पोहे आटोपताच मी दादाकडे घरी जाण्याचा लकडा लावला. निघताना वहिनीनं पुन्हा येण्याचा आग्रह केला. दादा न बोलता शीळ घालत होता.

सायकल दामटत घराकडे निघाले, तेव्हा वाटेत सुरेशदादा म्हणाला, ''ही होय तुझी संध्यावहिनी?''

''केवढं मोठं घर आहे ना? या घरात ती एकटी कशी राहते कुणास ठाऊक! त्यात या अनंतदादाच्या पहिल्या बायकोचं भूत झालंय.''

''चल गं! कसली आलीयेत भुतं वगैरे!''

''अरे, खरंच भूत आहे त्यांच्याकडे. गेल्या वर्षी मी राहायलाच यायचे शनिवारी. आम्ही दोघी माजघरात झोपायचो. दाराला कडी घातली की भूत चक्क थापा मारायचं दरवाजावर. वहिनी माझा हात गच्च धरून झोपायची. तिला म्हणून तर रात्रीची फार भीती वाटते. तीच सांगत होती मला.''

आणि मग आईच्या थाटात मी पुढे म्हणाले, ''बघ, कशी मस्त आहे ना संध्यावहिनी. काय करणार रे ती तरी? आई स्वयंपाकीण आहे कुणाकडे तरी पुण्याला. मुलगी अन्नाला लागते म्हणून तिचं लग्न इथे केलं. कसला

अनंतदादा आहे! नुसतं पाप्याचं पितर. म्हातारा खोकड. खोकतो आणि विड्या ओढतो. तो बोलतो कसा माहीत आहे? 'अगो आते, आमच्या संध्या किनई लक्ष्मीनारायणाला संध्याकाळी एकशे आठ प्रदक्षिणा घालते हो! मुलगा व्हावा ना म्हणून!''

माझं बोलणं दादा ऐकत होता, पण तरी तो कसल्या तरी विचारात गढलेला होता. सायकल चालवताना तो जरा गंभीरच होता. जंगल ओलांडल्यावर तो मला म्हणाला, 'ए, मी साबणाची पेटी विसरलो बघ.''

''अरे, आता ती थोडीच मिळणार?''

''पण बघायला काय हरकत आहे?'' म्हणून तो माघारी वळलाही.

सायकल चालवताना मला आठवलं, की त्यानं ती पेटी पिशवीत भरली होती. मी मागे वळून पाहिलं तर दादा दिसेनासा झाला होता.

घरी येताच आईनं सुरेशदादाची चौकशी केली. तो पेटी विसरल्याचं सांगून मी गप्प बसले. त्यानं ही थाप का मारावी, हे मला समजत नव्हतं.

दीड एक तासानं तो आला. आल्या आल्या तो म्हणाला, ''बघ पेटी मिळाली. तळ्याच्या खबदाडीत ठेवली होती. त्यामुळे कुणाचं लक्ष गेलं नव्हतं.''

मी काही म्हणणार तेवढ्यात आईच्या जेवणासाठी हाका ऐकू आल्या. घरात जाताना दादा हळूच म्हणाला, ''पोहे खाल्ल्याचं सांगू नकोस, आई ओरडेल.''

जेवताना आईनं संध्यावहिनीची चौकशी केल्यावर मी म्हटलं, ''हो. भेटली होती ना. अनंतदादा टाळसूरला गेलाय. सध्या एकटीच आहे.''

त्या दिवशी तळ्यावर पोहायला गेल्यापासून दादाच्या बहुधा बऱ्याच ओळखी झाल्या होत्या. नेहमी गजांच्या पडवीत बसून पुस्तकं वाचणारा, पावसाकडे पाहत बसणारा दादा, मित्रांचं निमित्त करून आता बराच वेळ बाहेरच असायचा. घरी असला की आम्हा बहिणींच्या खोड्या काढ, आम्हाला अभ्यासात मदत कर, तर आईला बाजारहाटाला मदत कर वगैरे चालायचं. आता तो अगदी घरच्यासारखा झाला होता. गमतीनं तो बोलायचा, चेष्टामस्करी करायचा, आई अगदी खूष होती. पोहण्याच्या व्यायामानं त्याची प्रकृती सुधारली होती. मी रविवारीच पोहायला जायची, पण हा पठ्ठ्या रोज सायकल दामटत तळं गाठायचा.

एका रविवारी पोहून झाल्यावर नेहमीसारखं संध्यावहिनी आणि मी देवळाच्या पडवीत कपडे बदलले. वहिनीनं आपले लांबसडक केस झटकले आणि केस सारखे करण्यासाठी पिशवीतून एक सफेद, बारीक दात्यांचा स्टीलची पट्टी

असलेला कंगवा काढला. त्याची चाकूसारखी घडी घालता येत होती.

'जान चाहती हो तो हात उप्पर करो' म्हणत फटकन् चाकू काढल्यागत सुरेशदादानं एकदा कंगवा पाठीला लावून केलेली माझी मस्करी... नक्की तो कंगवा त्याचाच होता.

पण वहिनीला विचारावं तर आळ घातल्यासारखं होईल म्हणून मी गप्प बसले, पण घरी जाताना सुरेशदादाला हे विचारलंच.

सुरेशदादा जरा गडबडलाच. मग मला म्हणाला, ''ए, आपण त्यांच्याकडे गेलो नव्हतो का? तेव्हा बहुधा कंगवा पडला असावा. तो कुणाचा आहे हे न कळल्यामुळे त्या बाईनं तो आपल्यासाठी ठेवला असेल. सगळीकडे हे सांगत बसू नको हं! उगाचच तिच्यावर आळ यायचा. आधीच गरिबाघरची, दुःखी आहे, फ्रस्टेटेड आहे.''

''ए, फ्रस्टेटेड म्हणजे काय रे?''

मी हा शब्द दुसऱ्यांदा ऐकला होता.

''फ्रस्टेटेड म्हणजे... आपल्याला एखादी गोष्ट हवीय. ती मिळण्याची आपली लायकी आहे. फक्त दुर्दैव आड आल्यामुळे आपल्याला ती मिळत नाही म्हणजे माणूस वैतागतो, चिडतो. मग येणारी विफलता, विमनस्कपणा...''

त्याचं बोलणं नीटसं कळलं नव्हतं, पण थोडंफार समजत होतं.

''म्हणजे बहुधा तुला नोकरी मिळत नाही तसंच का?''

''बरोबर! तुझ्या या संध्यावहिनीसारख्या व्यक्ती दुःखी असतात. त्यांचे अश्रू पुसावेत. जमलं तर त्यांना सुख द्यावं. निदान दुःख तरी देऊ नये.''

त्याचं सर्व बोलणं या वयात समजण्यासारखंच नव्हतं. पण त्या वयात वीस–बावीस वर्षांच्या मुलाबद्दल आकर्षण नसलं तरी त्याचं ऐकावं, त्यानं आपल्याला शाबासकी द्यावी असं फार वाटतं. यात सुरेशदादाचं लोभस व्यक्तिमत्त्व, त्याचं गोड बोलणं...

त्यानंतर वहिनीकडे दादाचे मोठे पांढरेशुभ्र रुमाल मी पाहिले, तरी मी तिला विचारलं नव्हतं. माशांचे खवले असल्यागत असलेली सुंदर हिरव्या रंगाची खस अत्तराची दादाची बाटली हरवल्याचं दादानंच सांगितलं होतं. त्या खस अत्तराचा सुगंध वहिनीला आला होता, तरीही मी गप्पच राहिले होते.

खरं म्हणजे मला संध्यावहिनीचा रागच आला होता. दर रविवारी ती तळ्यावर भेटायची, बोलायची पण घरी बोलावतच नव्हती ती. कालवड कशी आहे, मांजरीची पिल्लं कशी आहेत अशा सूचक चौकश्या मी केल्या होत्या, पण तरीही ती गप्पच असायची. आपल्याच धुंदीत गुणगुणत राहायची. माझे लाड करायची. अगदी चक्क पापीसुद्धा घ्यायची, पण घरी मात्र बोलावत नव्हती.

एक दिवस न राहवून मी तिला विचारलं, तेव्हा ती म्हणाली, ''अगं, तुझ्याबरोबर ते पाहुणे असतात ना! मग कसं बोलावणार?''

पोहून झाल्यावर हाता-पायाला तेल चोपडण्यासाठी तिनं पिशवीतून कुपी काढली ती नेमकी हिरव्या रंगाची खस अत्तराची होती.

सुरेशदादाची अत्तराची कुपी, त्याचा कंगवा, त्याचे रुमाल तिला चालत होते, पण... विचारावंसं वाटलं, पण ती खूप आनंदात होती. तिला दुःख होईल म्हणून मी गप्प बसले.

आषाढ-श्रावणात कोसळणारा, सृष्टीला सचैल स्नान घालणारा पाऊस बघताबघता ओसरत आला. भाद्रपद उजाडला. एखादी सर अधूनमधून यायची तेवढीच. मधूनच उन्हं यायची. त्या उन्हात रंगीबेरंगी फुलपाखरं या झाडावरून त्या झाडावर हिंडताना दिसायची.

एक दिवस अचानक इंटरव्ह्यूचं निमित्त करून सुरेशदादा निघून गेला आणि अगदी तशीच अचानक तळ्याची मूस वाहायची बंद झाली आणि पोहणंही बंद पडलं.

दादा गेल्यावर आठ दिवसांनी संध्यावहिनीनं मैना रिसबूडबरोबर चिठ्ठी पाठवली. मला अधूनमधून तिच्या चिठ्ठ्या यायच्या. पण ही चिठ्ठी वाचल्यावर तिला आलेला कंटाळा मला जाणवला होता.

'तळ्याची मूस वाहायची बंद झाली आणि तुझं येणंही बंद झालं. तू मला तळ्यातली जलपरी म्हणायचीस. ती जलपरी छान छान बाळ आणणार आहे.

ता. क. : पाहुणे गेल्यामुळे तुलाही कंटाळा आला असेल.'

संध्यावहिनी मला लक्ष्मीनारायणाच्या देवळातल्या लक्ष्मीसारखी वाटली होती. जलपरीसारखी नव्हे. कधी मी तिला हे म्हटलं होतं कुणास ठाऊक!

आईला असल्या चिठ्ठ्याचपाट्या आवडत नसत. त्यामुळे मी ती चिठ्ठी फाडून टाकली.

त्याच दिवशी घरी सुरेशदादाचं पोचल्याचं पत्र आलं होतं. मला खास वेगळी चिठ्ठी होती. त्यात अभ्यासाबरोबर पोहण्याची, बळीच्या तळ्याची, जलपरीची चौकशी होती.

सुरुवातीला तरी पत्रांची उत्तरं पाठवण्याबद्दल आपला कटाक्ष असतो. अगदी तसंच मीही ताबडतोब पत्र लिहून टाकलं. त्यात जवळ आलेली सहामाही, मूस वाहण्याची बंद झाल्यामुळे खंडित पडलेलं पोहणं याबद्दल लिहिलंच. संध्यावहिनीची चिठ्ठी आलेली होती म्हणूनही असेल. न समजताच मीही लिहून टाकलं होतं. जलपरी आता मजेत आहे. ती बाळ आणणार आहे, त्यामुळे खूष

आहे.

सुरुवातीला अशी पत्रं आली. माझी उत्तरंही गेली. मग पत्रव्यवहार थंडावला, पण तो अजिबात थांबला नाही ते संध्यावहिनीमुळे.

आता दर महिन्याला ती सरकारी डॉक्टरकडे तपासायला यायची. कधी राहायचीही. मग माझ्याजवळ खास हितगुज चालायचं. मी जमवलेले खडे, चित्रं, गुंजा यांबरोबर खणात सापडलेली दादाची पत्रंही ती वाचायची. उत्तरं लिहिण्याचा आग्रहही तिचाच असायचा.

'काय लिहायचं ते समजत नाही' असं म्हटल्यावर सारा मजकूर तीच सांगायची. कधी म्हणायची, 'जलपरीबद्दल लिही. मुलगा झाला तर सागर आणि मुलगी झाली तर सरिता नाव ठेवणार आहे मी.'

मग कधीतरी पाठवलेल्या पत्रात हा उल्लेख मी आवर्जून करायचे. जलपरी किती सुंदर दिसतेय त्याचंही वर्णन चालायचं. हे वर्णन आपण संध्यावहिनीचं करतोय हे त्या वेळी तरी समजत नव्हतं.

आधीच संध्यावहिनी दिसायला छान होती. त्यात गरोदरपणी तर खूपच तेज आलं होतं. कुणी करणारं नाही म्हणून हौसेनं तिची वाडी भरली, फोटो काढले. आईनंही त्या वेळी न राहवून दृष्ट काढली होती तिची. ती घरी गेल्यावर आई म्हणायची, ''काय नशिबात आहे पोरीच्या कुणास ठाऊक! ही अशी गरगरलेय आणि अनंतदादा! पाप्याचं पितर होत चाललंय दिवसेंदिवस. खोकतो तर उबळ थांबत नाही. एखाद्या दिवशी...''

असेच दिवस सरत होते आणि एक दिवस संध्यावहिनीनं मुलग्याला जन्म दिला. धडधाकट, गोरागोमटा आणि मुख्य म्हणजे तिच्यासारखा देखणा.

त्याच दरम्यान सुरेशदादाचं पत्र आलं होतं. पत्र बऱ्याच दिवसांनी आलं होतं. म्हणूनच पत्रात सुरुवातीलाच त्यानं दिलगिरी व्यक्त केली होती. तो करत असलेल्या फार्मसीचा कोर्स, जवळ आलेली परीक्षा, त्याचं होस्टेल याबद्दल त्यानं लिहिलं होतं. इकडच्या तिकडच्या बातम्या पुरवल्या होत्या आणि पत्रात शेवटी जलपरीनं बाळ आणलं की नाही, ही चौकशी होतीच. मी नुकतीच संध्यावहिनीला दवाखान्यात भेटून आले होते. मग त्याच्या पत्राच्या उत्तरात मी शाळा, अभ्यास, जवळ आलेली वार्षिक परीक्षा याबरोबर जलपरीच्या बाळाचंही वर्णन केलं होतं. सागर होताच की वर्णन करायला डोळ्यांसमोर.

त्या वर्षी परीक्षा होताच आम्ही आजोळी गेलो होतो. शाळा सुरू होण्याच्या आधी एक दिवस आम्ही परत फिरलो. आल्यावर शाळेची पुस्तकं, वह्या, कव्हर्स, नवीन मास्तर यात महिना झटकन सरला. बेतानं सुरू झालेल्या

पावसानं अचानक तडाखेबंद सुरुवात केली.

मैना रिसबूडनं तळ्याची मूस वाहायला लागल्याची बातमी दिली, तरी मी आईच्या मागे पोहायला जाण्याचा तगादा लावला नव्हता. गेली दोन वर्षं संध्यावहिनी तळ्यावर असायची. तिच्याबरोबर पाण्यात तऱ्हेतऱ्हेचे खेळ खेळण्यात धमाल यायची. या वर्षी सागर छोटा असल्यामुळे ती पोहायला येणं शक्य नव्हतं. तिच्याकडे राहायला जायची बंदी आईनं गेल्या वर्षीच केली होती. या वर्षी तर तिनं मला नक्कीच तिच्याकडे पाठवलं नसतं. तिच्या मते अनंतदादाचं वागणं जरा चमत्कारिकच झालेलं होतं. तसा तो स्वतःशी नेहमीच बोलायचा. आता ते वाढलं होतं इतकंच.

चोळण्यापर्यंत तीन-चार मैलांचं अंतर सायकलनं तुडवत जायचं म्हणजे... गेल्या वर्षी सुरेशदादा बरोबर असायचा, त्यामुळे हे अंतर जाणवलं नव्हतं.

जावं की न जावं यातच पहिला रविवार गेला, पण दुसऱ्या रविवारी मात्र मी तळ्यावर हजर झाले. कारण नेमका शनिवारीच सुरेशदादा आला होता.

आल्या आल्या त्यानं बॅगेतून पार्सल काढलं आणि चहाही न घेता तो ती अमानत पोचवायला गेला. आल्यावर तो आईला म्हणाला, ''आमच्या या फार्मसीच्या कोर्समध्ये एक मुलगा आहे. त्याच्या नात्यातले कुणीतरी गिमवण्याला राहतात. तिथे ते पार्सल द्यायचं आहे.''

गेल्या वर्षी उदास वाटणारा सुरेशदादा या वर्षी अगदी खूष होता. फार्मसीचा हा तीन वर्षांचा कोर्स झाला, की नोकरी मिळण्याची खात्री त्याला वाटत होती म्हणूनही असेल... निदान आईचं तरी हेच मत होतं.

गेल्या वर्षीसारखा त्याचा मुक्काम या वर्षी महिनाभर नव्हता. पंधरा-वीस दिवसच तो होता. गेल्या वर्षी आल्यामुळे त्याच्या तशा खूप ओळखी झाल्या होत्या. त्यात रोज सकाळी पोहण्याचा कार्यक्रम असायचाच, पण तरीही त्याच्या येण्यामुळे ते पंधरा दिवस घर कसं गजबजून गेलं होतं.

या वर्षी तसं बरोबरीनं पोहायला जायला दोनच रविवार मिळाले होते. मीही एक वर्षानं मोठी झाले होते म्हणूनही असेल, त्यानं गेल्या वर्षीसारखं जलपरीवरून कधी चिडवलं नव्हतं. बोलताना एकदाच संध्यावहिनीची चौकशी केली होती आणि मग नकळतच आईची नक्कल करत मीच सर्व बातम्या पुरवल्या होत्या.

''सागरसारखा इतका गोड मुलगा झालाय, पण अनंतदादाचं डोकंच फिरलंय बघ. त्याची पहिली बायको मुलं न होता मेली. तिनं बहुधा अनंतदादाला पछाडलाय. संध्यावहिनी मात्र खूष आहे.''

सुरेशदादा आपल्याच विचारात दंग होता. तो किंचित गंभीरही वाटला.

त्याचं माझ्या बोलण्याकडे लक्ष नव्हतं, असं जाणवलं आणि मी माझी रेकॉर्ड आवरती घेतली होती.

त्यानंतर चार दिवसांनी सुरेशदादा परत गेला. मीही दोन रविवार पोहायला गेले नाही आणि पुढे तळ्याची मूस वाहायची बंदच झाली.

पावसाळा आला आणि गेलाही. दिवाळीत संध्यावहिनी सागरला घेऊन आली होती. आल्या आल्याच ती आईला घेऊन डॉक्टरकडे गेली आणि तिथून परस्परच चोळण्याला गेली होती.

बाबा त्या वेळी घरी होते. आई आल्यावर बडबडली, ''काजराला फळं आणि दुर्बळाला बाळं... दुसरं होताय. पहिली मूल नाही म्हणून झिजून मेली आणि हिच्यामागे लेंढार लागणार. त्यात याचं डोकं फिरलेलं. ऑपरेशन करण्याचा मीच सल्ला दिलाय.''

आईचं बोलणं मला धड समजलं नव्हतं, तरी संध्यावहिनी दुसरं बाळ आणणार असल्याची खात्री पटली होती.

सागरच्या वेळी जशी संध्यावहिनी महिन्या महिन्यानं चेकिंगला यायची तशी याही वेळी येत होती. त्या वेळी ती खूष होती. या वेळी ती काळजीत होती. अनंतदादाचं वागणं नुसतं स्वत:शीच बडबडण्यावर थांबलं नव्हतं. तो आणखीन चमत्कारिकपणे वागायचा.

आईच्या सांगण्यावरून संध्यावहिनीनं आता सोबतीला तिच्या आईला बोलावून घेतलं होतं. त्यामुळे सागरला त्याच्या आजीजवळ सोडून संध्यावहिनी जातीनं शेतीच्या, बागेच्या कामाला जायची.

''अशी कर्तबगार पोर आहे. काय तिच्या नशिबात आहे कुणास ठाऊक!'' आई अशी प्रत्येक वेळी तिच्या नशिबावरच थांबायची. संध्यावहिनीला मुलं नव्हती तेव्हाही आई असंच म्हणायची. आता मुलं झाली होती तरीही आई तेच म्हणत होती. आई असं का म्हणते हे समजण्याइतपत माझं वय नव्हतं. अनंतदादाचं वेड... एक–एक खूळ तो डोक्यात घ्यायचा आणि ते पुरं केल्याशिवाय त्याला चैनच पडत नसे.

सरिता झाली तेव्हा अनंतदादाला पुन्हा मुलगाच हवा होता. आता संध्यावहिनीच्या मागे त्याचं एक टुमणं होतं, ''तिसरं मूल पाहिजे आणि तोही मुलगा.'' त्यावरून हातातला अडकित्ता फेकून त्यानं संध्यावहिनीला मारलंही होतं.

ते ऐकून घरात आई बडबडली होती, ''हो ना! काय मोठी इस्टेट वायाच जातेय.''

एक-दोन वर्षं अशीच गेली होती. नेहमी पावसाळा यायचा. बळीच्या तळ्याची आठवण यायची, पोहण्याची खुमखुमी असायची. पण मीही तेरा वर्षांची झाले होते. साड्या नेसून पोहायला जायचा वैतागच यायचा.

लहानपणच्या बऱ्याच गोष्टी मागे पडत चालल्या होत्या. त्याचं महत्त्व पूर्वीइतकं उरलं नव्हतं. त्यात बळीचं तळं होतं. पोहणं होतं, सुरेशदादाची पत्रं होती. पूर्वी भावविवश होऊन त्याला बारीकसारीक बातम्या देत पत्रं खरडणारी मी बदलले होते, बदलत होते. तशी त्याची अधूनमधून पत्रं यायची. त्याचं पत्र आलं की तेवढ्यापुरती त्या पावसाळ्याची, त्या पोहण्याची आठवण यायची.

पूर्वी कधीतरी संध्यावहिनी त्याची चौकशी करायची, पण आता ती स्वत:च्या जीवनात एवढी व्यग्र होती, तिचं जीवन इतकं कटकटीचं झालं होतं की बहुधा तिला या असल्या गोष्टींना वेळच नव्हता.

अनंतदादाचं डोकं आता पार फिरलं होतं. तसा तो त्रास देत नसे. एकटक कुठेतरी तो बघत बसायचा. 'आणखी मुलगा हवा' हा विचार मनात आला, की त्याचं वेड अनावर व्हायचं. मग तो संध्यावहिनीला वाटेल तशा शिव्या द्यायचा, मारायचा. या परिस्थितीत ती मात्र हसतमुखानं जगत होती. घरात, बाहेर सर्वच कामं आता तिच्या अंगावर पडलेली होती, पण तिनं सारं तालपून धरलं होतं.

त्या वर्षी उन्हाळ्यात ती स्वत: मोरचूद, रंग वगैरे खरेदी करण्यासाठी आली, तेव्हा आमच्याकडे आली होती. आईनं अनंतदादाची चौकशी केल्यावर ती म्हणाली, ''कसली सुधारणा हो! कधीकधी वाटतं, लोक म्हणतात तसं त्यांना वेड्याच्या इस्पितळात टाकावं. इस्टेट, वाडी विकून मुलांना घेऊन पुण्याला जावं, पण मन धजत नाही.''

पण दादाला इस्पितळात जाण्याची वेळ आलीच नाही. उन्हाळ्यात चांगल्या माणसांचंही डोकं तापतं, तर वेड्याचं काय विचारावं? एक दिवस माथेफिरू दादानं पाळण्याच्या हुकाला टांगून आत्महत्या केली, तेव्हा वहिनी शेताच्या भाजवणीच्या निमित्तानं टाळसूरला गेलेली होती.

आत्महत्या... त्यामुळे पोलिस पंचनामा वगैरे सारेच सोपस्कार करावे लागले होते. त्याला लागलेलं वेड सर्वांनाच ठाऊक होतं, त्यामुळे तशी अडचण न येताच सारंच पार पडलं. मुख्य म्हणजे संध्यावहिनीनं सारं शांतपणे घेतलं होतं. तिनं दाखवलेलं मानसिक धैर्य, तिचं कौतुक करताना आईला शब्दच अपुरे पडायचे.

आई-बाबांच्या खेपा आता अधूनमधून चोळण्याला व्हायच्या. बाबांनी तिचे सारे व्यवहार व्यवस्थित लावून दिले. या वर्षीचं उत्पन्न काढून घ्यायचं. मग सारं विकून पुण्याला परत जायचं. मुलं आईजवळ ठेवून हिंगण्याला राहून वर्षभरात

नर्सिंगचा कोर्स पुरा करायचा म्हणजे पुढे चरितार्थाचं साधन मिळणार होतं. बाबांचा हा सल्ला तिला पटला होता.

गेली तीन–चार वर्षं सारंच संध्यावहिनी सांभाळत होती. तिला कोणतीही कामं नवीन नव्हती. महिना–दोन महिने झाल्याशिवाय घराबाहेर पडणं ठीक दिसणार नव्हतं म्हणून ती घरात होती.

पावसाळा सुरू झाला. बळीच्या तळ्याची मूस वाहू लागली. पोहायला जाण्याची ऊर्मी या प्रकारानंतर उरलीच नव्हती. आठ–पंधरा दिवसांनी संध्यावहिनीला भेटून यायचं, तिच्या अडीअडचणी बघायच्या असा आईचा प्रघात होता.

अनंतदादा वारल्यापासून मी तिच्याकडे गेलेली नव्हते. मैना रिसबूडबरोबर संध्यावहिनीचे दोन–चार निरोप आले म्हणून एकदा आईबरोबर मीही गेले.

मी गप्पच होते. आईबरोबर तिची व्यवहारांची बोलणी चालली होती. पूर्वीची तीच वहिनी होती ती. आईच्या सांगण्यावरून अगदी पूर्वीसारखं नव्हे, पण बेताचं कुंकू कपाळावर होतं. गळ्यात मंगळसूत्र नव्हतं. म्हणून की काय तिच्यात जाणवणारा फरक... बोलताना सारखी तिची माझ्याकडे वळणारी नजर... पाऊस दाटून आलेल्या दिवसांत दिसणाऱ्या तळ्यासारखी... त्या गढूळ, राखाडी रंगाच्या डोळ्यांत जाणवणारं गूढ...

ती चहा करण्यासाठी स्वयंपाकघराकडे वळली. तिनं डोळ्यांनी केलेला इशारा मला उमजला.

''मी वहिनीला मदत करतेय गं!'' म्हणत मी तिच्यापाठोपाठ आत गेले.

चहाचं आधण चुलीवर ठेवून तिनं साखर घातली आणि लाकडं चुलीत ढोशीत ती मला म्हणाली, ''माझं एक काम करशील?''

''सांग ना, काय ते.''

''पण हे कुणाला सांगायचं नाही असं वचन देत असशील, तरच सांगते.''

आणि खरंच तिनं चक्क वचन घेतलं.

पोलक्याच्या आतून एक पत्र काढत ती म्हणाली, ''हा पत्ता बरोबर आहे ना? मग हे आणि याच्या आधीचं अशी दोन्ही पत्रं परत का आली? गेल्या सहा-आठ महिन्यांत घरातल्या अडचणीमुळे मी पत्र लिहू शकले नव्हते. विसरून मी पत्ता भलताच तर नाही ना लिहिला?''

मी पत्ता वाचला. पत्र सुरेशदादाला लिहिलेलं होतं. पत्ता बरोबर होता, पण... मी पत्र उलटसुलट करत म्हटलं, ''अगं, पत्र पोचणारच कसं? तो मुळी तिथे नाहीच आहे. दहा महिन्यांपूर्वीच त्याला नोकरी लागून तो अहमदाबादला गेला, तेव्हा त्याचं पत्र आलं होतं. पंधरा दिवसांपूर्वी त्याचं पत्र आलंय आणखी

एक. त्याच्या लग्नाच्या निमित्तानं त्यानं आग्रहानं आम्हा सर्वांना अहमदाबादला बोलावलं आहे. अहमदाबादला उन्हाळा खूप असतो, त्यामुळे जाण्याचं निश्चित नव्हतंच. त्यात पुढे अनंतदादाचं...''

अनंतदादाचं नाव काढलं होतं म्हणून की काय वहिनीचा चेहरा पांढराफट्ट पडला होता. तिचं धड लक्षच नव्हतं कुठे. हातातली दोन्ही पत्रं तिनं चुलीत घातली. पत्रांनी पेट घेतला तेव्हा चहाचं उकळतं आधण तिच्या नजरेस पडलं. तारेत असल्यागत तिनं ते चक्क हातानं उतरलं. हाताला चटका बसला, तेव्हा भानावर येऊन ते पातेलं तिनं खाली टाकलं.

मी ओरडले, आई, सागरची आजी धावत आल्या. आईनं तिच्या पोळलेल्या बोटांना, पायांना औषध लावलं. खूप आग होत होती बहुधा. सहनशील वहिनीही हे सहन करू शकत नव्हती. होणाऱ्या आगीमुळे की काय तिच्या मनाचे बंध तुटले होते. ती धाय मोकलून रडत होती. आपला ऊर बडवून घेत असताना ती बडबडत होती. जणू आज प्रथमच तिला सद्यःस्थितीची जाणीव झाली होती.

...आता कसं जगू हो मी? मी ही अशी एकटी. पदरात ही लहान मुलं आणि डोंगराएवढं आयुष्य...

मी मघा तिच्याशी बोलताना अनंतदादाच्या मृत्यूचा केलेला उल्लेख... मला उगाचच अपराधी वाटत होतं.

संध्यावहिनी जरा सावरली. तिचं रडणं थांबलं. मघा मेघांनी दाटून आलेल्या आकाशासारखी तिच्या डोळ्यांत दिसणारी गढूळ, राखाडी छटा... आता मात्र ते डोळे भकास वाटत होते. उन्हाळ्यात पाणी आटलेलं, पोटात मेलेल्या प्राण्यांचे सांगाडे साठवणारं ते तळं मला आठवलं. मी शहारले होते.

घरी येताना आई म्हणालीही, ''आज अचानक हिचा धीर कसा सुटला?''

सुरेशदादाला संध्यावहिनीनं पाठवलेली आणि परत आलेली पत्रं, त्याचा बदललेला पत्ता, त्याचं लग्न आणि याबद्दल सांगताना नकळत मी केलेला अनंतदादाच्या मृत्यूचा उल्लेख... पण हे आईला सांगणार कसं? वहिनीचा आक्रोश, तिची ती थिजलेली नजर...

त्या रात्री आम्हा दोघींना धड झोप आली नव्हती. सकाळी जरा डोळा लागला. जाग आली ती दारावर बसलेल्या धडकांनी.

चोळण्याहून दोन माणसं संध्यावहिनी व मुलांच्या चौकशीसाठी आली होती.

आई मटकन् खालीच बसली. मग स्वत:ला सावरत ती म्हणाली, ''काल दुःखानं ती वेडीपिशी झाली होती खरी, पण तशी ती धीराची आहे. कामात

मन रिझवण्याच्या निमित्तानं टाळसूरला गेली असेल कदाचित... रंगाचं कामही व्हायचंय. लावणीही आलीय जवळ.''

मग माणसं टाळसूरला गेली, पण तिथेही ती नव्हती. घरात होती फक्त म्हातारी आई. पुन्हा आईबरोबर मला चोळण्याला जावं लागलं. तिथे गेल्यावर कळलं होतं ते असं–

चोळण्याहून त्या दिवशी आम्ही परतलो, तरी संध्यावहिनीची मन:स्थिती फारशी सुधारली नव्हती. सागरच्या आजीनं मुलांना आणि तिला आग्रहानं जेवू घातलं होतं. रात्री संध्यावहिनीनं मुलांना दूध प्यायला दिलं होतं. ती सावरली असं वाटून आई आतल्या खोलीत जाऊन झोपली होती. रात्री संध्यावहिनी मुलांना घेऊन कुठे उठून गेली होती ते तिला कळलंच नव्हतं.

एक–दोन दिवस असेच गेले. दुनियेत कुणी कुणासाठी थांबत नाही. त्या दिवशी असाच रविवार होता. तळ्यावर माणसांची गर्दी होती. पोळ्यावरून एका मुलानं उडी मारली. वर आला तर तो पार घाबरला होता. त्याच्या तोंडून शब्द बाहेर पडेना. जरा सावरल्यावर तो म्हणाला,

''मला वाटलं, माझा पाय कमळाच्या लांब दोड्यात अडकला. पण ते साडीचं टोक होतं.''

संध्यावहिनी हरवल्याची बातमी चोळणा गावभर झालेली होती. पोहण्यात तरबेज असलेल्या दोघाचौघांनी सूर मारले. प्रेत बाहेर काढलं ते टम्म फुगलेलं होतं. सागर–सरिताला तिनं पोटाशी बांधलं होतं आणि अट्टल पोहणाऱ्या संध्यावहिनीनं बुडावं म्हणून पाठीवर जात्याची पेड बांधली होती.

मग पोलिस पंचनामा, जवळचे नातेवाईक म्हणून बाबांना ताब्यात घ्यावी लागलेली ती प्रेतं, करावे लागलेले पुढचे सोपस्कार...

त्यानंतर बाबांची बदली झाली. आम्ही ते गावही सोडलं, पण का कुणास ठाऊक पहिला पाऊस आला की त्या तळ्याची, संध्यावहिनीची, सागर–सरिताची आठवण व्हायची. जिवाला हुरहूर लागायची. अपराधी वाटायचं. पौंगडावस्थेत आपण सारंच मनाला लावून घेतो.

पुढे मी मोठी झाले. केमिस्ट्रीत कॅटॅलेटिक एजंट या शब्दाची ओळख झाली. हा एजंट असल्याशिवाय केमिकल रिॲक्शन अशक्य असते. कळत नकळत माझ्या हातून घडलेली कॅटॅलेटिक एजंटाची भूमिका... त्यामुळे घडलेलं हे रामायण आणि महाभारत...

या घटनेकडे वेगळ्या नजरेनं बघण्याचं सामर्थ्य मला आलं, तरीही मनाची

ही बोच, ही अपराधाची भावना कधीच कमी झाली नाही.

इतर वेळी कधी या आठवणी सहसा मनात पिंगा घालत नाहीत. कारण आपण आपल्याच व्यापात गुंतलेले असतो.

पण उन्हाळा संपतो. आकाशात अधूनमधून मेघांची दाटी जमते. असं मळभ पडलं, की माझ्या जिवाची तलखी आणखीच वाढते. कधीतरी, कुठेतरी पावसाचे चार थेंब पडतात. मनात आशेचा किरण उत्पन्न करत मातीचा गंध वाऱ्याबरोबर वाहत येतो. पण पाऊस पडत नाही. वातावरणातली कोंडी फुटत नाही. जीव गुदमरतो.

वातावरणातली ही कोंडी चार–आठ दिवसांतच फुटते. सरीवर सरी कोसळू लागतात. विजा चमकतात. झाडांचे शेंडे गरगरू लागतात. पाऊस अगदी मनावर घेतो. ओलीचिंब झालेली सृष्टी, जिकडे तिकडे उगवलेली हिरवळ, हवेतला गारठा... तसं प्रसन्न वातावरण, पण मला ते सुखावत नाही. वातावरणातल्या कोंडीबरोबर मनाची कोंडी फुटते आणि अपराधाची बोच दुःखाची हुरहुर बनून वाहू लागते.

त्रिवेंद्रम, अहमदाबाद, मद्रास, दिल्ली, कलकत्ता– भारतात कुठेही असो. येणारा पाऊस त्रिवेंद्रम, कलकत्त्यामध्ये मेमध्ये असो, दिल्ली अहमदाबादसारखा जुलै–ऑगस्टमध्ये असो, की मद्राससारखा डिसेंबर–जानेवारीत असो. येणाऱ्या पाऊसवाऱ्याच्या गतीनं झाडांची पिवळी पानं गरगरत खाली येतात. त्या गरगरणाऱ्या पानांसारख्या माझ्या आठवणी पावसाच्या सरीत झोकांड्या खात राहतात आणि मग माझ्या आठवणींची डूब बाहेर पडते ती अशी त्या तळ्याशी...

कोकणातलं चोळणा गाव. त्या गावातल्या लक्ष्मीनारायणाच्या देवळापुढचं ते एक तळं!

(पूर्वप्रसिद्धी : मेनका, जानेवारी १९९४)

'मेनका', 'माहेर', 'जत्रा'चा अनमोल ठेवा
रसिक वाचकांसाठी उपलब्ध

१९६० पासूनचे अंक छापील आणि डिजिटल स्वरूपात उपलब्ध

भविष्य पाहण्याची उत्सुकता प्रत्येकाला असते; त्याहीपेक्षा भूतकाळात डोकावण्याची आस अधिक असते. तंत्रज्ञानानं तुम्हाला भूतकाळाचा धांडोळा घेणं सहज केलं आहे. कॅमेरे आले तसे लोक लहानपण, आपले वाडवडील, घर, परिसर यांच्या आठवणी जपून ठेवू लागले. यात आणखी एक गोष्ट माणसं जपतात, ती म्हणजे लहानपणी ऐकलेल्या गोष्टी, अनुभवलेले प्रसंग. या गोष्टी, प्रसंग माणसं आपल्या पुढच्या पिढीकडे संवादातून सुपूर्त करत असतात. आपल्या लहानपणी, तरुणपणी वाचलेल्या, ऐकलेल्या गोष्टी शेअर करण्याचा आनंद अफलातून असतो.

मराठी नियतकालिकं, दिवाळी अंक हा अनेक कथा, लेख, गोष्टींची भरगच्च ठेवा आहे. पंचावन्न वर्षांची उज्ज्वल परंपरा असणाऱ्या 'मेनका प्रकाशन'ची तीन बहारदार नियतकालिकं म्हणजे 'मेनका', 'माहेर' आणि 'जत्रा'. या अंकांत वाचलेल्या हजारो कथा, लेख आणि काळानुसार बदलत गेलेल्या जाहिराती हा अनेकांच्या भूतकाळाला साद घालणारा ठेवा आहे. हा अनमोल ठेवा तंत्रज्ञानाच्या मदतीनं पुन्हा खुला करून देण्यात आम्हाला विशेष आनंद होत आहे. प्रेम, आनंद, हर्ष, मोह, मत्सर, दु:ख, क्लेश, यातना, विरह, माणुसकी, अमानुषता, भोग अशा असंख्य भावनांच्या छटांसह 'मेनका', 'माहेर' आणि 'जत्रा'त हजारो कथा, प्रसंग, व्यंगचित्रं, विनोद प्रसिद्ध झालेत. त्यात पुन्हा डोकावून बघावंसं वाटलं, तरी ते उपलब्ध होणार कसे, याचं उत्तर आम्ही शोधलं आहे.

'मेनका', 'माहेर' आणि 'जत्रा'च्या जुन्या अंकांचा हा ठेवा 'मेनका प्रकाशन' रसिक वाचकांसाठी खुला करत आहे. या तिन्ही नियतकालिकांचे आतापर्यंत प्रसिद्ध झालेले तब्बल दीड हजारांहून अधिक अंक आपल्यासाठी उपलब्ध करून देण्यात आले आहेत. हे अंक छापील आणि डिजिटल अशा दोन्ही स्वरूपांत उपलब्ध आहेत.

छापील स्वरूपातले अंक **www.menakabooks.com** या वेबसाईटसह **menakabooks** च्या ॲपवरून खरेदी करता येतील. यातल्या **Vintage Collection** लिंकवर वर्ष आणि महिन्यांनुसार 'मेनका', 'माहेर', 'जत्रा'चे सर्व अंक (दिवाळी अंकांसह) उपलब्ध आहेत. आपण निवडलेले अंक ७ ते १० दिवसांत घरपोच मिळतील.

डिजिटल स्वरूपातले अंक **www.magzter.com** किंवा **Menaka, Maher, Jatra** च्या स्वतंत्र ॲप्सवरून थेट विकत घेता येऊ शकतील. निवडलेला अंक खरेदी केल्यानंतर काही मिनिटांतच तुमच्या कॉम्प्युटर, मोबाईल किंवा टॅब्लेटवर डाऊनलोड होईल. दोन्हीपैकी कोणताही पर्याय वापरून आपण 'मेनका', 'माहेर', 'जत्रा'च्या जुन्या अंकांच्या पुन:प्रत्ययाचा आनंद घेऊ शकता. अधिक माहितीसाठी ०२०-२४३३ ६९६० या क्रमांकावर अथवा sales@menakaprakashan.com येथे संपर्क साधावा.

'मेनका प्रकाशना'ची निवडक पुस्तके

मेनका प्रकाशन
Publication division of MEDIA NEXT...

२११७, सदाशिव पेठ, विजयानगर कॉलनी, पुणे ४११ ०३०
दूरध्वनी : (०२०) २४३३ ६९६०, २४३३ ९००२
Email: sales@menakaprakashan.com | www.menakaprakashan.com

ऑनलाईन खरेदीसाठी
www.menakabooks.com
www.amazon.in
www.bookganga.com

www.ingramcontent.com/pod-product-compliance
Lightning Source LLC
LaVergne TN
LVHW090054230825
819400LV00032B/720
* 9 7 8 9 3 8 5 7 3 5 0 5 9 *